மோரிசாகி புத்தகக் கடையில் நான் கழித்த நாள்கள்

மோரிசாகி புத்தகக் கடையில் நான் கழித்த நாட்கள்

சதோஷி யாகிசாவா

தமிழில்:
PSV குமாரசாமி

MANJUL

மஞ்சுள் பப்ளிஷிங் ஹவுஸ்

First published in India by

MANJUL

Manjul Publishing House
Corporate and Editorial Office
• 2nd Floor, Usha Preet Complex, 42 Malviya Nagar, Bhopal 462 003 – India
Sales and Marketing Office
• C-16, Sector 3, Noida, Uttar Pradesh 201301 – India
Website: www.manjulindia.com

Distribution Centres
Ahmedabad, Bengaluru, Kochi, Kolkata, Chennai,
Hyderabad, Mumbai, New Delhi, Pune

Tamil translation of *Days at the Morisaki Bookshop* by Satoshi Yagisawa

Originally published in Japanese language as
MORISAKI SHOTEN NO HIBI by SHOGAKUKAN

Tamil language edition arranged with SHOGAKUKAN,
through Emily Books Agency.

This Tamil edition first published in 2026

ISBN 978-93-7317-607-9

Cover art by Ilya Milstein
Cover design by Milan Bozic

Translated by PSV Kumarasamy
Edited by Nagalakshmi Shanmugam
Layout done by Manoranjan Kumar

Printed and bound in India by Repro India Ltd.

பகுதி ஒன்று

1

கோடைக்காலத்தின் பிற்பகுதியிலிருந்து மறு ஆண்டு வசந்தகாலத்தின் தொடக்கம்வரை நான் மோரிசாகி புத்தகக் கடையில் வாழ்ந்தேன். என் வாழ்வின் அந்தக் காலகட்டத்தை, அக்கடையில் இரண்டாம் தளத்திலிருந்த ஓர் உபரி அறையில் நான் கழித்தேன். அங்கு என்னை நான் புத்தகங்களுக்குள் புதைத்துக் கொள்ள முயன்றேன். அந்த நெரிசலான அறையில் மிகக் குறைவான வெளிச்சமே வந்தது. அங்கிருந்த எல்லாமே ஈரப்பதத்துடன் இருந்தது. பழைய புத்தகங்களின் வாசனை அந்த அறையை எப்போதும் ஆக்கிரமித்திருந்தது.

ஆனால் நான் அங்குக் கழித்த நாள்களை நான் எப்போதும் என் நினைவில் வைத்திருப்பேன். ஏனெனில், அங்கேதான் என்னுடைய உண்மையான வாழ்க்கை தொடங்கியது. அந்த நாள்கள் மட்டும் எனக்கு வாய்த்திருக்காவிட்டால், என்னுடைய எஞ்சிய வாழ்க்கை முழுவதும் வெறுமையானதாகவும், சலிப்பூட்டுவதாகவும், தனிமையானதாகவும் இருந்திருக்கும் என்பதில் எனக்குக் கடுகளவு சந்தேகம்கூட இல்லை.

மோரிசாகி புத்தகக் கடை எனக்கு விலை மதிப்பிடப்பட முடியாத ஒன்று. அந்த இடத்தை என்னால் ஒருபோதும் மறக்க முடியாது.

நான் என் கண்களை மூடினால், அந்த நினைவுகள் இன்றும் தெளிவாகவும் விலாவாரியாகவும் என் மனத்திரையில் தோன்றுகின்றன.

*

எல்லாமே ஒரு தெளிவான நீல வானத்தில் திடீரென்று தோன்றுகின்ற ஒரு மின்னல்போலத் தொடங்கியது. இன்னும் சொல்லப் போனால், நடந்த அனைத்தும் அதிர்ச்சியளிப்பதாக இருந்தது. வானத்திலிருந்து தவளைகள் ஒரு மழைபோலப் பொலபொலவென்று உதிர்வதைப் பார்ப்பது எப்படி அதிர்ச்சியூட்டுவதாக இருக்குமோ, அதைவிட அதிக அதிர்ச்சியூட்டுவதாக அது இருந்தது.

ஒரு நாள், ஓராண்டு காலமாக என்னுடைய மானசீகக் காதலனாக இருந்து வந்திருந்த ஹிடாகி, திடீரென்று, “எனக்குத் திருமணம் நிச்சயமாகியிருக்கிறது,” என்று கூறினான்.

அதை நான் முதலில் கேட்டபோது என் மனத்தில் ஏகப்பட்டக் கேள்விகள் முளைத்தன. “நாம் திருமணம் செய்து கொள்ளலாம்,” என்று அவன் கூறியிருந்தால், அதை என்னால் புரிந்து கொண்டிருக்க முடியும். அல்லது, “நான் திருமணம் செய்து கொள்ள விரும்புகிறேன்,” என்று அவன் கூறியிருந்தால், அதையும் என்னால் புரிந்து கொண்டிருக்க முடியும். ஆனால் அவன், “எனக்குத் திருமணம் நிச்சயமாகியிருக்கிறது,” என்று கூறியது எனக்கு விசித்திரமாக இருந்தது. திருமணம் என்பது பரஸ்பர ஒப்புதலின் அடிப்படையில் அமைகின்ற ஓர் உடன்படிக்கையல்லவா? அந்த விதத்தில் பார்த்தால், இலக்கணரீதியாக அது முற்றிலும் தவறான ஒரு வாக்கியம். அதை அவன் சர்வசாதாரணமாகக் கூறிய விதத்தை எப்படி அர்த்தப்படுத்திக் கொள்வது? அது இங்கிதமற்றதாக எனக்குத் தோன்றியது. அவனுடைய குரலின் தொனிகூட, “ஏய், நான் சாலையோரத்தில் ஒரு நூறு யென் நோட்டைக் கண்டெடுத்தேன்,” என்று அவன் சொன்னால் எப்படி இருக்குமோ அப்படி இருந்தது.

ஜூன் மாத மத்தியில் ஒரு வெள்ளிக்கிழமை இரவு அது. எங்கள் வேலை முடிந்த பிறகு, ஷின்ஜுகு என்ற இடத்தில் இருந்த ஓர் இத்தாலிய உணவகத்தில் நாங்கள் சாப்பிட்டுக் கொண்டிருந்தோம். அந்த உணவகம் ஒரு

ஹோட்டலின் மேற்தளத்தில் இருந்தது. எனவே, இரவில் நியான் விளக்குகள் ஒளிர்ந்த அந்த நகரத்தின் அழகை எங்களால் கண்டுகளிக்க முடிந்தது. அந்த உணவகம் எங்களுக்கு மிகவும் பிடித்தமான ஓர் இடம்.

நான் என் அலுவலகத்தில் வேலை செய்யத் தொடங்கிய நாளிலிருந்தே ஹிடாகியின்மீது எனக்கு ஓர் இரகசிய ஈர்ப்பு இருந்து வந்திருந்தது. ஹிடாகி அங்கு மூன்று ஆண்டுகளாக வேலை செய்து வந்திருந்தான். நான் அவனருகே இருந்தபோதெல்லாம் என் இதயம் படபடவெனத் துடித்தது. பல நாள்களுக்குப் பிறகு அன்றிரவு நாங்கள் இருவரும் மீண்டும் சேர்ந்திருந்தோம். எனவே, நான் என் ஒயினைப் பருகியபோது, நான் ஓர் உற்சாகமான மனநிலையில் இருந்தேன்.

ஆனால்...

அவன் சொன்னது என் காதில் தவறாக விழுந்திருக்கக்கூடும் என்ற நினைப்பில், "என்ன?" என்று நான் கேட்டேன். ஆனால் அவன், முன்பு சொன்னதையே மீண்டும் சொன்னான். "அடுத்த ஆண்டு எனக்குத் திருமணம் நடக்கவிருக்கிறது."

"திருமணமா? யாருக்கு யாருடன் திருமணம் நடக்கப் போகிறது?"

"எனக்குத்தான். அவளுடன்."

நான் குழப்பத்தோடு, "யார் அவள்?" என்று கேட்டேன்.

அப்போது, எங்கள் நிறுவனத்தின் வேறொரு துறையில் வேலை செய்து கொண்டிருந்த ஓர் இளம்பெண்ணின் பெயரை அவன் கூறினான். அவனுடைய குரலில் குற்றவுணர்வின் லேசான சாயல்கூட இருக்கவில்லை. நான் வேலைக்குச் சேர்ந்திருந்த அதே நேரத்தில்தான் அவளும் அந்நிறுவனத்தில் சேர்ந்திருந்தாள். அவளைக் கட்டியணைத்துக் கொள்ள வேண்டும் என்று நானே விரும்பும் அளவுக்கு அவள் மிகவும் அழகாக இருந்தாள்.

அவளோடு ஒப்பிடும்போது, நான் அதிக உயரமாகவும், பார்க்க மிகவும் சாதாரணமாகவும் இருந்தேன். அவளைப் போன்ற ஓர் அழகியோடு அவன் சுற்றித் திரிந்து கொண்டிருந்தபோது அவன் ஏன்

என்னுடனும் உறவாடிக் கொண்டிருந்தான் என்பதை என்னால் புரிந்து கொள்ள முடியவில்லை.

நான் அவனிடம் கேட்டபோது, சுமார் இரண்டரை ஆண்டுகளாக அவர்கள் காதலித்து வந்திருந்ததாக அவன் கூறினான். வேறு வார்த்தைகளில் சொல்ல வேண்டுமென்றால், நானும் அவனும் சேர்ந்து இருந்ததைவிட அதிக காலம் அவர்கள் இருவரும் சேர்ந்து இருந்து வந்திருந்தனர். அவன் இன்னொரு பெண்ணுடன் தொடர்பு வைத்திருந்தது பற்றி எனக்கு எந்த யோசனையும் இருக்கவில்லை. அப்படிப்பட்டதொரு சந்தேகம் என் மனத்தில் தோன்றியதே இல்லை. அது சாத்தியம் என்றுகூட நான் ஒருபோதும் நினைக்கவில்லை. எங்கள் உறவை அலுவலகத்தில் நாங்கள் ஓர் இரகசியமாக வைத்திருந்தோம், ஆனால் வேலையில் மற்றவர்களுக்குத் தர்மசங்கடம் ஏற்படுத்துவதைத் தவிர்ப்பதற்காகவே நாங்கள் அப்படி இருந்ததாக நான் அனுமானித்திருந்தேன். இருப்பினும், தொடக்கத்திலிருந்தே நான் அவனுடைய முதல் தெரிவாக ஒருபோதும் இருக்கவில்லை. அவன் வெறுமனே என்னைக் காதலிப்பதுபோலப் போக்கு காட்டிக் கொண்டு என்னிடம் அத்துமீறிப் பழகி வந்திருந்தான். ஆனால் அதை நான் எப்படி உணரத் தவறினேன்? ஒன்று, நான் அசமந்தமாக இருந்திருக்க வேண்டும், அல்லது அவனிடம் ஏதோ வில்லங்கம் இருந்திருக்க வேண்டும்.

எது எப்படியோ, அவர்கள் இருவரும் ஏற்கனவே பரஸ்பரம் அடுத்தவருடைய பெற்றோரைச் சந்தித்திருந்தனர். நிச்சயதார்த்தப் பரிசுகள் அடுத்த மாதம் பரிமாறிக் கொள்ளப்படவிருந்தன. எனக்குத் தலை சுற்றியது. ஒரு புத்தத் துறவி ஒரு காண்டாமணியை என் தலைக்குள் அடித்ததுபோல இருந்தது.

“ஜூனில் திருமணத்தை வைத்துக் கொள்வது சிறப்பாக இருக்கும், ஆனால் அவள் என்னிடம் அது பற்றிக் கேட்கவில்லை. இப்போது மிகவும் தாமதமாகிவிட்டது. எனவே, திருமணத்தை இந்த ஆண்டு வைத்துக் கொள்வது சாத்தியமில்லை. அதனால்தான்...”

அவனுடைய வாயிலிருந்து வந்து கொண்டிருந்த

வார்த்தைகளைச் செவிமடுத்தபடி நான் ஒரு மயக்க நிலையில் அங்கு உட்கார்ந்திருந்தேன். பிறகு, "ஓ, அது நல்லது," என்று நான் முணுமுணுத்தேன். நான் அப்படிச் சொன்னது எனக்கே ஆச்சரியமாக இருந்தது.

"நன்றி, ஆனால் இனியும்கூட நாம் இருவரும் எப்போதாவது ஒருவரையொருவர் சந்தித்துக் கொள்ளலாம்," என்று ஒரு பெரிய புன்னகையோடு அவன் கூறினான். அது அவனுடைய வழக்கமான புன்னகைதான். அவனுக்கு இவ்வுலகில் எதைப் பற்றியும் அக்கறை இருக்கவில்லை.

இதுவே ஒரு நாடகமாக இருந்திருந்தால், அக்கணத்தில் நான் என் இருக்கையிலிருந்து வேகமாக எழுந்து என் கையிலிருந்த ஒயினை அவனுடைய முகத்தின்மீது வீசியிருந்திருப்பேன். ஆனால், என்னுடைய உணர்வுகளை வெளிப்படுத்துவது எனக்கு ஒருபோதும் சௌகரியமாக இருந்ததில்லை. நான் தனியாக இருக்கும்போதுதான், நான் உண்மையிலேயே எத்தகைய உணர்வுகளை அனுபவித்துக் கொண்டிருக்கிறேன் என்பதை என்னால் கண்டுபிடிக்க முடியும். மேலும், என் தலைக்குள் ஒலித்துக் கொண்டிருந்த காண்டாமணியின் சத்தம் அதிகரித்துக் கொண்டே போனதும் என்னைச் சிந்திக்க முடியாதபடி செய்தது.

நான் என்னுடைய கிறக்க நிலையிலேயே அவனிடமிருந்து விடைபெற்றுக் கொண்டு தனியாக என்னுடைய அறைக்குத் திரும்பினேன். இறுதியில் ஒருவழியாக நான் நிதானத்திற்கு வந்தபோது, துயர அலை ஒன்று திடீரென்று என்னை ஆட்கொண்டது. கோபத்தைவிட அதிகமாக நான் துயரத்தை உணர்ந்தேன். அத்துயரம் மிகவும் கொடூரமானதாகவும், கை நீட்டித் தொட்டுவிடக்கூடிய அளவுக்குத் தீவிரமானதாகவும் இருந்தது.

என் கண்களிலிருந்து கண்ணீர் வழிந்தது. அது ஒருபோதும் நிற்காது என்பதுபோலத் தோன்றியது. நான் எவ்வளவு அழுதபோதிலும், என்னால் என்னைக் கட்டுப்படுத்திக் கொள்ள முடியவில்லை. நான் என் அறையில் விளக்குகளைக்கூடப் போட்டிருக்கவில்லை.

நான் தேம்பிக் கொண்டே அந்த அறையின் நடுவே நிலைகுலைந்து விழுந்தேன். தாரை தாரையாகக் கொட்டிக் கொண்டிருந்த கண்ணீர் மட்டும் எண்ணெயாக இருந்திருந்தால் நான் ஒரு பணக்காரியாக இருந்திருப்பேன் என்ற ஒரு கிறுக்குத்தனமான எண்ணம் என் மனத்தில் தோன்றி என்னை மேலும் அழச் செய்தது.

"யாரேனும் எனக்கு உதவுங்களேன்!" என்று என் மனத்திற்குள் நான் கூக்குரலிட்டேன். என்னால் பேச முடியவில்லை. அழுவதைத் தவிர வேறு எதுவும் என்னால் செய்ய முடியவில்லை.

*

அதன் பிறகு, அடுத்தடுத்து ஒவ்வொரு மோசமான நிகழ்வாக அரங்கேறியது.

நாங்கள் ஒரே அலுவலகத்தில் வேலை செய்ததால், தினமும் பல முறை நான் அவனைப் பார்த்தாக வேண்டியிருந்தது. அது எனக்கு வெறுப்பூட்டியது. அவன் தொடர்ந்து என்னைத் தொடர்பு கொண்டு கொண்டேயிருந்தான். அது எனக்கு நரக வேதனையாக இருந்தது. விஷயங்களை மேலும் மோசமாக்கும் விதமாக, அவனுடைய வருங்கால மனைவியை எங்கள் அலுவலகத்தின் ஓய்வறையிலும் உணவுக்கூடத்திலும் அடிக்கடி நான் எதிர்கொண்டேன். அப்படிப்பட்ட சமயங்களிலெல்லாம் அவள் என்னைப் பார்த்துப் பிரகாசமாகப் புன்னகைத்தாள். என்னையும் அவனையும் பற்றி அவளுக்குத் தெரிந்திருந்ததா இல்லையா என்பதை என்னால் உறுதியாகச் சொல்ல முடியவில்லை.

விரைவிலேயே, சாப்பாட்டை என் வயிறு ஏற்றுக் கொள்ள மறுத்தது. இரவில் என்னால் தூங்க முடியவில்லை. என் எடை வேகமாகக் குறைந்தது. என் முகம் வெளுத்தது. ஒப்பனையின் மூலம் அதை மறைக்க நான் மேற்கொண்ட முயற்சிகள் பலனளிக்கவில்லை. நான் ஒரு பிணத்தைப்போல வெளுத்துக் காணப்பட்டேன்.

என்னுடைய வேலைக்கு இடையே என்னையும் அறியாமல் என் கண்களிலிருந்து கண்ணீர் வழிந்தது.

ஒப்பனையறையின் சிற்றறைக்குள் புகுந்து கதவைச் சாத்திக் கொண்டு நான் பல முறை அழுதேன்.

இரண்டு வாரங்கள் இப்படியே ஓடிக் கழிந்த பிறகு, உடல்ரீதியாகவும் உளவியல்ரீதியாகவும் நான் ஓர் உச்சத்தைத் தொட்டிருந்தேன். இறுதியில், நான் நேராக என்னுடைய மேற்பார்வையாளரிடம் சென்று என்னுடைய இராஜினாமா கடிதத்தை அவரிடம் கொடுத்தேன்.

என்னுடைய வேலையின் கடைசி நாளன்று, ஹிடாகி என்னிடம் வந்து ஒரு குதூகலமான குரலில், “நீ வேலையிலிருந்து விலகிவிட்டாலும் நாம் இருவரும் அடிக்கடி சந்திப்பதிலும் சேர்ந்து உணவருந்துவதிலும் உனக்கு எந்தப் பிரச்சனையும் இல்லையல்லவா?” என்று கேட்டான்.

*

என்னுடைய மானசீகக் காதலனையும் என்னுடைய வேலையையும் ஒரே நேரத்தில் நான் இழந்திருந்தேன். நான் திடீரென்று விண்வெளிக்குள் தூக்கி எறியப்பட்டிருந்ததுபோல நான் உணர்ந்தேன்.

நான் கியூஷூவில் பிறந்தவள். தெற்கில் ஓர் உள்ளூர்க் கல்லூரியில் படித்துப் பட்டம் பெற்றப் பிறகு வேலைக்காக நான் டோக்கியோவிற்கு வந்திருந்தேன். அதனால், இந்நகரத்தில் எனக்குத் தெரிந்தவர்களெல்லாம் அலுவலகத்தில் என்னுடன் வேலை செய்தவர்கள் மட்டுமே. நான் கூச்ச சுபாவம் உடையவள் என்பதாலும், நட்புறவு ஏற்படுத்திக் கொள்வதில் எனக்கு சாமர்த்தியம் போதாது என்பதாலும், மொத்த டோக்கியோவிலும், எனக்கு நெருக்கமானவர்கள் என்று சொல்லிக் கொள்வதற்கு எனக்கு யாருமே இருக்கவில்லை.

நான் திரும்பிப் பார்க்கின்றபோது, இக்கணம்வரை நான் வாழ்ந்து வந்துள்ள என்னுடைய இருபத்தைந்தாண்டு கால வாழ்க்கையை ஓர் ஒற்றை வார்த்தையில் தொகுத்துக் கூற வேண்டுமென்றால், “போதுமானது” என்று கூறலாம். நான் போதுமான

அளவு செல்வச் செழிப்பு கொண்ட ஒரு குடும்பத்தில் பிறந்தேன், போதுமான அளவு நல்லதொரு கல்லூரியில் படித்து ஒரு பட்டம் பெற்றேன், போதுமான அளவு நல்லதொரு நிறுவனத்தில் ஒரு வேலையைப் பெற்றேன்.

ஹிடாகியை அச்சமயத்தில் நான் சந்தித்தது எனக்கு மிகப் பெரியதொரு விஷயமாக இருந்தது. அப்போது பிறருடன் பழகுவதற்கு மிகவும் சங்கோஜம் உடையவளாக இருந்த நான், ஹிடாகியைப் போன்ற ஒரு சிநேகிதனைக் கண்டுபிடித்தது ஓர் அதிசயம் என்று கூறினால் அது மிகையாகாது. எனக்கு அவனை மிகவும் பிடித்திருந்தது. ஆனால் அவன் இப்படி ஒரு கல்லைத் தூக்கி என் தலைமீது போடுவான் என்பதை நான் சுத்தமாக எதிர்பார்த்திருக்கவில்லை என்பதால், அதை எப்படிக் கையாள்வதென்று தெரியாமல் நான் தடுமாறினேன்.

இறுதியில், என் வாழ்க்கையைத் தூக்கத்திற்கு அர்ப்பணிப்பதன் மூலம் அதைச் சமாளிப்பதென்று நான் தீர்மானித்தேன். தூக்கம் அப்போது எனக்கு எந்த அளவு தேவைப்பட்டது என்பதைக் கண்டு நானே வியந்து போனேன். யதார்த்தத்தைத் தவிர்க்க உதவுவதற்கு என் உடல் கையாண்ட வழிமுறை அது என்பதை நான் அறிவேன், ஆனால் நான் போர்வைக்குள் என்னைப் புதைத்த மறுகணம் நான் அயர்ந்து உறங்கிவிடுவேன். என்னுடைய அந்தச் சிறிய அறையில் பல நாள்களை நான் தூக்கத்தில் கழித்தேன், விண்வெளியின் ஊடாகத் தன்னந்தனியாகச் சுற்றித் திரிந்தேன்.

நான் ஒரு மாதத்தை இப்படிக் கழித்தேன். நான் என் அலைபேசியைக் கண்டுகொள்ளாமல் இருந்தேன். பிறகு ஒரு மாலையில் நான் கண்விழித்தபோது, எனக்கு ஒரு குரலஞ்சல் வந்திருந்ததை நான் கவனித்தேன். என் அலைபேசித் திரையில் தோன்றிய எண் எனக்குப் பரிச்சயமானதாக இருக்கவில்லை. இருப்பினும் நான் அந்தக் குரலஞ்சலைச் செவிமடுத்தேன். திடீரென்று, ஓர் உற்சாகமான குரல், “ஹாய், ஹாய்!” என்று கூறியதை நான் கேட்டேன்.

“டகாகோ? நீ எப்படி இருக்கிறாய்? நான்

சட்டோரு பேசுகிறேன்! நான் என் புத்தகக் கடையிலிருந்து பேசுகிறேன். நீ என்னைத் திரும்பக் கூப்பிடு. இரவு நேரமானால்கூடப் பரவாயில்லை. இப்போது ஒரு வாடிக்கையாளர் வந்திருக்கிறார். நான் அவரைக் கவனிக்கப் போயாக வேண்டும். நான் உன் அழைப்புக்காகக் காத்திருப்பேன்."

நான் திகைப்பில் சில கணங்கள் அப்படியே சமைந்திருந்தேன். சட்டோருவா? யார் அவர்? அப்பெயரை நான் கேள்விப்பட்டிருக்கவே இல்லை. அவர் என் பெயரைக் குறிப்பிட்டார், எனவே அது ஒரு தவறான அலைபேசி எண்ணாக இருக்க வாய்ப்பில்லை. அது எந்தப் புத்தகக் கடை? ... நான் யோசித்துக் கொண்டே இருந்தேன். இறுதியில் எனக்குப் பொறி தட்டியது.

சட்டோரு என்னுடைய மாமா! நான் சற்று யோசித்துப் பார்த்தபோது, ஜிம்போச்சோவில் என்னுடைய கொள்ளுத்தாத்தா தொடங்கியிருந்த அந்தப் புத்தகக் கடையை சட்டோரு மாமா இப்போது பொறுப்பேற்று நடத்திக் கொண்டிருந்ததாக என் அம்மா சில நாள்களுக்கு முன்பு என்னிடம் கூறியது என் நினைவுக்கு வந்தது. என்னுடைய உயர்நிலைப் பள்ளிப் படிப்பின் முதலாம் ஆண்டில்தான் சட்டோரு மாமாவை நான் கடைசியாகப் பார்த்திருந்தேன். எனவே, கிட்டத்தட்டப் பத்து ஆண்டுகளாக நாங்கள் ஒருவரையொருவர் சந்தித்திருக்கவில்லை. ஆனால் தொலைபேசியில் நான் கேட்டது அவருடைய குரல்தான் என்பதில் எனக்கு எந்த சந்தேகமும் இருக்கவில்லை.

இதற்குப் பின்னால் என் தாயாரின் தலையீடு இருக்குமோ என்று நான் சந்தேகித்தேன். நிச்சயமாக இது அவருடைய கைங்கரியமாகத்தான் இருக்க வேண்டும். ஏனெனில், நான் என் வேலையைவிட்டு விலகியதையும் என் மானசீகக் காதலனுடனான உறவை முறித்துக் கொண்டதையும் பற்றி அவரிடம் மட்டும்தான் நான் கூறியிருந்தேன். அவர் என்னைப் பற்றி மிகவும் கவலை கொண்டிருந்ததால், அவர் என் மாமாவின் உதவியை நாடியிருந்திருக்க வேண்டும். இருப்பினும், அது

போதுமான காரணமாக எனக்குத் தோன்றவில்லை.

உண்மையைச் சொல்ல வேண்டுமென்றால், சட்டோரு மாமாமீது எனக்கு அவ்வளவு பிரியம் கிடையாது. அவர் எப்போதும் நடைமுறைக்குப் புறம்பாகவே நடந்து கொண்டதால், அவரைப் புரிந்து கொள்வது கடினமாக இருந்தது. அவர் எது குறித்தும் ஒருபோதும் தயங்கவில்லை. அவரைச் சுற்றி யார் இருந்தாலும், அது அவருக்கு ஒரு பொருட்டாகவே இருக்கவில்லை. அவர் எப்போதும் வேடிக்கையாக எதையேனும் சொல்லிவிட்டு, அதற்கு அவரே சிரித்துக் கொள்ளவும் செய்வார். அவர் ஒரு விசித்திரமான மனிதராக இருந்தார். அது எனக்கு அசௌகரியமூட்டியது.

ஆனால், நான் சிறியவளாக இருந்தபோது அவருடைய ஆளுமையை நான் மிகவும் இரசித்தேன். அவருடைய குடும்பத்தாரைச் சந்திப்பதற்கு என்னுடைய அம்மா என்னை டோக்கியோவிற்கு அழைத்துச் சென்றபோதெல்லாம், என் மாமாவும் நானும் அவருடைய அறையில் ஒன்றாக விளையாடினோம். நான் பூப்படையும் பருவத்தை நெருங்கியபோது, அவருடைய கிறுக்குத்தனமான நடவடிக்கைகள் எனக்கு எரிச்சலூட்டத் தொடங்கின. எனவே, நான் இரகசியமாக அவரைத் தவிர்க்கத் தொடங்கினேன். மேலும், அவர் திடீரென்று திருமணம் செய்து கொண்டார். அப்போது அவருக்கு ஒரு நிலையான வேலைகூட இருக்கவில்லை. அன்றிலிருந்து அவருடைய போக்கு மேலும் விசித்திரமாயிற்று. அவர் தன்னுடைய குடும்பத்தில் மேன்மேலும் பல பிரச்சனைகளைத் தோற்றுவிக்கலானார்.

அதனால்தான், நான் டோக்கியோவுக்கு வந்தபோது, நேரில் போய் அவரைப் பார்க்க வேண்டும் என்ற எண்ணம் எனக்கு ஒருபோதும் தோன்றவில்லை. அதனால் நான் அவரிடமிருந்து ஒதுங்கி இருந்தேன்.

அன்று முன்னிரவில் நான் தயக்கத்தோடு அவருக்குப் பதிலழைப்பு விடுத்தேன். நான் அவருடைய குரலஞ்சலுக்குப் பதிலளிக்காவிட்டால் என் அம்மா கோபத்தில் ருத்ரதாண்டவம் ஆடுவார் என்பது எனக்கு

நன்றாகத் தெரியும். நான் நடுநிலைப் பள்ளியில் படித்துக் கொண்டிருந்தபோது என் மாமா தன்னுடைய இருபதுகளின் மத்தியில் இருந்தார் என்பதை வைத்துப் பார்க்கும்போது, அவர் இப்போது நாற்பது வயதைக் கடந்திருக்க வேண்டும்.

என்னுடைய அழைப்பின் முதல் மணியிலேயே யாரோ பதிலளித்தார்கள். "ஹலோ, இது மோரிசாகி புத்தகக் கடை."

"ஹாய், நான் டகாகோ பேசுகிறேன்."

"ஓ, ஹாய்!" மறுமுனையில் என் மாமா உற்சாகமாகக் கத்தினார். சிறு வயதில் அவர் எப்படிச் சத்தமாகப் பேசினாரோ, இப்போதும் அப்படியே பேசினார். நான் என் அலைபேசியை என் காதிலிருந்து சற்றுத் தள்ளி வைத்துக் கொண்டேன்.

"எவ்வளவு நாள்கள் ஆகிவிட்டன! நீ நலமாக இருக்கிறாயா?"

"ஆமாம்... நான்..."

"நீ டோக்கியோவில் இருப்பது எனக்குத் தெரியும், ஆனால் நீ ஒருபோதும் என்னை வந்து பார்க்கவில்லை."

"அதற்காக என்னை மன்னித்துக் கொள்ளுங்கள். நான் என் வேலையில் மும்முரமாக இருந்துவிட்டேன்," என்று நான் இயல்பாக மன்னிப்புக் கேட்டேன்.

"ஆனால் நீ உன் வேலையிலிருந்து விலகிவிட்டாயல்லவா?"

அவர் அப்படிக் கூறியது என்னைச் சுருக்கென்று தைத்தது. பதிலுக்கு நான் ஏதோ முனகினேன். நயமாகப் பேசக்கூடிய ஆள் அல்லர் அவர். தன்னுடைய கடந்தகாலத்தைப் பற்றித் தொடர்ந்து பேசிக் கொண்டே இருந்த அவர், திடீரென்று, "நான் சில நாள்களாக உன்னைப் பற்றி யோசித்து வந்துள்ளேன். உனக்கு இப்போது வேலை செய்யப் பிடிக்கவில்லை என்றால், நீ இங்கு வந்து என்னுடன் சில காலம் தங்கியிருக்கலாமே?" என்று கேட்டார்.

"என்ன?" அவர் அப்படித் திடுதிப்பென்று கேட்டது என்னைத் தடுமாறச் செய்தது.

ஆனால் அவர் என்னிடமிருந்து ஒரு பதிலை

வரவழைக்கக் கடுமையாக எனக்கு அழுத்தம் கொடுத்தார். "வீட்டு வாடகைக்கும் மற்றச் செலவுகளுக்கும் நீ செலவு செய்யும் பணம் கொஞ்சநஞ்சமல்ல. நீ இங்கு வந்தால், அவை எல்லாமே இலவசமாக இருக்கும். நான் என்ன சொல்ல வருகிறேன் என்றால், என்னுடைய புத்தகக் கடையில் நீ எனக்குச் சிறிது ஒத்தாசையாக இருக்கலாம்."

நான் அதைப் பற்றி அவரிடம் கேட்டபோது, தான் அந்தப் புத்தகக் கடையைத் தனியொருவனாக நடத்திக் கொண்டிருந்ததாக அவர் கூறினார். தன்னுடைய முதுகு வலிக்குச் சிகிச்சை பெறுவதற்காக மருத்துவமனைக்குச் செல்ல வேண்டிய நேரங்களில், காலையில் அக்கடையைத் திறப்பதற்கு அவருக்கு ஒருவர் தேவைப்பட்டார். என் மாமா குனிடாச்சியில் ஒரு வீட்டில் வசித்து வந்தார். எனவே, கடையை மூடிய பிறகு, அந்தக் கடையிலேயே நான் தங்கிக் கொள்ளலாம் என்றும், அங்கு எனக்கு எந்தத் தொந்தரவும் இருக்காது என்றும் என் மாமா எனக்கு உறுதியளித்தார். சில ஆண்டுகளுக்கு முன்புவரை அந்தக் கடை ஒரு வீடாக இருந்து வந்திருந்ததால், அங்கு ஓர் ஒழுங்கான குளியலறையும் ஒரு கழிவறையும் இருந்தன.

என் மாமாவின் யோசனை குறித்து நான் ஒரு கணம் யோசித்தேன். என்னுடைய தற்போதைய ஏற்பாடு நீண்டகால நோக்கில் சரிப்பட்டு வராது என்பதை நான் அறிந்திருந்தேன். நான் தொடர்ந்து இதே வழியில் வாழ்ந்து கொண்டிருந்தால், விரைவில் என் வசம் இருந்த பணம் முழுவதும் கரைந்துவிடும். மறுபுறம், வேறொருவர் என் வாழ்வில் குறுக்கிடுவதையும் நான் விரும்பவில்லை.

எனவே, அவருடைய யோசனையை மறுக்கும் விதமாக, "நான் உங்களுக்குத் தொந்தரவாக இருக்கக்கூடும்," என்று நான் கூறினேன். ஆனால் என் மாமா என்னுடைய சூசகமான மறுப்பைத் தன் புறங்கையால் ஒதுக்கித் தள்ளினார்.

"தொந்தரவா? என்ன அபத்தமாகப் பேசுகிறாய்? நீ என்னுடன் இருப்பது எனக்கு மிகுந்த மகிழ்ச்சியளிக்கும்."

என் அத்தை மோமோக்கோவும் இதற்கு ஒப்புக் கொண்டாரா? அக்கேள்வி என் உதடுகள்வரை வந்துவிட்டது, ஆனால் அதை நான் அப்படியே

விழுங்கிவிட்டேன். என் அத்தை பல ஆண்டுகளுக்கு முன்பே என் மாமாவிடமிருந்து பிரிந்து போய்விட்டார். அது எங்கள் குடும்பத்தில் ஒரு பெரிய விஷயமாக இருந்தது. என் அத்தை பிரிந்து போனபோது என் மாமா மிகுந்த மனச்சோர்வு அடைந்தார். அவருடைய ஆரோக்கியமும் பாதிக்கப்படக்கூடும் என்று என் அம்மா உண்மையிலேயே கவலைப்பட்டார். என் மாமா பற்றிய செய்தியைக் கேள்விப்பட்டபோது நான் அவருக்காக வருத்தப்பட்டது எனக்கு நினைவிருக்கிறது, ஆனால் அது என்னுள் ஒரு விநோதமான உணர்வைத் தோற்றுவித்தது. அதை என்னால் புரிந்து கொள்ள முடியவில்லை. என் மாமாவும் அத்தையும் அவர்களுடைய திருமணத்தின்போது ஒருவர்மீது ஒருவர் மிகுந்த காதல் கொண்டிருந்ததுபோலத் தெரிந்தனர். என் அத்தை மிகவும் அன்பானவராகவும் இனிமையானவராகவும் இருந்தார். என் மாமாவை விட்டுவிட்டு ஓடிப் போகின்றவராக அவர் தெரியவில்லை.

நான் இந்நினைவுகளை அசைபோட்டுக் கொண்டிருந்தபோது, என் மாமா குறுக்கிட்டு, “சரி, நீ என் கடைக்கு வருவதென்று முடிவாகிவிட்டது,” என்று கூறினார்.

நான் மீண்டும் மறுக்க முயற்சித்தேன். “ஆனால் என் பொருள்களை என்ன செய்வது?” என்று நான் கேட்டேன். குனிடாச்சியில் உள்ள தன் வீட்டில் அவற்றை வைக்கப் போதுமான இடம் இருந்ததாக அவர் என்னிடம் கூறினார். நான் சில சிறிய பைகளை என்னோடு கடைக்குக் கொண்டுவரலாம் என்றும், மற்றவற்றைக் குனிடாச்சியில் உள்ள வீட்டிற்கு அனுப்பி வைக்குமாறும் அவர் எனக்கு யோசனை கூறினார்.

இனியும் மறுத்துப் பேசுவதற்கு என்னிடம் காரணங்கள் எதுவும் இருக்கவில்லை. “டகாகோ, என்னை நம்பு. இது உனக்கு நல்லதாக அமையும்,” என்று அவர் கூறினார்.

ஆனால், பத்து ஆண்டுகளாக நான் பார்த்திராத ஒருவரை நான் எப்படி நம்புவது?

“சரி, நீ இங்குத் தங்குவதற்கான எல்லா

ஏற்பாடுகளையும் நான் செய்கிறேன்," என்று என் மாமா கூறினார். பிறகு, என் பதிலுக்குக்கூடக் காத்திராமல், கடைக்கு ஒரு வாடிக்கையாளர் வந்திருந்ததாகவும், நாங்கள் பின்னர் பேசிக் கொள்ளலாம் என்றும் கூறிவிட்டு, தொலைபேசி அழைப்பை அவர் துண்டித்துவிட்டார்.

நான் குழப்பத்தில் அப்படியே உட்கார்ந்துவிட்டேன்.

2

இரண்டு வாரங்களுக்குப் பிறகு, நான் ஜிம்போச்சோ இரயில் நிலையத்தில் நின்று கொண்டிருந்தேன். ஒரு கணத்தில் என் வாழ்க்கை மிக விரைவாக மாறியிருந்தது. நான் அந்த அதிர்ச்சியிலிருந்து இன்னும் மீண்டிருக்கவில்லை.

என் மாமாவுடனான உரையாடலுக்குப் பிறகு நான் என் அம்மாவுடன் தொலைபேசியில் பேசினேன். "டகாகோ, நீ என்ன செய்யப் போகிறாய்? கியூஷூவுக்குத் திரும்பி வந்துவிடப் போகிறாயா அல்லது சட்டோருவின் கடைக்குப் போகப் போகிறாயா?" என்று அவர் கேட்டார். நான் தயக்கத்துடன், என் மாமாவின் கடைக்குப் போவதைத் தேர்ந்தெடுத்தேன். நான் என் சொந்த ஊருக்குத் திரும்பிச் சென்றால், என் அம்மா எனக்கு ஒரு வரன் பார்த்து, திருமணம் செய்து கொள்ளும்படி என்னைக் கட்டாயப்படுத்துவார். பிறகு நான் இங்கு ஒருபோதும் திரும்பி வர மாட்டேன். டோக்கியோவுக்கு வருவதற்கு நான் பட்டக் கஷ்டங்களையெல்லாம் பார்க்கும்போது, ஊருக்குத் திரும்பிச் செல்வது பற்றி என்னால் நினைத்துக்கூடப் பார்க்க முடியவில்லை, என் முயற்சி முழுத் தோல்வியில் முடிந்திருந்ததை ஒப்புக் கொள்ளவும் என்னால் முடியவில்லை.

நீண்ட நாள்கள் கழித்து வீட்டைவிட்டு நான் வெளியே வந்திருந்தது எனக்குச் சிறிது தடுமாற்றத்தை ஏற்படுத்தியது. ஆனால் நான் மெட்ரோ இரயிலேறி எப்படியோ ஜிம்போச்சோவுக்குப் போய்ச் சேர்ந்துவிட்டேன். இருப்பினும், சுரங்கப்பாதையிலிருந்து மேலேறி வந்து முக்கியச் சாலைக்குள் நான் அடியெடுத்து வைத்தபோது கடுமையான வெயில் என்னைத் தாக்கியது. நான் அயர்ந்து தூங்கிக் கொண்டிருந்தபோது மழைக்காலம் நிறைவடைந்து கோடைக்காலம் பிறந்திருந்தது. என் தலைக்கு மேலே, ஒரு விடலைப் பருவத்துச் சிறுவனைப்போலச் சூரியன் என்னை முறைத்துப் பார்த்துக் கொண்டிருந்தது. நான் என் வேலையை இராஜினாமா செய்த நேரத்தில் கோடைக்கால வெப்பம் வெகு தூரத்தில் இருந்ததுபோலத் தோன்றியது. அது என்னைச் சிறிது வருத்தமுறச் செய்தது—பருவகாலங்கள்கூட எனக்கு நம்பிக்கைத் துரோகம் இழைத்துக் கொண்டிருந்தன.

நான் அப்போதுதான் முதன்முறையாக ஜிம்போச்சோவுக்கு வருகை தந்திருந்தேன். என் தாத்தாவின் வீடு, அங்கிருந்து மேற்கில் ஒரு மணிநேரப் பயண தூரத்தில் குனிடாச்சியில் இருந்தது. எனவே, ஜிம்போச்சோவுக்கு வருவதற்கு எங்களுக்கு எந்தக் காரணமும் இருக்கவில்லை.

நான் சற்று நேரம் ஒரு சாலைச் சந்திப்பில் நின்று கொண்டு சுற்றுமுற்றும் பார்த்தேன். என் கண்கள் எல்லாவற்றையும் உள்வாங்கிக் கொண்டிருந்தன.

எல்லாமே விசித்திரமாகத் தோன்றியது.

நான் ஒரு முக்கிய நிழற்சாலையைப் பார்த்தேன் (அது யாசுகுனி தெரு என்று என் மாமா என்னிடம் கூறியிருந்தார்). அச்சாலையின் இருபுறமும் வரிசையாகப் புத்தகக் கடைகள் இருந்தன. எங்கே திரும்பினாலும், அங்கே இன்னொரு புத்தகக் கடை இருந்தது.

பொதுவாக ஒரு தெருவுக்கு ஒரு புத்தகக் கடையே போதுமானதாக இருக்கும். ஆனால் இங்கு, பெரும்பாலான கடைகள் புத்தகக் கடைகளாக இருந்தன. தொடக்கத்தில், சான்சிடோ, ஷோஸென்

போன்ற பெரிய கடைகள் பக்கம் உங்கள் பார்வை போயிருக்கக்கூடும், ஆனால் பழைய புத்தகங்களை விற்பனை செய்த சிறிய கடைகள்தாம் அங்கு உண்மையிலேயே எல்லோரையும் ஈர்த்தன. அவை வரிசையாக அமைந்திருந்ததைப் பார்த்தபோது, அவை ஒரு நுண்ணிய தாக்கத்தை ஏற்படுத்தின. அத்தெருவின் மறுபுறம், சுயிடோபாஷிக்கான பாதையில் ஒரு சில பெரிய அலுவலகக் கட்டடங்கள் இருந்தன. அவை அந்த இடத்தை மேலும் விநோதமானதாக ஆக்கின.

இன்னும் குழப்பத்தில் இருந்த நான், மதிய உணவு உண்பதற்காக வெளியே வந்திருந்த ஊழியர்களால் நிரம்பி வழிந்த ஒரு நாற்சந்தியைக் கடந்து, புத்தகக் கடைகள் நிரம்பிய அந்தத் தெருவின் வழியாக நடந்தேன். என்னுடைய மாமா எனக்குச் சொல்லியிருந்த வழியைப் பின்தொடர்ந்து, நான் முக்கியச் சாலையிலிருந்து திரும்பி, சாகுரா என்று அழைக்கப்பட்ட ஒரு சிறிய வீதிக்குள் நுழைந்தேன். அங்கே பழைய புத்தகங்களை விற்பனை செய்த கடைகளை நான் எதிர்கொண்டேன்.

“பழைய புத்தகங்களின் அற்புத உலகம் இது!” என்று எனக்குள் நான் முணுமுணுத்துக் கொண்டேன்.

என் மாமாவின் கடையை எப்படிக் கண்டுபிடிப்பது என்று யோசித்துக் கொண்டே வெயிலில் காய்ந்தபடி நான் அங்கு நின்று கொண்டிருந்தபோது, என்னை நோக்கி ஒருவர் கையசைத்துக் கொண்டிருந்ததை நான் கவனித்தேன். அவருடைய தலைமுடி அலங்கோலமாக இருந்தது; அவர் கருப்பு நிறத்தில் தடிமனான மூக்குக்கண்ணாடி ஒன்றை அணிந்திருந்தார். அவர் ஒல்லியாகவும் உருவத்தில் சிறியவராகவும் இருந்ததால், அவர் ஒரு சிறுவனைப்போலத் தோற்றமளித்தார். அவர் தொளதொளவென்றிருந்த ஒரு முழுக்காற்சட்டையையும், கட்டம் போட்ட அரைக்கைச் சட்டை ஒன்றையும் அணிந்திருந்தார். அவருடைய கால்களை ஒரு ஜோடி செருப்புகள் அலங்கரித்துக் கொண்டிருந்தன. அவருடைய பார்வையை நான் அடையாளம் கண்டுகொண்டேன். அது என் மாமா சட்டோருதான்.

என்னைப் பார்த்ததும் அவருடைய முகம்

பிரகாசமாக மலர்ந்தது. "ஹாய், டகாகோ! நீ ஒருவழியாக எப்படியோ வந்து சேர்ந்துவிட்டாய்!"

கிட்டே நெருங்கியபோது, என் மாமாவுக்கு வெகுவாக வயதாகியிருந்ததை என்னால் பார்க்க முடிந்தது. அவருடைய கண்களுக்கு அருகேயிருந்த தோல் சுருக்கங்கள் தெளிவாக வெளிப்பட்டன. ஒரு காலத்தில், தேவதைக்கதைகளில் வருகின்ற பாவப்பட்டக் கதாநாயகியின் நிறத்தையொத்த வெளிர் நிறத்திலிருந்த அவருடைய தோல் இப்போது ஏராளமான செம்புள்ளிகளால் நிறைந்திருந்தது. ஆனால், அவருடைய மூக்குக்கண்ணாடிக்குப் பின்னால், அந்த வழமையான, விநோதமான, குழந்தைத்தனமான பிரகாசம் அவருடைய கண்களில் மின்னிக் கொண்டிருந்தது.

"மாமா, எனக்காக நீங்கள் இவ்வளவு நேரமும் கடை வாசலிலேயே காத்துக் கொண்டிருந்தீர்களா?"

"நீ இந்த நேரத்தில் வரக்கூடும் என்று நான் ஊகித்தேன். இந்தப் பகுதி முழுவதும் பழைய புத்தகக் கடைகளால் நிறைந்திருப்பதால், நீ இங்கு வழி தவறிவிடக்கூடும் என்று நான் நினைத்தேன். அதனால்தான் கடை வாசலுக்கு வந்து உனக்காகக் காத்துக் கொண்டிருக்கிறேன். முதலில் நான் ஒரு பள்ளிச் சிறுமியைத்தான் எதிர்பார்த்துக் கொண்டிருந்தேன். நீ இவ்வளவு பெரியவளாக வளர்ந்திருப்பாய் என்று நான் நிச்சயமாக எதிர்பார்க்கவில்லை."

அவர் சொன்னதன் அர்த்தம் எனக்குப் புரிந்தது. நான் கடைசியாக அவரைச் சந்தித்தபோது நான் உயர்நிலைப் பள்ளியில் முதலாம் ஆண்டு படித்துக் கொண்டிருந்தேன். என் பாட்டியின் முதலாம் ஆண்டு நினைவு நாளிற்காக நாங்கள் டோக்கியோவுக்கு வந்திருந்தோம். அதற்குப் பிறகு சுமார் பத்தாண்டுகள் உருண்டோடிவிட்டன. ஆனால், என் மாமா இன்னும் அப்படியேதான் இருந்தார். இப்போது அவருக்கு நாற்பது வயதிற்கு மேல் இருக்க வேண்டும். ஆனால், இப்போதும் அவரிடம் எதற்கும் அலட்டிக் கொள்ளாத அதே போக்கு தென்பட்டது. ஒரு கனவான் எப்படி இருக்க வேண்டும் என்று ஒருவரிடம் பொதுவாக

இருக்கின்ற எதிர்பார்ப்புக்கு நேரெதிராக அது இருந்தது. நான் பதின்ம வயதில் இருந்தபோது, அதை என்னால் சகித்துக் கொள்ள முடியவில்லை. அப்போது நான், எனக்கும் பிறருக்கும் இடையே நிலவுகின்ற இடைவெளி குறித்து மிகவும் எச்சரிக்கையாக இருந்தேன்.

என் மாமாவின்மீது நிலைத்திருந்த என் பார்வையை அக்கடையின் வாசலை நோக்கி நான் திருப்பினேன்.

“ஓ! என் கொள்ளுத்தாத்தா தொடங்கிய கடை இதுதானா?”

‘மோரிசாகி புத்தகக் கடை: நவீன இலக்கியங்கள் கொட்டிக் கிடக்கின்ற இடம்’ என்ற பெயர்ப்பலகையுடன் நின்று கொண்டிருந்த அந்தப் புத்தகக் கடையை நான் கண்ணிமைக்காமல் பார்த்தேன். அது என்னைச் சற்று நெகிழ வைத்தது. நான் என் கொள்ளுத்தாத்தாவை ஒருபோதும் சந்தித்திருக்கவில்லை என்றபோதிலும், எங்கள் குடும்பத்தின் மூன்றாம் தலைமுறையைச் சேர்ந்த என் மாமா அப்பாரம்பரியத்தைத் தொடர்ந்து கொண்டிருந்தது உண்மையிலேயே ஒரு பெரிய விஷயம்தான் என்று எனக்குப் பட்டது.

அந்தக் கடைக்கு முப்பது வயது இருக்கலாம் என்றாலும், அது வேறு ஒரு யுகத்தைச் சேர்ந்ததைப்போலக் காட்சியளித்தது. மரத்தால் ஆன, ஓர் ஒற்றை மாடியைக் கொண்டிருந்த அக்கடையின் முன்வாசலில் இருந்த கண்ணாடிக் கதவின் வழியாக நீங்கள் எட்டிப் பார்த்தால், உள்ளே நெருக்கமாகப் புத்தகங்கள் அடுக்கி வைக்கப்பட்டிருப்பதை உங்களால் காண முடியும்.

“பேரரசர் தாய்ஷோ காலத்தில் உன் தாத்தா தொடங்கியிருந்த கடை, ஜூசுரான் தெருவில் இருந்தது. இப்போது அது இல்லை. அதனால், இதை இரண்டாம் மோரிசாகி புத்தகக் கடை என்றுகூட வைத்துக் கொள்ளலாம்.”

“ஓ! அப்படியா!”

“சரி, நீ உள்ளே வா.”

என் மாமா நான் வைத்திருந்த பயணப் பெட்டியை என் கையிலிருந்து பிடுங்காத குறையாக எடுத்துக் கொண்டு என்னை உள்ளே அழைத்துச் சென்றார்.

நான் உள்ளே நுழைந்த மறுகணம், ஒரு விதமான மக்கிய வாசம் என் நாசியைத் தாக்கியது.

என்னை அறியாமலேயே அதை நான் வாய்விட்டுக் கூறிவிட்டேன்.

அதைக் கேட்டு வாய்விட்டுச் சிரித்த என் மாமா, என்னிடம், "எனக்காக நீ ஒரு காரியம் செய். காலை மழைக்குப் பின்னர் காற்றில் ஒரு விதமான மண்வாசனை நிலவுமே, அதைப்போல இது இருப்பதாக நீ கற்பனை செய்து கொள்," என்று கூறினார்.

அங்கு எந்தப் பக்கம் திரும்பினாலும் புத்தகங்கள்தாம் இருந்தன. அரிதாக சூரிய வெளிச்சத்தைத் தரிசித்த அச்சிறிய அறையில் இருந்த அனைத்திலும் ஷோவா யுகத்தின் வாசனை தோய்ந்திருந்ததைப்போலத் தோன்றியது. நேர்த்தியாக அடுக்கி வைக்கப்பட்டிருந்த புத்தக அலமாரிகளில் கெட்டியான அட்டைப் புத்தகங்களும் மெல்லிய அட்டைப் புத்தகங்களும் நெருக்கியடித்துக் கொண்டு கொலுவீற்றிருந்தன. பல புத்தகங்கள் அடங்கிய தொகுதிகள் சுவரை ஒட்டி அடுக்கி வைக்கப்பட்டிருந்தன. பில் போடும் மேசைக்குப் பின்னால் இருந்த பகுதிகள்கூடப் புத்தகங்களால் நிரம்பி வழிந்தன. அந்த இடத்தை ஒரு நிலநடுக்கம் தாக்கினால், அனைத்துப் புத்தகங்களும் கண்டிப்பாகக் கீழே விழுந்துவிடும், நீங்கள் ஒரு புத்தக மலைக்குள் புதையுண்டு போவீர்கள்.

லேசான அதிர்ச்சியில் இருந்த நான், "இங்கு எவ்வளவு புத்தகங்கள் இருக்கின்றன?" என்று கேட்டேன்.

"சுமார் ஆறாயிரம் இருக்கலாம்."

"ஆறாயிரமா?" என்று நான் கூச்சலிட்டேன்.

"இந்தச் சின்ன இடத்தில் இதற்கு மேல் வைக்க முடியாது."

"அது சரி, 'நவீன இலக்கியங்கள் கொட்டிக் கிடக்கின்ற இடம்' என்பதற்கு என்ன அர்த்தம்?"

"நவீன ஜப்பானிய எழுத்தாளர்களின் படைப்புகளுக்கு நாங்கள் முன்னுரிமை கொடுக்கிறோம். வா, இங்கே வந்து பார்."

என் மாமாவின் தூண்டுதலின் பேரில், நான் அந்த

அலமாரிகளில் அடுக்கி வைக்கப்பட்டிருந்த நூல்களின் முதுகுகளின்மீது என் பார்வையை ஓடவிட்டேன். ருனோசுகே அகுடாகவா, சோசெகி நட்சுமே, ஓகய் மோரி போன்ற, நான் அறிந்து வைத்திருந்த பல நூலாசிரியர்களின் பெயர்கள் அதில் இடம் பெற்றிருந்தன. ஆனால், அங்கிருந்த பெரும்பாலான நூலாசிரியர்களின் பெயர்களை அதற்கு முன்பு நான் ஒருபோதும் கேள்விப்பட்டிருக்கவில்லை. நான் கேள்விப்பட்டிருந்த நூலாசிரியர்களின் பெயர்களையும் நான் என்னுடைய உயர்நிலைப் பள்ளிப் புத்தகங்களிலிருந்துதான் நான் அறிந்து வைத்திருந்தேன்.

“அப்படியானால், நீங்கள் இந்த நூலாசிரியர்களின் புத்தகங்களைச் சேகரித்து வைத்திருக்கிறீர்களா?” என்று நான் கேட்டேன்.

அதைக் கேட்டு என் மாமா சிரித்தார். “இங்குள்ள பெரும்பாலான புத்தகக் கடைகள், பொதுவாக ஏதாவது ஒரு வகையான அல்லது ஒரு குறிப்பிட்டத் துறையைச் சேர்ந்த புத்தகங்களைச் சேகரித்து வைத்திருக்கும். ஆய்வு நூல்களுக்கென்றே சில கடைகள் இருக்கும். சில கடைகளில் நாடக நூல்கள் மட்டும் இருக்கும். பழைய புகைப்படங்கள் மற்றும் காட்சிகள் அச்சடிக்கப்பட்டிருக்கின்ற அஞ்சலட்டைகளை மட்டுமே விற்கின்ற சில அசாதாரணமான கடைகள்கூட இங்கு இருக்கின்றன. உலகிலேயே மிக அதிக அளவில் பழைய புத்தகங்களை விற்கின்ற ஒரு பகுதி இது.”

“என்ன சொல்கிறீர்கள்? உலகிலேயே மிகப் பெரியதா?”

“ஆமாம். உண்மைதான். மெய்ஜி காலத்தில், பத்தொன்பதாம் நூற்றாண்டின் முடிவிலும் இருபதாம் நூற்றாண்டின் தொடக்கத்திலும் இப்பகுதி ஒரு கலாச்சார மையமாகத் திகழ்ந்தது. கலா இரசிகர்களும் எழுத்தாளர்களும் இதைக் கொண்டாடினர். அப்போது இங்குப் பல பள்ளிக்கூடங்கள் கட்டப்பட்டதால்தான் இங்கு இவ்வளவு அதிகமான புத்தகக் கடைகள் இருக்கின்றன. அவை அனைத்தும் அறிவுசார் நூல்களை விற்று வந்தன.”

“இதன் வரலாறு அவ்வளவு பழமையானதா?”

“ஆமாம். அந்த வரலாறு இன்றளவும் தங்குதடையின்றித் தொடர்ந்து வருகிறது. ஒகய் மோரி, ஜுனிச்சிரோ தானிசாகி போன்ற எழுத்தாளர்கள் இப்பகுதியைக் கதைக்களமாகக் கொண்ட புதினங்களை எழுதியுள்ளனர். இப்போது வெளிநாட்டுச் சுற்றுலாப் பயணிகள் இங்கு வருகை தருகின்றனர்.”

அந்த மொத்த இடமும் அவருக்குச் சொந்தமானதைப்போல என் மாமா அதைப் பற்றி மிகவும் பெருமையாகப் பேசிக் கொண்டிருந்தார்.

அதைக் கேட்டு உண்மையிலேயே மலைத்துப் போன நான், “சில காலமாக நான் டோக்கியோவில் வசித்து வந்திருந்தபோதிலும், எனக்கு இந்த இடத்தைப் பற்றிக் கிஞ்சித்தும் யோசனை இருக்கவில்லை,” என்று அவரிடம் கூறினேன். என்னுடைய அந்தச் சாதாரணமான கேள்விக்கு என் மாமா அளித்தப் பதில் உண்மையிலேயே என்னை அசர வைத்தது. வாழ்க்கையில் எந்த நோக்கமுமின்றி அலைந்து கொண்டிருந்தவராகவும், ஒருபோதும் ஒரு வழமையான வேலையைத் தேடாமல் இருந்தவராகவுமே எங்கள் குடும்பத்தினரால் கருதப்பட்டு வந்திருந்த என் மாமா, உண்மையிலேயே ஏராளமானவற்றை அறிந்து வைத்திருந்தவராகவே என் கண்களுக்குப் புலப்பட்டார். நான் ஒரு சிறுமியாக இருந்தபோது, வரலாறு மற்றும் தத்துவம் தொடர்பான கடினமான புத்தகங்களால் அவருடைய அறை நிறைந்திருந்ததை நான் பார்த்திருந்ததை இது எனக்கு நினைவுபடுத்தியது.

“அடுத்த முறை, நீ இந்தப் பகுதியில் சற்றுச் சுற்றித் திரிய வேண்டும். அப்போது இந்தப் பகுதியை அலசு. இங்குப் பல சுவாரசியமான இடங்கள் இருக்கின்றன. ஆனால், அதைப் பற்றி நாம் இன்னொரு நாள் பேசலாம். இப்போது முதலில் நான் உனக்கு உன்னுடைய அறையைக் காட்டுகிறேன். மாடியிலும் ஏராளமான புத்தகங்கள் உள்ளன. ஆனால், அந்த அறை பெரியதாக இருக்கும்.”

ஆனால், நாங்கள் முதல் மாடியிலுள்ள அறைக்குள்

நுழைந்தபோது, எனக்குக் கிட்டத்தட்ட மயக்கமே வந்துவிட்டது. அங்குப் புத்தகங்கள் ஒன்றின்மீது ஒன்றாக உயரமாக அடுக்கி வைக்கப்பட்டிருந்தன. அந்தப் புத்தக மலைகள் அந்த அறையை நிறைத்திருந்தன. அடுத்த அடி எடுத்து வைக்கக்கூட அங்கு இடமிருக்கவில்லை. அறிவியல் புனைவுத் திரைப்படங்களில் வருகின்ற ஒரு காட்சிபோல அது தோற்றமளித்தது. அங்கு ஒரு புராதனமான குளிரூட்டி இயந்திரம் முழு வீச்சில் ஓடிக் கொண்டிருந்தபோதிலும் என் உடலில் வியர்வை முத்துகள் அரும்பத் தொடங்கின. சற்றுத் தொலைவில் ஒலித்துக் கொண்டிருந்த சில்வண்டுகளின் ரீங்காரம் எனக்குக் கேட்டது.

நான் எனக்கருகே நின்று கொண்டிருந்த என் மாமாவை நோக்கித் திரும்பி அவரை முறைத்துப் பார்த்தேன். இந்த இடத்தை எனக்காகத் தயார் நிலையில் வைத்திருந்ததாக அவர் கூறியது என்னவாயிற்று? ஓர் எலியால்கூடத் தன் கால்களை நீட்ட முடியாத அளவுக்கு அந்த இடம் நிரம்பி வழிந்தது.

“ஐயோ! நீ இங்கு வருவதற்குள் இந்த இடத்தை ஒழுங்குபடுத்தி வைத்துவிடலாம் என்றுதான் நான் நினைத்திருந்தேன். ஆனால்...” என்று என் மாமா மன்னிப்புக் கோரும் தொனியில் தன் பின்னந்தலையைச் சொறிந்தவாறு கூறினார். “ஒரு புத்தகக் கடைக்காரனின் தலையெழுத்து இது. மூன்று நாள்களுக்கு முன்பு நான் இங்கு வந்து இங்கிருந்த புத்தகங்களில் பாதியை, காலியாக இருந்த அடுத்த அறைக்கு நகர்த்தினேன். மீதியுள்ள புத்தகங்களை நீ தூக்கி அந்த அறையில் எறிந்துவிடு. பின் இது உன்னுடைய வீடாகிவிடும்.”

அக்கணத்தில், கீழ்த்தளத்திலுள்ள கண்ணாடிக் கதவு திறக்கின்ற சத்தம் எங்களுக்குக் கேட்டது. “இதற்காக என்னை மன்னித்துக் கொள்,” என்று என் மாமா என்னிடம் கூறிவிட்டுக் கீழே ஓடிவிட்டார்.

அந்த அறையைச் சுற்றி என் பார்வையை ஓடவிட்ட நான் பெருமூச்செறிந்தேன். “புத்தகங்களைத் தூக்கி அடுத்த அறையில் எறிந்துவிடு,” என்று என் மாமா என்னிடம் கூறியிருந்தார். அப்படிச் சொல்வது

குறித்து அவர் பெரிதாக அலட்டிக் கொள்ளவில்லை. நான் ஏமாற்றப்பட்டிருந்ததாக நான் உணர்ந்தேன். நான் தங்கியிருந்த அறையின் வாடகை ஒப்பந்தத்தை நான் ஏற்கனவே முறித்திருந்தேன். இப்போது எனக்கு வசிப்பதற்கு வேறு இடம் எதுவும் இருக்கவில்லை. மோசமான நிலையை எதிர்கொள்ள என்னை நான் தேற்றிக் கொண்டு அந்த அறையைச் சுத்தம் செய்யத் தொடங்கினேன்.

அந்த நாள் முழுவதும் நான் அங்கிருந்த புத்தகங்களுடன் ஒரு போரை நடத்தினேன். அங்கிருந்த பெரும் புத்தகக் குவியல்களை அடுத்திருந்த அறைக்கு இழுத்துச் சென்றேன், அதனால் நான் வியர்வையில் குளித்தேன். நான் மிகவும் கவனத்துடன் இருக்க வேண்டியிருந்தது. ஏனெனில், இம்மி பிசகினாலும் அந்தப் புத்தகக் கோபுரங்கள் சரிந்து விழுந்துவிடும் அபாயம் இருந்தது. அந்தப் புத்தகங்களின்மீது எனக்கிருந்த வெறுப்பு கொஞ்சம் கொஞ்சமாக அதிகரித்துக் கொண்டே சென்றது. ஆனாலும், எப்படியோ, மாலை வாக்கில், அந்த அறையிலிருந்த பெரும்பாலான புத்தகங்களை நான் அடுத்த அறைக்குள் கொண்டு சென்று சேர்ப்பதில் வெற்றி பெற்றிருந்தேன். அந்தப் புத்தக மலைக்குள் பொதிந்து கிடந்த ஒரு சிறிய மேசையையும் நான் மீட்டெடுத்திருந்தேன். அடுத்த அறையில் நான் அடுக்கியிருந்த புத்தகங்கள் இப்போது அந்த அறையின் கூரையைத் தொட்டுக் கொண்டிருந்தன. அந்த அறையின் தரை நொறுங்கி கீழே விழுந்துவிடக்கூடும் என்று நான் அஞ்சினேன். ஆனால், அக்கட்டடம் வலுவானதாகத் தோன்றியதால், அது தாங்கிக் கொள்ளும் என்று எனக்கு நானே சமாதானம் கூறிக் கொண்டேன். பின் அங்கிருந்த ஒரு வாக்கும் கிளீனரைப் பயன்படுத்தி, அந்த அறையில் தீய ஆவிகளைப்போலக் காற்றில் மிதந்து கொண்டிருந்த தூசுகளையும் சிறு துகள்களையும் உறிஞ்சினேன். ஒரு துணியைக் கொண்டு நான் அந்த அறையின் சுவர்களையும் 'தட்டாமி' பாய்களையும் துடைத்துச் சுத்தம் செய்த பிறகு, அந்த அறை, ஒரு மனித ஜீவன் வசிப்பதற்கு ஏற்ற ஒன்றாக உருவாகத்

தொடங்கியிருந்தது.

நான் அந்த அறையின் வாசலருகே, என் கைகளை என் இடுப்பில் வைத்துக் கொண்டு நின்று கொண்டு, நான் செய்திருந்த வேலை குறித்து ஒருவிதமான திருப்தியுடன் அந்த அறையை நோட்டம்விட்டுக் கொண்டிருந்தபோது, என் மாமா தன் கடையை மூடிவிட்டு என்னைப் பார்ப்பதற்காக மேலே ஏறி வந்தார்.

"ஆகா! நீ இந்த இடத்தை நன்றாகவே சுத்தமாக்கிவிட்டாய். பிரமாதம்!" என்று அவர் கூறினார். "டகாகோ, நீ மட்டும் பத்தொன்பதாம் நூற்றாண்டின் பிற்பகுதியில் இங்கிலாந்தில் பிறந்திருந்தால், நீ ஒரு மிகச் சிறந்த பணிப்பெண்ணாக இருந்திருப்பாய்!"

'ஓ, கடவுளே, நான் இந்த மனிதருடன் குப்பை கொட்டியாக வேண்டுமே!' என்று நான் நினைத்துக் கொண்டேன்.

"எனக்குச் சோர்வாக இருக்கிறது. நான் தூங்கப் போகிறேன்," என்று நான் கூறினேன்.

"சரி. உனக்கு எவ்வளவு தேவையோ அந்த அளவுக்கு ஓய்வெடுத்துக் கொள். ஆனால், நாளை காலையிலிருந்து உன்னால் எனக்கு உதவு முடியும்தானே?"

என் மாமா கடையிலிருந்து சென்றதும், நான் நேராகக் குளிக்கச் சென்றேன். தலையைச் சரியாகத் துடைக்காமல், மக்கிய வாடையுடன் இருந்த என்னுடைய மெத்தையைத் தரையில் விரித்து அதில் நான் சுருண்டேன்.

நான் விளக்கை அணைத்தவுடன், அந்த அறை நிசப்தமானது. அனைத்துச் சத்தங்களையும் புத்தகங்கள் வாரிச் சுருட்டிக் கொண்டிருந்ததைப்போல இருந்தது அது.

மங்கலான ஒளியில் தெரிந்த அந்த அறையின் கூரையை ஒருவிதமான மயக்க நிலையில் நான் உற்றுப் பார்த்தபோது, விரக்தி உணர்வு என்னைச் சூழ்ந்து கொண்டது. 'இங்குச் சிறிது காலம் தங்கியிருப்பது உண்மையிலேயே எனக்குச் சாத்தியமா? இதற்கு என்னைப் பழக்கப்படுத்திக் கொள்ள முடியும் என்று எனக்குத் தோன்றவில்லை.' ஆனால், அந்த எண்ணம்

ஒரு கணம் மட்டுமே நிலவியது. அடுத்த நொடியில் நான் குறட்டைவிட்டுக் கொண்டிருந்தேன்.

என் கனவில், வருங்கால உலகில் ஏதோ ஒரு நகரில் நான் ஓர் 'ஆண்ட்ராய்டு' பணிப்பெண்ணாக உலா வந்தேன். அப்பகுதியிலிருந்த அனைத்துக் கட்டடங்களும் பழைய புத்தகங்களால் கட்டப்பட்டிருந்தன.

*

அடுத்த நாள் காலையில் நான் கண்விழித்தபோது, நான் எங்கு இருந்தேன் என்பதே எனக்குப் புரியவில்லை. எனக்கு அருகேயிருந்த அலாரக் கடிகாரத்தை நான் உற்று நோக்கினேன். அது 10.22 என்று காட்டியது.

நான் திடுக்கிட்டு யதார்த்த உலகிற்குத் திரும்பி வந்தேன். "ஐயோ!" என்று கத்திக் கொண்டே நான் படுக்கையிலிருந்து துள்ளி எழுந்தேன். கடை பத்து மணிக்குத் திறக்கும். நான் படுக்கச் செல்வதற்கு முன்பாக, அலாரத்தைக் காலை எட்டு மணிக்கு வைத்திருந்தேன். ஆனால், ஏதோ ஒரு கட்டத்தில் அது அணைக்கப்பட்டிருக்க வேண்டும். இந்தக் குரூரத்தை யார் எனக்குச் செய்திருப்பார்கள்? குற்றவாளி என்னைத் தவிர வேறு யாராக இருக்க முடியும்?

"அடக் கடவுளே!" என்று என்னை நானே நொந்து கொண்டேன். எப்போதும் குறித்த நேரத்தில் விழிப்பவள் நான். நான் வேலை பார்த்து வந்த நிறுவனத்தில், அந்த மூன்று ஆண்டுகளில் ஒரு முறைகூட நான் பணிக்குத் தாமதமாகச் சென்றதில்லை. ஆனால், இப்போது நான் தலைவிரிகோலமாக, பைஜாமாவில் படிக்கட்டில் வேகமாக இறங்கிச் சென்று, கீழே கடையின் முன்வாசலில் இருந்த கனமான ஷட்டரைத் திறந்தேன். உடனேயே கோடை ஒளி அந்தக் கடையை நிரப்பியது. அத்தெருவிலிருந்த கடைகள் அனைத்தும் ஏற்கனவே திறந்திருந்தன. நான் கடையைத் தாமதமாகத் திறந்திருந்தேன் என்பது தெளிவாயிற்று.

இப்போது நான் என்ன செய்ய வேண்டும்? சுமார் அரை மணி நேரம் நான் சற்றுப் பதற்றத்துடன்

கல்லாவுக்குப் பின்னால் அசட்டுத்தனத்துடன் அமர்ந்திருந்தேன்.

எவரும் அக்கடைக்கு வரப் போவதில்லை என்பது பின்னர்தான் எனக்கு உறைத்தது. அத்தெருவில் சிலர் நடந்து சென்று கொண்டிருந்தனர். ஆனால், அவர்கள் நிற்காமல் கடையைக் கடந்து சென்றனர். ஒரு முட்டாளைப்போல உணர்ந்த நான், சாவகாசமாக மாடிக்குச் சென்று, தலைவாரி, உடை மாற்றிக் கொண்டேன். சிறிது ஒப்பனைகூடச் செய்து கொண்டேன். பின் நான் கீழே இறங்கி வந்தேன்.

நண்பகலையொட்டி மக்கள் கடைக்குள் வரத் தொடங்கினர். ஆனால், பெரும்பாலும் அவர்கள் ஐம்பது அல்லது நூறு யென்கள் மதிப்புடைய மலிவான புத்தகங்களையே வாங்கினர். இந்தக் கடையால் தாக்குப்பிடிக்க முடியுமா என்ற சந்தேகம் எனக்குத் தோன்றியது. முப்பது முறை கொட்டாவியைக் கஷ்டப்பட்டு அடக்கிக் கொண்ட பிறகு, ஓரிரு முறை நான் சிறிது கண்ணயர்ந்தேன்.

சுமார் 1 மணிவாக்கில், நடுத்தர வயதிலிருந்த ஒருவர் கடைக்குள் நுழைந்தார். அவர் குள்ளமாகவும் பருமனாகவும் இருந்தார். அவருடைய தலை அநியாயத்திற்கு வழுக்கையாக இருந்தது. கல்லாவுக்குப் பின்னால் நான் அமர்ந்திருந்ததைப் பார்த்ததும் அவர் அதிர்ந்து போனார். "சட்டோரு எங்கே? நீ யார்? பகுதி நேரத்திற்கு வேலை பார்ப்பதற்கு ஓர் இளம் பெண்ணையா அவர் வேலைக்கு எடுத்திருக்கிறார்? வேலைக்கு ஓர் ஆளை அமர்த்திக் கொள்வது இந்தக் கடைக்குக் கட்டுப்படியாகுமா?"

அவர் அடுத்தடுத்துக் கேள்விகளை என்னை நோக்கி வீசிக் கொண்டிருந்தார். அவரிடம் எப்படி விளக்குவது? தன் மனத்தில் தோன்றியதை அப்படியே பேசும் ஒரு நடுத்தர வயதுக்காரராக அவர் இருந்தார்.

"உம். வந்து... என் மாமா 2 மணிவாக்கில் வருவார். நான் டகாகோ. அவருடைய மருமகள். இது ஒருவிதமான பகுதி நேர வேலை என்றுதான் நான் நினைக்கிறேன். இங்கு இலவசமாகத் தங்கிக் கொள்வதற்காக நான்

இங்கு வேலை செய்கிறேன். கடையின் நிதி நிலையைப் பொறுத்தவரை, எனக்குப் பெரிதாகத் தெரியாது."

நான் பதில்களை அளித்துக் கொண்டிருந்தபோது, அந்த நபர் என்னை ஓர் ஆழமான சுவாரசியத்துடன் அளந்து கொண்டிருந்தார்.

"ஆகா! சட்டோருவுக்கு இப்படிப்பட்ட ஓர் அழகான இளம் மருமகள் இருப்பதை நான் எப்படி இவ்வளவு காலமும் அறியாமல் இருந்தேன்?"

நான் ஓர் இனிய புன்னகையை அவரை நோக்கி வீசினேன். நல்லவேளையாக நான் காலையில் ஓர் அலங்கோல நிலையில் இங்கு இருந்தபோது அவருடைய கண்களில் படாமல் தப்பித்திருந்தேன். ஒருவேளை அவர் ஒரு நல்ல மனிதராக இருக்கலாம். அவர் இனிமையாக நடந்து கொண்டார். அத்துடன், அவரிடம் நல்ல இரசனை இருந்தது.

"நான் நோயா ஷிகாவின் படைப்புகளை மீண்டும் படிக்க விரும்புகிறேன். அவருடைய நூல்களைப் படித்து வெகுகாலம் ஆகிவிட்டது. உம்... சில காலத்திற்கு முன்பு என்னுடைய மனைவி, நான் வீட்டில் வைத்திருந்த அவருடைய நூல்களைத் தூக்கி எறிந்துவிட்டாள்."

பேசிக் கொண்டே அவர் கடைக்குள் அங்குமிங்கும் நடந்தார். அவருடைய மனைவியின் கதை எனக்கெதற்கு? நான் இப்போதுதான் அவரைச் சந்திக்கிறேன்.

"இப்போது அவை எங்கே இருக்கின்றன?"

"எவை?"

"நோயா ஷிகாவின் புத்தகங்கள்."

"ஓ! அவை இங்கு எங்கோதான் இருக்க வேண்டும்."

அவர் என்னை எடைபோடுவதுபோலத் தீவிரமாக உற்று நோக்கினார்.

"உனக்குப் புத்தகங்கள் வாசிக்கின்ற பழக்கம் உண்டா?"

"கண்டிப்பாகக் கிடையாது."

அப்பதிலை நான் அளித்த மறுகணமே அவர் ஓர் அரக்கனைப்போல உருமாறிவிட்டார்.

அதைத் தொடர்ந்து அவர் வசைமாரி பொழியத் தொடங்கினார். அடக் கடவுளே! "இன்றைய இளம்

தலைமுறை இனியும் புத்தகங்களைப் படிப்பதில்லை. அவர்கள் வெறுமனே கணினி விளையாட்டுகளை ஆடிக் கொண்டிருக்கின்றனர். அநியாயம்! அவர்கள் அப்படியே புத்தகங்களைப் படித்தாலும், அது 'மாங்கா' புத்தகங்களாகவோ அல்லது ஆழமற்றச் சிறுகதைகளாகவோ இருக்கின்றன. அவற்றையும் அவர்கள் தங்களுடைய அலைபேசியில் படிக்கின்றனர். என் மகன்கூட—அவனுக்கு இப்போது முப்பது வயதாகிறது—எப்போதும் வீடியோ விளையாட்டுகளைத்தான் ஆடிக் கொண்டிருக்கிறான். அது சரியா? அப்படி நீ நினைக்கிறாயா? கண்டிப்பாகக் கிடையாது. அவர்கள் எல்லாவற்றையும் மேலோட்டமாகவே பார்க்கின்றனர். நீ நுனிப்புல் மேய்கின்ற ஒருத்தியாக இல்லாதிருக்க விரும்பினால், இந்த இடத்திலுள்ள அருமையான புத்தகங்களைப் படிக்க நீ முயற்சி செய்ய வேண்டும்."

அவர் இப்படியே தொடர்ந்து பேசிக் கொண்டிருந்தார். அவர் கடையைவிட்டுக் கிளம்பியபோது கிட்டத்தட்ட ஒரு மணி நேரத்திற்கு மேலாகிவிட்டது. அவருடைய இந்த ஓரங்கவுரை நீண்டு கொண்டே போனதில், இறுதியில் அவர் எதையும் வாங்காமலேயே அங்கிருந்து சென்றுவிட்டார். நானும் கடுமையாகக் களைப்படைந்துவிட்டேன். அரை மணி நேரத்திற்குப் பிறகு என் மாமா வந்தபோது, ஒரு கணத்திற்கு அவர் என்னைக் காக்க வந்த இரட்சகனாகத் தோன்றினார்.

"உன்னுடைய முதல் நாள் எப்படி இருந்தது? ஏதாவது பிரச்சனையை நீ எதிர்கொண்டாயா?" என்று அவர் கேட்டார். அதைக் கேட்டுக் கொண்டே நேராகக் கல்லாவுக்குச் சென்று அங்கிருந்த கணக்குப் பேரட்டையை அவர் புரட்டிப் பார்த்தார்.

"பிரச்சனை எதுவும் இருக்கவில்லை," என்று நான் சோர்வுடன் பதிலளித்தேன். "நண்பகலையொட்டி ஒருவர் வந்தார். அவருடைய காதோரத்தில் இருந்த சில முடிகளைத் தவிர அவருடைய தலை முழுமையாக வழுக்கையாக இருந்தது."

"ஓ, அது சாபு. அவர் இருபதாண்டுகால

வாடிக்கையாளர்."

என்னை மீறி நான் சிரித்துவிட்டேன். ஏனெனில், ஹெல்மெட் அணிந்த தலையுடன் உலா வரும் ஒரு பிரபலமான காமிக்ஸ் பாத்திரமான சாபுவை அது எனக்கு நினைவுபடுத்தியது.

"தலைசிறந்த ஜப்பானிய இலக்கியகர்த்தாக்களை இதயபூர்வமாக நேசிப்பவர் அவர். ஆனால், அவர் தொணதொணவென்று பேசுகின்ற பழக்கம் கொண்டவர். நானும் சில நேரங்களில் அவரிடம் மாட்டிக் கொண்டிருக்கிறேன். ஆனால், அவருக்குத் தேநீர் கொடுத்து உபசரித்து அவ்வப்போது 'உம்' கொட்டிக் கொண்டிருந்தால், அவர் சிறிது நேரத்தில் கிளம்பிச் சென்றுவிடுவார்."

ஓ, வாடிக்கையாளர் சேவை என்பதில் ஏகப்பட்ட விஷயங்கள் இருக்கின்றனபோலும் என்று நான் நினைத்துக் கொண்டேன். வழமையான வாடிக்கையாளர் என்பதுகூட இந்நாள்களில் அரிதாகிக் கொண்டு வருகிறது.

அன்றைய நாளின் என்னுடைய மிகப் பெரிய சந்தேகம் நினைவுக்கு வந்தவளாக, "மாமா, வந்து..." என்று நான் இழுத்தேன்.

"என்ன?"

"இக்கடை நன்றாக நடந்து கொண்டிருக்கிறதா? இன்று பெரிய அளவில் வாடிக்கையாளர்கள் யாரும் கடைக்குள் வரவில்லை. அப்படி வருகின்றவர்களும் மலிவான புத்தகங்களையே வாங்கிச் செல்கின்றனரே?"

அதைக் கேட்டு என் மாமா சிரித்தார். அவருடைய மகிழ்ச்சி வெளிப்படையாக வெளிப்பட்டது.

"அது உண்மைதான். இந்நாள்களில் பழைய புத்தகங்கள் பெரிதாக விற்பனையாவதில்லை. என் அப்பா ஓர் இளைஞராக இருந்த காலத்தில், பழைய புத்தகக் கடைகள் பெரிதாகக் கொழித்துக் கொண்டிருந்தன. ஆனால், நிலைமை இப்போது மாறிவிட்டது. அப்போது பதிப்புத் துறையும் இப்போதுபோல இருக்கவில்லை. அத்துடன், அப்போது தொலைக்காட்சியும் கிடையாது. ஆனால், நாங்கள்

ஆறு ஆண்டுகளுக்கு முன்பாகவே இணையத்தின் மூலம் விற்கின்ற முறையைத் தொடங்கிவிட்டோம். சில நேரங்களில், மக்கள் மிகவும் தேடி அலைகின்ற புத்தகங்களை நாங்கள் பெரும் விலைக்கு விற்கவும் செய்கிறோம். எப்படியோ கடை ஓடுகிறது. என்னுடைய அப்பாவின் காலத்திலிருந்தே வாடிக்கையாளர்களாக இருக்கின்ற சாபு போன்ற நல்ல வாடிக்கையாளர்கள் நமக்கு நிறையவே இருக்கின்றனர். டகாகோ, நீ பழைய புத்தகக் கடைகளுக்குச் செல்வதில்லையா?”

“நான் சில சமயங்களில் ‘புக்ஆஃப்’ நிகழ்வுகளுக்குச் செல்வேன். அங்கு நான் ‘மாங்கா’ நூல்களை வாங்குவேன்.”

“இன்று ‘புக்ஆஃப்’ எண்ணற்றக் கிளைகளைக் கொண்டு ஒரு பெருநிறுவனமாக ஆகிவிட்டது. ஆனால், அதுபோன்ற இடங்களில், பல பத்தாண்டுகளுக்கு முந்தைய காலகட்ட எழுத்தாளர்களின் புத்தகங்களை உன்னால் ஒருபோதும் கண்டுபிடிக்க முடியாது. அதற்குப் பெரிதாகக் கிராக்கி இருக்காது. ஆனாலும், இந்த உலகில் பழைய புத்தகங்களை நேசிக்கின்ற நபர்களுக்குப் பஞ்சமில்லை. உன் வயதுடைய இளம்பெண்கள்கூட அவர்களில் உண்டு. அப்படிப்பட்டவர்களுக்கு இந்த இடம் ஒரு சொர்க்க பூமி. அப்படிப்பட்ட நபர்களில் நானும் ஒருவன்.”

“உங்களுடைய அறை எப்படிப் புத்தகங்களால் நிறைந்திருக்கும் என்பது எனக்கு நினைவிருக்கிறது. இக்கடை உங்கள் கைக்கு வந்து எவ்வளவு காலமாயிற்று?”

“என் அப்பா இறந்தவுடனேயே நான் இதற்குப் பொறுப்பேற்றுக் கொண்டேன். கிட்டத்தட்டப் பத்தாண்டுகள் இருக்கும். இங்கிருக்கின்ற பிற கடை உரிமையாளர்களோடு ஒப்பிடுகையில் நான் ஒரு கற்றுக்குட்டி. அவர்கள் தங்களுடைய கடைகளை முப்பது, நாற்பது ஆண்டுகளாக நடத்தி வருகின்றனர்.”

“ஆகா! பிரமாதம்! அது கற்பனைக்கு அப்பாற்பட்டதாக இருக்கிறது.”

“டகாகோ, புத்தகங்களை வாசிப்பதற்கு நீ முயற்சி செய்ய வேண்டும். இங்குள்ள புத்தகங்களில் எதை

வேண்டுமானாலும் நீ படிக்கலாம்," என்று என் மாமா ஒரு புன்னகையுடன் கூறினார்.

நான் வெறுமனே சிரித்தேன்.

3

அதற்குப் பிறகு நான் ஒருநாளும் நீண்ட நேரம் தூங்கவில்லை. கடையில் என்ன செய்ய வேண்டும் என்பதை நான் எப்படியோ கண்டுபிடித்துவிட்டேன். அதிர்ஷ்டவசமாக, நண்பகல்வரை கடையில் வியாபாரம் மந்தமாகவே நடந்து வந்தது. அந்நேரங்களில் நான் கல்லாவில் உட்கார்ந்து கொண்டு இலேசாகக் கண்ணயர்ந்துவிடுவேன். என்னை நான் அக்கடைக்குப் பழக்கப்படுத்திக் கொண்ட பிறகு, அங்கு நடந்தேறிய காரியங்கள் கிட்டத்தட்ட ஒரே மாதிரியாகத்தான் இருந்தன. காலையில் நான் கடையைத் திறந்துவிட்டு, என் மாமா வரும்வரை கடையைப் பார்த்துக் கொள்வேன். அவர் வந்து என்னை விடுவித்தப் பிறகு, மாடிக்குச் சென்று என் படுக்கையில் படுத்துத் தூங்கிவிடுவேன்.

என் அறையில் அத்தியாவசியப் பொருள்கள் மட்டுமே இருந்தன. மற்றவர்களுக்கு அது ஒரு வாழ்க்கையாகவே தெரியாது என்பது உண்மைதான் என்றாலும், எனக்கு அது பொருத்தமாக இருந்தது. அப்போது எனக்கிருந்த மனநிலையில், நான் என் பொருள்கள் அனைத்தையும் தலைமுழுகத் தயாராக இருந்தேன்.

என் மாமா சட்டோரு, ஏனோதானோவென்று தைக்கப்பட்ட, தொளதொளவென்றிருக்கும் ஓர் ஆடையை அணிந்து கொண்டு நண்பகலில் கடைக்கு வருவார்.

அவர் ஏதேனும் ஒரு நிறுவனத்தில் ஒரு வேலையில் இருந்திருந்தால், அந்த ஆடையோடு அலுவலகத்திற்கு வர எந்தவொரு நிறுவனமும் அனுமதித்திருக்காது. அவர் உள்ளே நுழைந்ததும் நுழையாததுமாகக் கணக்குப் புத்தகத்தைத்தான் பார்ப்பார். அதற்கு அடுத்து, இணையவழியாக எவ்வளவு ஆர்டர்கள் வந்துள்ளன என்று அவர் பார்ப்பார். அதற்குப் பிறகு, அவர் வேலை தொடர்பான தொலைபேசி அழைப்புகளை மேற்கொள்ளத் தொடங்கிவிடுவார்.

மறுமுனையில் இருப்பவரோடு பேசும்போது அவர் அடிக்கடி, "முடியாது, சாத்தியமே இல்லை," என்றோ, "இது கொஞ்சம் கடுமையானதாக இருப்பதாக எனக்குப் படுகிறது," என்றோ, அல்லது "நாம் இதைச் சீர் செய்யவில்லை என்றால்..." என்றோ கூறிக் கொண்டிருப்பதை நான் கேட்டிருக்கிறேன். தன் தொழிலின் நிலை குறித்து அவர் புகார் கூறிக் கொண்டிருப்பார் என்றாலும், அவருடைய குரலில் எப்போதுமே ஒரு விதமான மகிழ்ச்சி தொனிக்கும்.

பழைய புத்தகத் தொழில் இந்த அளவுக்குப் பிரம்மாண்டமான பிணைப்புகளைக் கொண்ட ஒன்றாக இருக்கும் என்று நான் ஒருபோதும் நினைத்ததில்லை. புத்தக விற்பனையாளர்கள், அவர்களுடன் நீங்கள் வைத்திருக்கின்ற தனிப்பட்ட உறவுகள் ஆகியவற்றின் மூலமாகத்தான் தொடர்ந்து புத்தகங்களைப் பெற்றுக் கொண்டிருப்பதையும், கடையில் புத்தகங்கள் தீர்ந்து போகாமல் பார்த்துக் கொள்வதையும் உங்களால் உறுதி செய்ய முடியும். வாடிக்கையாளர்கள் எப்போதாவது வந்து விற்கின்ற பழைய புத்தகங்களை மட்டுமே வைத்துக் கொண்டு மோரிசாகி புத்தகக் கடை போன்ற, சில குறிப்பிட்ட வகையான புத்தகங்களை விற்பதில் ஒரு தனித்துவத்தைக் கடைபிடிக்கின்ற புத்தகக் கடைகளால் தாக்குப்பிடிக்க முடியாது. தொடர்ந்து பழைய புத்தகங்களைப் பெற்றுக் கொண்டிருப்பதற்கு, புத்தகக் கடைச் சங்கங்கள் குறிப்பிட்டக் கால இடைவெளிகளில் ஏற்பாடு செய்கின்ற ஏல விற்பனை நிகழ்வுகள் இன்றியமையாதவையாக இருக்கின்றன.

என் மாமா ஒரு முறை, “நாம் தனியாக ஒரு புத்தகக் கடையை நடத்திக் கொண்டிருப்பதாக நாம் நினைத்துக் கொண்டிருக்கலாம். ஆனால், இத்தொழிலில், மக்களுடன் நாம் வளர்த்துக் கொண்டிருக்கின்ற தனிப்பட்ட உறவுகள்தாம் எல்லாவற்றையும்விட முக்கியமானவை,” என்று சுயதிருப்தியுடன் கூறினார்.

ஆனால், என் மாமாவுக்கும், என் தாத்தாவிடமிருந்து பெற்ற பழைய புத்தக விற்பனைக் கடையை நடத்திக் கொண்டிருந்த ஒருவர் குறித்து என் மனத்தில் நான் வைத்திருந்த பிம்பத்திற்கும் இடையே ஏராளமான இடைவெளி இருந்தது. என் தாத்தா தலைக்கனம் பிடித்தவர், வளைந்து கொடுக்காதவர், சொற்சிக்கனக்காரர். எங்களுடைய குடும்பங்கள் ஒன்றாகக் கூடுகின்றபோது, அனைத்து உறவினர்களுக்கும் மத்தியில் அவர் நடுநாயகமாக மிடுக்காக அமர்ந்திருப்பார். நான் ஒரு சிறுமியாக இருந்தபோது, அவர் குறித்த பயம் எப்போதும் என்னிடம் மறைந்திருக்கும். என் தாத்தா, சிரித்தவாறே அடிக்கடி, “நான் ஒரு பழைய புத்தக வியாபாரி,” என்று கூறிக் கொண்டிருப்பார்.

அவரோடு ஒப்பிடுகையில் என் மாமா நீக்குப்போக்கானவர், உறுதியான தீர்மானங்களை எடுக்க முடியாமல் தடுமாறுபவர். அதற்கு முன்பு ஒருபோதும் நான் அவருடன் நிறைய நேரம் செலவிட்டிருந்ததில்லை. இப்போது அவரிடம் அதிகமாகப் பழகப் பழக, அவர் எந்த அளவுக்கு உறுதியற்றவராக இருந்தார் என்பதைக் கண்டு நான் வியந்தேன். அவருடைய இந்தக் குணத்தைக் கண்டு நொந்து போய்த்தான் என் அத்தை மோமோக்கோ அவரை விட்டுவிட்டு ஓடியிருந்திருக்க வேண்டும் என்ற யோசனைகூட எனக்குள் எழுந்தது. ஆனாலும், வழமையான வாடிக்கையாளர்கள் தொடர்ந்து வந்து அவருடன் ஆவலுடன் அரட்டையடித்தனர்.

*

நாங்கள் இருவரும் வேலை தவிர்த்துப் பிற விஷயங்கள் எது குறித்தும் பேசவில்லை. ஆனால், ஒரு வாரத்திற்கு மேல் என் மாமாவால் இதைப் பொறுத்துக் கொள்ள முடியவில்லை. அவர் என்னிடம் வியப்புடன், “டகாகோ, நீ ஏன் எப்போது பார்த்தாலும் தூங்கிக் கொண்டே இருக்கிறாய்? நீ என்ன ஒரு தூக்க அரக்கியா?” என்று கேட்டார்.

அதற்கு நான், “ஒருவேளை நான் தூக்க யுகத்தில் உழன்று கொண்டிருக்கலாம்,” என்று கடுமையாகப் பதிலளித்தேன். என் மாமா என் வாழ்க்கைக்குள் மூக்கை நுழைக்க முற்பட்டார். அதை அனுமதிக்க நான் தயாராக இருக்கவில்லை.

“இருபத்தைந்து வயதிலா?”

“ஆமாம். ‘வளரும் குழந்தை நன்றாகத் தூங்கும்’ என்ற கூற்றை நீங்கள் கேள்விப்பட்டிருக்கலாம். அதைப் போன்றது இது.”

“ஆனால், உன்னிடம் இப்போது ஏராளமான நேரம் இருக்கிறதே. நீ ஏன் காலார ஒரு நடை சென்று வரக்கூடாது? இங்கு ஏராளமான சுவாரசியமான இடங்கள் இருக்கின்றன. நான் என்னுடைய சின்ன வயதிலிருந்தே இங்கு வந்து கொண்டிருக்கிறேன். இந்த இடம் எனக்கு ஒருபோதும் சலிப்புத் தட்டியதில்லை.”

“நான் நன்றாகத்தான் இருக்கிறேன். நான் தூங்குவதையே விரும்புகிறேன்.”

என் மாமா தன் பேச்சை முடித்திருக்கவில்லை என்பதை நான் உணர்ந்திருந்தபோதிலும், நான் என் பேச்சை முடித்துக் கொண்டேன். அதற்குப் பிறகு அவர் என்ன சொன்னாலும் நான் அதற்குப் பதிலளிக்கப் போவதில்லை என்று முடிவு செய்து ஒரு சமைந்த கல்லாக நான் அப்படியே இருந்தேன். உள்ளுக்குள் நான் புழுங்கிக் கொண்டிருந்தேன்.

என் கதை முழுவதையும் என் மாமா என் அம்மாவிடமிருந்து கண்டிப்பாகத் தெரிந்து வைத்திருப்பார். அதனால், என் வாழ்க்கையில் கிட்டத்தட்ட என்ன நடந்து கொண்டிருக்கிறது என்பதை அவர் அறிந்திருப்பார். ஆனாலும் அது குறித்துச் சிறிதும்

அக்கறையின்றி அது பற்றிய பேச்சை அவர் எடுத்திருந்தது எனக்குக் கடும் கோபத்தை ஏற்படுத்தியது.

எங்களுடைய வழமையான வாடிக்கையாளரான சாபுகூட என் வாழ்க்கையைப் பற்றி முழுமையாகத் தெரிந்து வைத்திருந்தார். ஒரு நாள் அவர் எங்கள் கடைக்கு வந்தபோது, என்னிடம், "டகாகோ, நீ ஒரு தூக்க அரக்கி என்று நான் கேள்விப்பட்டேனே," என்று அவர் கூறினார்.

"யார் உங்களிடம் கூறியது?" என்று நான் திகைப்புடன் கேட்டேன். இதை அவரிடம் என் மாமாவைத் தவிர வேறு யார் கூறியிருக்க முடியும்? அதனால் என் மாமாமீது எனக்கிருந்த கோபம் இன்னும் அதிகரித்தது.

"நீ தினமும் பதினைந்து மணி நேரம் தூக்கிய பிறகும் ஏன் இப்படித் தூங்குமூஞ்சியாக இருக்கிறாய்?"

"நான் ஒன்றும் பதினைந்து மணி நேரம் தூங்குவதில்லை. அதிகபட்சமாகப் பதின்மூன்று மணி நேரம் தூங்குகிறேன், அவ்வளவுதான்."

இப்படி சாபுவின் தவற்றை நான் திருத்தியபோது அவர் பிரமிப்புடன் தலையை மேலும் கீழும் ஆட்டினார்.

"நான் என்னுடைய இருபதுகளில் இருந்தபோது என்னால் அதிக நேரம் தூங்க முடியாது. நான் எப்போதும் புத்தகம் படித்துக் கொண்டிருப்பேன்."

"நான் தூங்கத் தீர்மானித்தால், என்னால் உடனடியாகத் தூங்கிவிட முடியும்."

"பிடிவாதத்தில் நீ உன் மாமாவைப்போலவே இருக்கிறாய்," என்று சாபு கூறினார்.

"இது அபத்தமாக இருக்கிறது. என்னை அந்த முட்டாளுடன் ஒப்பிட நீங்கள் எப்படித் துணிந்தீர்கள்?"

"அவரிடம் இருக்கின்ற அதே விதமான விநோதமான நகைச்சுவை உணர்வு உன்னிடம் இருக்கிறது," என்று கூறி அவர் சிரித்தார்.

"நான் அவரைப் போன்றவள் அல்லள். என்னையும் அவரையும் ஒரே கூடையில் அடைக்காதீர்கள்."

திடீரென்று தீவிரமடைந்த சாபு, "அவரை நீ குறைத்து மதிப்பிட்டுவிடாதே. அவர் ஓர் அசடாக இருக்கலாம்.

ஆனால், இந்தக் கடையின் இரட்சகன் அவர்."

என் கண்கள் அகல விரிய, நான், "என்ன! இரட்சகனா?" என்று கேட்டேன்.

என் பக்கம் ஓர் அர்த்தம் பொதிந்த பார்வையை வீசியவாறு, அவர் என்னிடம், "அது உண்மைதான். உனக்கு நேரம் கிடைக்கும்போது இது குறித்து நீ உன் மாமாவிடமே கேட்டுப் பார்," என்று கூறிவிட்டு, என்னை நோக்கி ஒரு சலாம் போட்டுவிட்டுக் கடையைவிட்டு வெளியேறினார்.

அது குறித்து எனக்கென்ன என்று நான் நினைத்துக் கொண்டேன். என் மாமா தன்னை ஓர் இரட்சகனாக நினைத்துக் கொண்டால் என்ன, இல்லை என்றால் எனக்கென்ன? எனக்கு மாடிக்குப் போய் இழுத்துப் போர்த்திக் கொண்டு படுத்துத் தூங்க வேண்டும், அவ்வளவுதான்.

ஆனால், என்னால் எப்படி இவ்வளவு நேரம் தூங்க முடிந்தது என்று நானே வியந்து கொண்டேன். நான் தினமும் பதின்மூன்று மணி நேரம் தூங்கியதாக நான் சாபுவிடம் கூறிக் கொண்டாலும், விடுமுறை நாள்களில் நான் நாள் முழுவதும் தூங்கினேன். நான் தூங்கினேன், தூங்கிக் கொண்டே இருந்தேன். எழுந்திருக்கவே செய்யாமல் தொடர்ந்து என்னால் தூங்கிக் கொண்டிருக்க முடிந்தால் எவ்வளவு நன்றாக இருக்கும் என்று நான் நினைத்துக் கொண்டேன். என் கனவுகளில், என் மனத்தைப் பிழிந்தெடுத்த விஷயங்கள் குறித்து நான் யோசிக்க வேண்டியிருக்கவில்லை. என் கனவுகள் மிகச் சுத்தமான, அதிஇனிப்பான தேனைப்போல இருந்தன. அத்தேனை மேலும் மேலும் தேடித் திரிகின்ற ஒரு தேனீயைப்போல நான் இருந்தேன்.

அதற்கு நேர்மாறாக, நான் விழித்திருந்த நேரங்கள் சொல்லிக் கொள்கிறாற்போல இருக்கவில்லை. ஹிடாகியை நான் வெறுத்தாலும், எப்போதுமே நான் அவனைப் பற்றியே நினைத்துக் கொண்டிருந்தேன். அவன் சிரிக்கின்ற விதம், அவன் என் தலைமுடியைத் தொடுகின்ற பாங்கு என்று அவன் தொடர்பான பல விஷயங்கள் குறித்து நான் மருகினேன். அவனுடைய

சுயநலம், ஓர் ஆணாக இருந்தபோதிலும் எளிதாக அழுகின்ற அவனுடைய செயல், என்னுடைய குரலின் தொனியில் ஏற்படுகின்ற மாறுபாடுகளை அலட்சியம் செய்கின்ற போக்கு என்பன போன்ற, அவன் குறித்த அனைத்தும் எனக்குப் பிடித்திருந்தது. நான் ஒரு முட்டாளாக இருந்திருந்தேன் என்பதை நான் அறிந்திருந்தேன். ஆனாலும், அவனுடன் இருந்தபோது நான் மகிழ்ச்சியாக இருந்தேன். அந்த ஞாபகங்கள், என்னால் அழிக்க முடியாதபடி என் மூளைக்குள் மிக மிக ஆழமாகப் பதிந்திருந்தன.

எங்களுடைய முந்தைய உரையாடலின்போது அவன் கூறியிருந்த அனைத்தும் பொய் என்று நான் சில நேரங்களில் கற்பனைகூடச் செய்தேன். அவன் என்னை வேண்டுமென்றே சீண்டியதாக நான் கருதினேன். “அது எதுவும் உண்மையன்று. விளையாட்டுக்காக நான் அப்படிக் கூறினேன்,” என்று அவன் கூறுவான் என்று நான் எதிர்பார்த்தேன். அவன் வேடிக்கைக்காக அப்படிச் சொன்னதாக நான் நினைத்தேன். ஆனால் அது உண்மையன்று. அது உண்மையாக இருந்திருந்தால் நான் இங்கு இருந்திருக்க மாட்டேனே!

இவற்றைப் பற்றி நினைக்காமல் இருப்பதற்காகவே நான் தொடர்ந்து தூங்கினேன். அதற்கு என்னுடைய பிடிவாதக் குணம் அல்லது வேறு ஏதோ ஒன்று காரணமாக இருக்கலாம்.

என்னால் துரத்திப் பிடிக்க முடியாத விதத்தில் நேரம் படுவேகமாகக் கரைந்து கொண்டிருந்தது.

4

"டகாகோ, நீ விழித்திருக்கிறாயா?"

கோடையின் இறுதியில் ஒரு நாள் இரவு தள்ளுக்கதவுக்கு மறுபுறமிருந்து என் மாமா என்னைக் கூப்பிட்டார். நான் கடிகாரத்தைப் பார்த்தபோது, அது எட்டு என்று காட்டியது. கடையை மூடுகின்ற நேரம் அது.

போர்த்தியிருந்த போர்வைக்கு அடியில் இருந்தவாறே நான், "நான் தூங்கிக் கொண்டிருக்கிறேன்," என்று பதிலளித்தேன்.

"இறங்கி வா! தூங்கிக் கொண்டிருப்பவர்கள் பதிலளிக்க மாட்டார்கள்."

"ஆனால், நான் தூங்கிக் கொண்டிருக்கிறேன். ஏனெனில், நான்—நீங்கள் என்னை எப்படிக் கூப்பிட்டீர்கள்?—ஆம், நான் ஒரு தூக்க அரக்கி. ஞாபகம் இருக்கிறதா?"

கதவுக்கு மறுபுறமிருந்து என் மாமா நகைத்ததை என்னால் கேட்க முடிந்தது.

"நீ கோபமாக இருக்கிறாயா? நான் சாபுவுடன் பேசினேன்."

"ஆமாம். நான் கோபமாகத்தான் இருக்கிறேன். நான் ஓர் அரக்கி என்று நீங்கள் ஏன் அவரிடம் கூறினீர்கள்?"

"நான் உன்னைப் பற்றி வெகுவாகக் கவலைப்பட்டுக்

கொண்டிருந்ததால்தான் நான் அவரிடம் உன்னைப் பற்றிப் பேசினேன். அவரும் உன்னைப் பற்றிக் கவலை கொண்டுள்ளார். நீ ஏன் எங்குமே செல்லாமல் இப்படி அடைந்து கிடக்கிறாய்? நான் உன்னை ஓரிடத்திற்கு அழைத்துச் செல்ல விரும்புகிறேன். வருகிறாயா?"

கதவுப் பக்கமாகத் திரும்பி நான், "நான் வரவில்லை," என்று கூறினேன்.

ஆனால் என் மாமா விடுவதாக இல்லை. "என்னை நம்பு. இது குறித்து நீ பின்வருத்தம் கொள்ள மாட்டாய். அதற்குப் பிறகு நான் உன்னுடைய தூக்கத்தில் தலையிட மாட்டேன்."

"நிஜமாகவா?" என்று நான் சந்தேகத்துடன் கேட்டேன்.

"சத்தியமாக. நான் கூறியது பொய்யாக இருந்தால், நீ என்னை முந்நூறு முறை அறையலாம்." நான் கதவில் இருந்த சிறு இடுக்கு வழியாக எட்டிப் பார்த்தேன். அவர் ஒரு புன்னகையுடன் தலையாட்டிக் கொண்டிருந்தார்.

"சத்தியமாக."

அவர் என்னை அழைத்துச் செல்லவிருந்த இடம் மோரிசாகி புத்தகக் கடையிலிருந்து கூப்பிடு தொலைவில்தான் இருந்தது.

எங்கள் கடைக்குப் பின்னாலிருந்த ஒரு சந்திலிருந்த ஒரு கடைக்கு முன்னால் நாங்கள் சென்றபோது, என் மாமா, "இதுதான்," என்று என்னிடம் கூறினார். அது மரத்தால் ஆன ஒரு காபிக் கடை. அதை நான் அதற்கு முன்பு ஒருபோதும் கவனித்திருக்கவில்லை. மிகவும் நேர்த்தியாகவும் ஒரு மீசையுடனும் இருந்த ஒருவர் அங்கிருந்தார். அவர்தான் கடையின் பொறுப்பாளர் என்று தோன்றியது.

அந்தக் காபிக் கடையின் பெயர் சேவர். வண்ண விளக்குகளால் ஜோடிக்கப்பட்டிருந்த அக்கடையின் பெயர் வானில் மிதந்து கொண்டிருந்ததைப் போன்றதொரு தோற்றத்தை அளித்தது.

"இது எனக்குப் பிடித்த ஓரிடம்," என்று என் மாமா என்னிடம் கூறினார். அவர் அக்கடையின் கனத்தக் கதவைத் திறந்தவுடன் உயர்தரக் காபியின் வாசனை

மூக்கைத் துளைத்தது.

நாங்கள் உள்ளே நுழைந்ததும், அங்கேயிருந்த மேடையின்மீது வைக்கப்பட்டிருந்த ஓர் இயந்திரத்திற்குள் வெந்நீரை ஊற்றிக் கொண்டிருந்த ஒருவர் எங்களை வரவேற்றார்.

“ஹாய், இது என் மருமகள் டகாகோ.”

அந்தச் சிறிய மேடைக்கு அருகே போடப்பட்டிருந்த ஓர் இருக்கையில் நான் என் மாமாவுக்கு அருகே அமர்ந்து சுற்றிலும் நோட்டம் விட்டேன்.

மீசை இல்லாமல் இருந்தால்கூட, அக்கடை உரிமையாளரின் மெல்லிய, நேர்த்தியான முகம் கண்ணியமாகத்தான் இருந்திருக்கும். அவருடைய வயது நாற்பதுகளின் இறுதியில் இருக்கலாம் என்று எனக்குத் தோன்றியது. இந்த வயதிலும் ஒரு பையனைப்போல இருக்கின்ற என் மாமா அவரை ஒரு முன்மாதிரியாகக் கொண்டால் நன்றாக இருக்கும் என்று நான் நினைத்துக் கொண்டேன்.

“எனக்கு ஒரு காபி. டகாகோ, உனக்கு?”

“உம். எனக்கும் ஒரு காபி.”

நான் திரும்பி, கடையின் உட்பகுதியைப் பார்த்தேன். அந்த இடம் மிகவும் அமைதியாக இருந்தது. அவ்விடத்தை மென்மையான விளக்குகள் அலங்கரித்துக் கொண்டிருந்தன. மெல்லிய பியானோ ஒலி அங்குப் பரவியிருந்தது. அக்கடையின் கருநிறச் சுவரில் வாடிக்கையாளர்களின் கிறுக்கல்கள் நிறைய இடம்பெற்றிருந்தன. அவையும் விளக்கொளியில் அழகாக மிளிர்ந்து, அந்தக் காபிக் கடையின் இதமான சூழலோடு கச்சிதமாகப் பொருந்திப் போயின. மொத்தத்தில் அந்த இடம் அருமையாக இருந்ததாக நான் கருதினேன். நீண்டகாலத்திற்குப் பிறகு எனக்குள் ஆனந்தம் குமிழ்விட்டதை என்னால் உணர முடிந்தது. நான் முன்பு இருந்ததைவிட நன்றாக உணர்ந்தேன். என் களைப்பும் குறைந்திருந்தது.

“இது இங்கே கடந்த ஐம்பது ஆண்டுகளாக இருக்கிறது,” என்று என் மாமா விளக்கமளித்தார். “முன்பெல்லாம் எண்ணற்றப் பிரபலங்கள் இங்கு வருகை

தருவர்.”

நான் தலையை ஆட்டி, “வாவ்! இதுபோன்ற ஒரு சூழலை உருவாக்குவது அவ்வளவு எளிதல்ல என்று எனக்குப் படுகிறது,” என்று கூறினேன். “இந்த இடம் மனத்திற்கு இதமாக இருக்கிறது.”

ஐந்து நிமிடங்களுக்குப் பிறகு, ஒரு பணிப்பெண் எங்களுடைய காபியை எங்களுக்குக் கொண்டு வந்து கொடுத்தாள்.

“மாலை வணக்கம், திரு மோரிசாகி.”

“ஹாய் டோமோ, இது என்னுடைய மருமகள் டகாகோ.”

நான் குனிந்து, “உங்களைச் சந்தித்ததில் மிக்க மகிழ்ச்சி,” என்று கூறினேன்.

டோமோ ஒரு புன்னகையுடன், “ஹலோ,” என்று கூறினாள்.

“டோமோ நம்முடைய கடையின் வழமையான ஒரு வாடிக்கையாளர். சிறந்த வாசிப்பாளி,” என்று என் மாமா கூறினார்.

டோமோ வெட்கம் கலந்த ஒரு புன்னகையுடன், “நான் எந்தவிதத்திலும் தனித்துவமானவள் அல்லள்,” என்று கூறினாள். அவளுக்கு என் வயது இருக்கலாம். அல்லது அவளுக்கு என்னைவிடச் சற்று வயது குறைவாக இருக்கலாம். அவள் கொழுகொழுவென்ற கன்னங்களுடன் வெள்ளை நிறத்தில் இருந்தாள். அவள் பேசிய விதத்தில் ஒரு விதமான நயம் தொனித்தது. கருப்பு நிறத்திலிருந்த, பரிமாறுபவர்கள் அணிகின்ற உடையில் அவள் அழகாக இருந்தாள். எங்கள் இருவருக்கும் நன்றாக ஒத்துப் போகும் என்று எனக்குத் தோன்றியது. என் மனநிலை சற்றுப் பிரகாசமடைந்தது.

“என்ன டகாகோ, உனக்குப் பெண்களைத்தான் பிடிக்குமா என்ன? இங்கு ஏராளமான இளைஞர்களும் இருக்கிறார்கள்,” என்று கூறிய என் மாமா, அங்கிருந்த மேடையின் மறுபுறத்தை நோக்கித் தன் கையை அசைத்தார். “ஹாய், டகானோ!”

அடுத்தக் கணம், சமையலறைக்கு வெளியே தொங்கவிடப்பட்டிருந்த திரைச்சீலையில் தென்பட்ட

ஒரு சிறு இடைவெளியின் ஊடாக, உயரமாகவும் ஒல்லியாகவும் இருந்த ஓர் இளைஞன் தன் தலையை நீட்டினான்.

“டகானோ! நீ ஏன் என் மருமகளை ஒரு நாள் வெளியே அழைத்துச் செல்லக்கூடாது?”

“ஹே!” என்று கூச்சலிட்டபடி நான் என் மாமாவின் கையின்மீது ஓங்கி அறைந்தேன்.

டகானோ கூச்ச சுபாவம் கொண்டவனைப்போலத் தோன்றினான். என் மாமாவின் கூற்றைக் கேட்டவுடன் வெட்கத்தால் அவனுடைய முகம் சிவந்துவிட்டது.

“டகானோவுக்கு இங்குப் பல ஆண்டுகள் வேலை பார்த்த அனுபவம் இருப்பதால், எப்போது வேண்டுமானாலும் அவனால் சொந்தமாக ஒரு காபிக் கடையைத் துவக்க முடியும். ஆனால், அதில் அவன் எப்போதும் சொதப்பிக் கொண்டிருக்கிறான். அதனால், இக்கடையின் உரிமையாளர் எப்போதும் அவனிடம் கத்திக் கொண்டே இருக்கிறார்,” என்று என் மாமா கூறினார். அவனைக் கடைக்காரரர் கடிந்து கொண்டதாகக் கூறியபோது அது குறித்து என் மாமா மகிழ்ச்சி அடைந்ததுபோலத் தோன்றினார்.

“அவனுடைய நற்பெயருக்குக் களங்கம் கற்பிக்கின்ற முயற்சியில் ஈடுபடாதீர்கள்,” என்று கடை உரிமையாளர் உள்ளே புகுந்தார்.

எனக்கு டகானோ குறித்துப் பாவமாக இருந்தது. ஆனால், டகானோ தள்ளாடியபடி நடந்து சென்றான். இலேசாகத் தள்ளினாலே விழுந்துவிடுவான்போல அவன் இருந்தான். அவன் தன்னை அறியாமலேயே என் மாமா கூறியதை நிரூபித்துக் கொண்டிருந்தான்.

அதற்குப் பிறகும் என் மாமா நல்ல மனநிலையிலேயே இருந்தார். சற்றுத் தள்ளி அமர்ந்திருந்த நடுத்தர வயதுப் பெண்மணி ஒருவர் என் மாமாவின் பக்கம் திரும்பி, “ஹாய், சட்டோரு!” என்று அழைத்தார்.

என் மாமா, “ஓ, திருமதி ஷிபாமோட்டாவா!” என்று கூறியவாறு, தன் வாலை ஆட்டியவாறு அவரை நோக்கிச் சென்றார்.

தன்னுடைய புத்தகக் கடையில் இருக்கும்போது,

என் மாமா அனைத்தையும் தன் கட்டுப்பாட்டில் வைத்திருந்தார். ஆனால், வெளியே ஓர் அடி எடுத்து வைத்தவுடன் சுத்தமாக ஆளே மாறிப் போய்விடுவார். தன் செல்ல நாயால் வலுக்கட்டாயமாக இழுத்துச் செல்லப்படுகின்ற நாய் உரிமையாளரைப்போல நான் பெருமூச்சு விட்டேன்.

அந்தக் காபிக் கடையின் உரிமையாளர், “சட்டோரு இங்கு மிகவும் பிரபலம்,” என்று கூறி வேடிக்கையாகச் சிரித்தார். அவர் சிரித்தபோது அவருடைய கண்களைச் சுற்றி ஏற்பட்டச் சுருக்கங்கள் அவரை மேலும் கனிவானவராகக் காட்டின.

“அவர் வேறு எப்படியோ, ஆனால் மிகவும் தோழமையானவர்,” என்று நான் நக்கலாகக் கூறினேன். “ஆனால், உண்மையிலேயே இந்த அளவு ருசியுள்ள காபியை என் வாழ்நாளில் நான் இப்போதுதான் குடிக்கிறேன். எனக்கு இந்த இடம் கொடுக்கின்ற உணர்வை நான் மிகவும் நேசிக்கிறேன். நிஜமாகவே இது அருமையாக இருக்கிறது.”

அக்கடை உரிமையாளர் மென்மையாகச் சிரித்தார். “உங்களுக்கு மிக்க நன்றி. இளம் வயதினர் இங்கு முதன்முறையாக வருகின்றபோது அவர்கள் இதைப் புதிய கண்களுடன் பார்க்கின்றனர். அதை நான் மிகவும் போற்றுகிறேன். உங்கள் பெயர் டகாகோ, சரிதானே? நீங்கள் இந்த இடத்திற்குப் புதியவரா?”

“ஆமாம். இதுதான் முதல் முறை. நான் என்னுடைய மாமாவின் கடையில் வசிக்கத் தொடங்கியுள்ளேன்.”

“மோரிசாகி புத்தகக் கடையிலா? அது ஒரு பிரமாதமான இடம். ஜிம்போச்சோவில் நீங்கள் உங்களுடைய வாழ்க்கையை உண்மையிலேயே இரசிப்பீர்கள் என்று நான் நம்புகிறேன்.”

நான் முகத்தைச் சுளித்தவாறு இலேசாக முனகினேன்.

“என்ன பிரச்சனை?”

“இதையேதான் என் மாமாவும் கேட்கிறார்.”

“எனக்குப் புரிகிறது. இந்த இடத்தை உங்களுடைய மாமாவைவிட அதிகமாக நேசிக்கின்ற வேறு ஒருவர்

இருக்க முடியாது."

நான் மீண்டும் முனகினேன். "எனக்குப் புரிபடவில்லை. ஆனால், உங்களுடைய கடை அருமையாக இருக்கிறது என்று நான் கூறியது பொய் அன்று. நான் கண்டிப்பாக மீண்டும் இங்கு வர விரும்புகிறேன்."

"எப்போது வேண்டுமானாலும் இங்கு வருகை தாருங்கள்," என்று கூறிவிட்டு அவர் பெரிதாகப் புன்னகைத்தார்.

*

நாங்கள் அந்தக் கடையில் நீண்ட நேரம் இருந்தோம். அங்கிருந்து நாங்கள் கிளம்பியபோது இரவு வெகுநேரம் ஆகிவிட்டிருந்தது. நானும் என் மாமாவும் அந்தப் பகுதியில் வெறுமனே சுற்றினோம். இரவுக் காற்று என் முகத்தைச் சுகமாக வருடிச் சென்றது. இலையுதிர்காலம் ஏற்கனவே வந்துவிட்டது போன்ற உணர்வு எனக்கு ஏற்பட்டது.

என் மாமா அக்கடையில் ஒரே ஒரு பீர்தான் குடித்தார். ஆனாலும் அவருக்குப் போதை ஏறியிருந்ததைப்போலத் தோன்றியது. அவர் எனக்கு முன்பாக, என்னவோர் அருமையான இரவு என்று முணுமுணுத்தபடி சிறிது தள்ளாடியவாறு நடந்து சென்றார்.

என் சிறுவயதிற்குப் பிறகு, நானும் அவரும் இப்போதுதான் முதன்முறையாகச் சேர்ந்து நடந்து கொண்டிருந்தோம் என்பது எனக்கு அப்போதுதான் உறைத்தது. அப்போதெல்லாம் நாங்கள் இருவரும் கைகோர்த்தபடி, என் தாத்தாவின் வீட்டுக்கு அருகே, ஏதோ அந்த இடத்தை அலசி ஆராய்வதுபோல பாவித்துக் கொண்டு நாள் முழுவதும் நடந்து கொண்டிருப்போம். அது ஏன் எனக்கு அவ்வளவு குதூகலத்தைக் கொடுத்தது? அப்போதெல்லாம் நான் உற்சாகத்துடன் கலகலப்பாகச் சிரித்துக் கொண்டிருப்பேன்.

அப்போதெல்லாம் என் மாமா என்னுடைய இனிமையான ஓர் அண்ணனைப்போல எனக்குத்

தோன்றினார். என்னைப்போலத் தனிக்காட்டு மரமாக வளர்ந்த, எப்போதும் தன் சொந்த நினைவுகளில் மூழ்கித் திளைத்துக் கொண்டிருந்த ஒருத்திக்கு, அவரைப் போன்ற ஒருவருடன் நேரத்தைச் செலவழிப்பது உற்சாகமளித்ததில் வியப்பில்லை.

அந்தக் காலகட்டத்திற்கு என் மனம் இழுக்கப்பட்டபோது, என் மனத்தில் பல நினைவுகள் மேலோங்கின... அவருடைய அலங்கோலமான அறையில் நாங்கள் இருவரும் இருந்தது; அவர் படுமோசமாக பீட்டில் பாடல்களைத் தன் கித்தாரில் வாசிக்க முற்பட்டது; ஓசாமு டெசுகா, ஷோன்டாரு இஷினோமோரி போன்றவர்களின் படைப்புகளைப் படிப்பதில் பல மணி நேரங்களைச் செலவிட்டது; மாங்கா காமிக்ஸ் புத்தகங்களில் மூழ்கிக் கிடந்தது.

இந்த நினைவலைகள், இப்போது எனக்கு முன்னால் நடந்து சென்று கொண்டிருந்த என் மாமா குறித்து என்னிடம் அதே விதமான நெருக்கமான உணர்வைத் தோற்றுவித்தன.

எனக்கு முன்னால் நடந்து சென்று கொண்டிருந்த அவரை நோக்கி, நான், “சட்டோரு மாமா!” என்று அழைத்தேன்.

“என்ன?” என்று கேட்டவாறு அவர் என்னை நோக்கித் திரும்பினார். அவருடைய கண்கள் அதே சிறு வயதுப் பார்வையைக் கொண்டிருந்தன.

“நீங்கள் என் வயதில் இருந்தபோது என்ன செய்து கொண்டிருந்தீர்கள்?”

“எப்போதும் படித்துக் கொண்டிருந்தேன் என்று நினைக்கிறேன்.”

“அது மட்டும்தானா?” நான் ஒரு விதமான ஏமாற்றத்தை உணர்ந்தேன். “இப்போது இருப்பதிலிருந்து அதுவொன்றும் பெரிதாக மாறுபட்டிருக்கவில்லையே!”

“பயணங்களையும் அதில் சேர்த்துக் கொள்ளலாம்.”

“பயணங்களா?”

“நான் இங்கு ஜப்பானில் சில காலம் வேலை செய்து கொஞ்சம் பணத்தைச் சேமிப்பேன். பிறகு, முதுகில் ஒரு பையை மாட்டிக் கொண்டு ஊர் சுற்றக்

கிளம்பிவிடுவேன். அப்படி நான் தாய்லாந்து, லாவோஸ், வியட்நாம், இந்தியா, நேபாளம் என்று பல இடங்களுக்குச் சென்றுள்ளேன். ஐரோப்பா முழுவதும்கூட நான் சுற்றியுள்ளேன்."

என் மாமா இப்படிப்பட்டதொரு சாகசவிரும்பியாக இருந்திருப்பார் என்ற யோசனையே எனக்குப் பிரமிப்பாக இருந்தது.

"அப்படிச் செய்ய எது உங்களைத் தூண்டியது? ஒரு நிலையான வேலையைப் பெற வேண்டும் என்று நீங்கள் ஒருபோதும் விரும்பியதில்லையா?"

"உம்..." என்று இழுத்த என் மாமா தன் கைகளைத் தன் மார்புக்குக் குறுக்கே கட்டிக் கொண்டு, அக்காலகட்டத்திய வாழ்க்கையை அசைபோடுவதுபோல மெதுவாகப் பேசத் தொடங்கினார். "சுருக்கமாகச் சொல்ல வேண்டுமென்றால், மொத்த உலகையும் நான் நேரடியாகப் பார்த்து இரசிக்க விரும்பினேன். அனைத்து விதமான சாத்தியக்கூறுகளையும் எதிர்கொள்ள நான் ஆசைப்பட்டேன். உன்னுடைய வாழ்க்கை உன்னுடையது. அது வேறு எவருக்கும் சொந்தமானது கிடையாது. என் சொந்த நிபந்தனைகளின்படி வாழ்க்கையை வாழ்வது எப்படி இருக்கும் என்று தெரிந்து கொள்ள நான் விரும்பினேன்."

அதை நான் தலையை ஆட்டியவாறு கேட்டுக் கொண்டிருந்தேன் என்றாலும், வாழ்க்கை குறித்தப் பல்வேறு விதமான சாத்தியக்கூறுகளைத் தேடுவதற்காக ஜப்பானைவிட்டுத் தப்பிச் சென்றுவிட்டு, ஒரு புத்தகக் கடையை நடத்துவதற்காக மீண்டும் ஜப்பானுக்கே திரும்பி வருவது என்பது ஒரு பெரிய முரண்பாடாக எனக்குத் தோன்றியது.

ஆனால், அவர் பேசுவதைக் கேட்டுக் கொண்டிருந்தபோது, நான் சிறு வயதிலிருந்து அவர் குறித்துக் கொண்டிருந்த பிம்பத்திலிருந்து அவர் எந்த அளவுக்கு வேறுபட்டிருந்தார் என்பதை நான் உணர்ந்தேன். இப்போது நானே ஒரு வளர்ந்த மனுஷியாக இருப்பதால், அப்போது அவர் எப்படி உணர்ந்திருக்க வேண்டும் என்பதை என்னால் புரிந்து கொள்ள முடிந்தது.

நான் கல்லூரியில் படித்துக் கொண்டிருந்தபோது, என்னுடைய சொந்த விழுமியங்களோடு ஒட்ட ஒழுகுகின்ற ஒரு வாழ்க்கையை வாழ்வது குறித்து நான் கனவு கண்டிருக்கிறேன். ஆனால், நிஜ உலகில் அது தொடர்பான செயல்நடவடிக்கைகளில் இறங்க வேண்டிய நேரம் வந்தபோது, அதற்கான துணிச்சல் என்னிடம் இல்லை என்பதை நான் கண்டுகொண்டேன்.

ஒருவேளை, அதுதான் என் மாமா சுதந்திரமானவராகவும் கட்டுப்பாடுகளுக்குள் அடைபடாதவராகவும் இருந்ததற்கான இரகசியமாக இருந்திருக்க வேண்டும்.

அவர்மீது எனக்கு இலேசான பொறாமை ஏற்பட்டது.

என் மாமா என்னிடம், "நான் என்னுடைய இருபதுகளில் அப்படித் தறிகெட்டு அலைந்தேன். அதன் காரணமாக, என் அப்பா எப்போதும் என்மீது கோபமாக இருந்தார். இந்தக் கூத்துகளுக்கு நடுவே ஒரு நாள் அவர் திடீரென்று மரித்துப் போனார். அதனால், அவருடைய கடையைப் பார்த்துக் கொள்ள வேண்டிய பொறுப்பு என் தலைமீது விடிந்தது," என்று கூறினார்.

"அது குறித்து உங்களுக்குப் பின்வருத்தம் ஏதாவது இருக்கிறதா?"

"கண்டிப்பாக இல்லை," என்று அவர் ஒரு புன்முறுவலுடன் கூறினார். "எனக்கு இதைவிடப் பொருத்தமான வேலை வேறு எதுவும் இருக்க முடியாது. புத்தகங்களை நேசிக்கின்ற ஒருவனுக்கு இதைவிட அற்புதமான வேறு ஓர் இடம் இருக்க முடியாது. இங்கு ஒரு கடையின் உரிமையாளனாக இருப்பது குறித்து நான் பெருமை கொண்டுள்ளேன். இதற்காக என் அப்பாவுக்கும் என் தாத்தாவுக்கும் எவ்வளவு நன்றி கூறினாலும் அது போதுமானதாக இருக்காது."

"பிரமாதம்."

"எது?" என்று என் மாமா குழப்பத்துடன் கேட்டார்.

"நீங்கள் உங்களுக்குப் பிடித்த ஒன்றைச் செய்து கொண்டிருப்பதையும், அதையே வாழ்வாதாரமாக வைத்திருப்பதையும்தான் நான் சொன்னேன்."

“அது உண்மையன்று. முதலில் இதை நான் கடுமையாக எதிர்த்தேன். நான் இளமையாக இருந்தபோது நான் கண்டிருந்த கனவு வாழ்க்கை, என் அப்பாவின் கடையைப் பார்த்துக் கொள்வதாக இருக்கவில்லை. இப்போதுகூட நான் இந்த வாழ்க்கையிலிருந்து அந்த வாழ்க்கைக்கு அவ்வப்போது தாவிக் கொண்டுதான் இருக்கிறேன். எனக்குச் சரியாகத் தெரியவில்லை. நமக்கு உண்மையிலேயே என்ன தேவை என்பதைக் கண்டறிவதற்கு நீண்டகாலம் பிடிக்கும் போலும். ஒருவேளை அதன் சிறு பகுதியைக் கண்டறிவதற்கு நாம் நம்முடைய வாழ்க்கை முழுவதையும் செலவழிக்க வேண்டியிருக்கலாம்.”

“என்னைப் பொறுத்தவரை, ஒன்றுமே செய்யாமல் இருப்பதன் மூலம் நான் என் நேரத்தை வீணடித்துக் கொண்டிருக்கலாம்.”

“நான் அப்படி நினைக்கவில்லை. சில நேரங்களில் ஒன்றுமே செய்யாமல் இருப்பது முக்கியம். ஒரு நீண்ட வாழ்க்கையில் களைப்பாறுவதற்காக எடுத்துக் கொள்கின்ற ஓய்வாக அதை நினைத்துக் கொள். இது உன் துறைமுகம். உன் படகு இந்த இடத்தில் இப்போது நங்கூரம் போட்டு நின்று கொண்டிருக்கிறது, அவ்வளவுதான். நீ போதுமான அளவு ஓய்வெடுத்ததும், நீ மீண்டும் உன் படகின் பாய்மரத்தை விரித்துக் கொள்ளலாம்.”

“நீங்கள் இப்போது இப்படிச் சொல்கிறீர்கள். ஆனால், நான் தூங்குகின்றபோது அதை விமர்சிக்கிறீர்கள்,” என்று நான் ஒரு லேசான கோபத்துடன் கூறினேன்.

அதைக் கேட்டு அவர் சிரித்துவிட்டு, “மனிதப் பிறவிகள் முரண்பாடுகளால் ஆனவர்கள்,” என்று கூறினார்.

நான் என்னையறியாமலேயே உதட்டைப் பிதுக்கினேன். குறிப்பாக இந்த மனிதர் என்று நான் எண்ணிக் கொண்டேன்.

“நீங்கள் பல இடங்களுக்கும் பயணம் செய்து எண்ணற்றப் புத்தகங்களைப் படித்தபோது, நீங்கள் ஏராளமான விஷயங்களைக் கற்றறிந்து இருக்க வேண்டும்,

இல்லையா?"

"இது விசித்திரமானது. நாம் எவ்வளவுதான் பயணித்தாலும், எத்தனை புத்தகங்களைப் படித்தாலும், நமக்கு எதுவும் தெரியாது, நாம் எதையும் பார்த்திருக்க மாட்டோம். அதுதான் வாழ்க்கை. நம்முடைய வழியைக் கண்டுபிடிக்கின்ற முயற்சியில் நாம் நம்முடைய வாழ்க்கையை வாழ்கிறோம்."

"மாமா," என்று நான் அழைத்தேன். நீண்டகாலமாக அவரிடம் நான் கேட்க விரும்பியிருந்த அக்கேள்வியைக் கேட்பதற்கான சந்தர்ப்பம் இதுதான் என்று எனக்குத் தோன்றியது.

"என்ன?"

"மோமோக்கோ அத்தை ஏன் உங்களைவிட்டுப் பிரிந்து சென்றார்?"

"ஹூம்... விஷயங்களை நாங்கள் இருவரும் ஒரே விதமாகத்தான் பார்த்தோம். எங்களை எது ஒன்றாகப் பிணைத்ததோ, அதுவே நாங்கள் பிரிவதற்குக் காரணமாக அமைந்துவிட்டது என்று நான் நினைக்கிறேன். ஒரு பயணத்தின் பாதியில் நாங்கள் சந்தித்தோம், காதலில் விழுந்தோம். ஆனால், அதற்காக நாங்கள் எப்போதும் ஒன்றாகப் பயணித்துக் கொண்டிருப்போம் என்று அர்த்தமில்லை. ஏதோ ஒரு கட்டத்தில் அனைவருமே தங்களுடைய சொந்த, பாதுகாப்பான துறைமுகம் ஒன்றைக் கண்டுபிடிக்க வேண்டியிருக்கும். இறுதிவரை நாங்கள் இருவரும் சேர்ந்தே பயணிப்போம் என்றுதான் நான் நினைத்திருந்தேன். துரதிர்ஷ்டவசமாக, அப்படி நிகழாமல் போய்விட்டது."

"அது எப்படி இருந்தது... எப்போது அது நிகழ்ந்தது? அதனால் நீங்கள் வருத்தம் அடைந்தீர்களா?"

அவர் அண்ணாந்து, வானத்தைப் போர்த்தியிருந்த தடிமனான மேகங்களைப் பார்த்தார். "அது கண்டிப்பாக எனக்கு வருத்தம் அளிக்கத்தான் செய்தது. ஆனால்..."

"ஆனால்?"

"ஆனால், அவள் எங்கிருந்தாலும், இப்போது என்ன செய்து கொண்டிருந்தாலும், அவள் மகிழ்ச்சியாக இருக்க வேண்டும் என்பதுதான் என் விருப்பம்."

“ஆனாலும்...” அவரால் எப்படி இப்படி உணர முடியும் என்பதை என்னால் புரிந்து கொள்ள முடியவில்லை. “அத்தை உங்களைத் தூக்கி எறிந்துவிட்டுச் சென்றுள்ளார்கள், இல்லையா?”

“ஆனாலும், என் வாழ்க்கையில் நான் உண்மையாக நேசித்த ஒரே பெண் மோமோக்கோதான். அது ஒருக்காலும் மாறப் போவதில்லை. நாங்கள் ஒன்றாக இருந்த கால நினைவுகள் இன்னும் என் இதயத்தில் அப்படியே இருக்கின்றன. அந்த விதத்தில் பார்த்தால், நான் இன்னும் அவளைக் காதலித்துக் கொண்டுதான் இருக்கிறேன்.”

ஏன் என்று கேட்க நான் விரும்பினேன். ஆனால், அவருடைய பார்வையில் தென்பட்ட ஆழமான வருத்தத்தைக் கண்ட நான் அதற்கு மேல் அவரிடம் எதுவும் கேட்க வேண்டாம் என்று தீர்மானித்தேன்.

*

எதனால் என்று தெரியாது, அன்று இரவு என்னால் தூங்க முடியவில்லை. விநோதமாக, எனக்குள் உணர்ச்சிகள் கொந்தளித்துக் கொண்டிருந்தன. நீண்ட நேரம் நான் தூங்காமல் புரண்டு புரண்டு படுத்துக் கொண்டிருந்தேன். என் தலைக்குள் எண்ணற்ற எண்ணங்கள் வளைய வந்தன. ஒரு கட்டத்தில் என் தலையே வெடித்துவிடக்கூடும் என்றுகூட நான் நினைத்தேன். என் கடந்தகால வாழ்க்கையின் வலிமிக்க நினைவுகள் மீண்டும் மீண்டும் என்னைச் சுழற்றியடித்தன. அவை என் மனத்தைச் சிறைபிடித்துக் கொண்டன.

இது கொடுமையாக இருந்ததாக நான் நினைத்தேன். பின் நான் திடீரென்று எழுந்து உட்கார்ந்தேன். இது குறித்து நான் ஏதாவது செய்யாவிட்டால், அவற்றால் எனக்கு மூச்சுத் திணறல் ஏற்பட்டுவிடும் என்று நான் அஞ்சினேன். தொலைக்காட்சி பார்க்கலாம் என்று நான் நினைத்தேன். அதற்கு நான் அங்குக் குவிந்து கிடக்கும் புத்தகங்களை முதலில் வேறொரு விதத்தில் அடுக்கி வைக்க வேண்டியிருக்கும் என்பது என் நினைவுக்கு

வந்தது. அப்போது அதிகாலை மூன்று மணி. வெளியே எதுவும் திறந்திருக்காது.

நான் இருட்டை வெறித்துப் பார்த்துக் கொண்டிருந்தபோது, படிப்பதற்கு ஒரு புத்தகம் இருந்தால் எவ்வளவு நன்றாக இருக்கும் என்ற ஏக்கம் எனக்குள் தோன்றியது. படித்தால் எப்படியாவது நேரத்தை ஓட்டிவிடலாம் என்று நான் நினைத்தேன்.

அப்போதுதான் அந்த எண்ணம் என்னைத் தாக்கியது. நான் இருந்ததே ஒரு புத்தகக் கடைதானே! நான் கிட்டத்தட்டப் புத்தகக் குவியல்களால் சூழப்பட்டிருந்தேன். அவற்றின் இருத்தலின் உண்மையான அர்த்தத்தை நான் சுத்தமாக மறந்துவிட்டேன். ஏனெனில், அங்கிருந்த புத்தகங்களை எனக்கு எதிரான அம்சமாகவே இதுவரை நான் கருதி வந்திருந்தேன்.

நான் விளக்கைப் போட்டுவிட்டு, படிப்பதற்கு ஒரு சுவாரசியமான புத்தகத்தைத் தேடத் தொடங்கினேன். ஆனால், அவற்றில் எது சுவாரசியமான ஒன்றாக இருக்கும் என்பது குறித்து எனக்குச் சுத்தமாக எந்த யோசனையும் இருக்கவில்லை. அவை அனைத்துமே மக்கிப் போன பழைய புத்தகங்களாகவே எனக்குப் பட்டன. என் மாமாவாக இருந்திருந்தால், அவற்றிலிருந்து ஒரு சுவாரசியமான புத்தகத்தை எளிதாக எடுத்திருந்திருப்பார் என்று எனக்குத் தோன்றியது.

என்ன செய்வது என்று தெரியாமல் இருந்த நான், ஒரு மலைபோலக் குவித்து வைக்கப்பட்டிருந்த புத்தகங்களின் முன்னால் நின்று கொண்டு என் கண்களை இறுக மூடிக் கொண்டேன். பின் நான் என் கையை நீட்டினேன். என் கை தொட்ட முதல் புத்தகத்தை நான் அக்குவியலிலிருந்து உருவினேன். ‘அன்டில் த டெத் ஆஃப் த கேர்ள்’ என்ற புத்தகம் அது. அதன் ஆசிரியர் சாய்செய் முரோ. என்னுடைய உயர்நிலைப் பள்ளியில் இலக்கிய வகுப்பில் நான் அந்தப் பெயரைக் கேள்விப்பட்டிருந்தேன், அவ்வளவுதான்.

நான் என் படுக்கையில் படுத்துப் போர்வைக்குள் சுருண்டு கொண்டு, என் தலைமாட்டில் இருந்த

ஒரு விளக்கின் மங்கிய ஒளியில் அப்புத்தகத்தைப் படிக்கத் தொடங்கினேன். அந்தப் புத்தகம் மிகவும் சலிப்பூட்டுவதாக இருக்கும் என்றும், அதன் காரணமாக நான் உடனே தூங்கிவிடுவேன் என்றும் நான் நம்பினேன். ஆனால், மாறாக, ஒரு விநோதமான விஷயம் நிகழ்ந்தது. ஒரு மணி நேரம் கடந்தபோது, நான் இன்னும் அந்தப் புத்தகத்தில் அமிழ்ந்து போயிருந்ததை நான் கண்டேன். அப்புத்தகத்தின் சில பத்திகள் படிப்பதற்குக் கடினமாக இருந்தன என்பதை மறுப்பதற்கில்லை. ஆனால், அக்கதையின் மையக்கரு உலகளாவிய மனித உளவியலை அடிப்படையாகக் கொண்டிருந்தது.

தேசு என்ற இடத்தில் தன் வாழ்க்கையைத் தொடங்க முயன்று கொண்டிருந்த ஒரு நபரைப் பற்றிய கதை அது. கானசாவா என்ற இடத்தில் தன் பள்ளிப் பருவத்தைக் கழித்த அவன், தன் கனவை நனவாக்குவதற்காக டோக்கியோவுக்குச் சென்று ஒரு கவிஞனாக ஆகிறான். அங்கு அவன் தன்னுடைய நண்பன் ஒருவனின் காதலியும், தன் ஒன்றுவிட்டச் சகோதரியின் தோழியுமான ஒரு பெண்மீது காதல் வயப்பட்டு ஒரு பெரும் சிக்கலில் மாட்டிக் கொள்கிறான். டோக்கியோவில் வாழ்க்கை நடத்துவதற்கே பெரும்பாடு பட்டுக் கொண்டிருக்கும் அவன், தற்செயலாக வேறு ஒரு பெண்ணைச் சந்திக்கிறான். சொற்பக் காலமே நீடித்த அவளுடனான அந்த உறவின் ஊடாக, காயப்பட்டிருந்த தன் இதயத்தை அவன் குணப்படுத்திக் கொள்கிறான்.

அக்கதையின் கதாநாயகன் ஒரு கடினமான சூழலில் வளர்கிறான். மனச்சோர்வு நிறைந்த இளமைப் பருவத்தை அவன் எப்படியோ கடக்கிறான். ஆனாலும் அந்தக் கதை நெடுகிலும் ஒரு மென்மையான, இதமான உணர்வு இழையோடியது.

கொஞ்சம் கொஞ்சமாக ஏதோ ஓர் உணர்வு என்னைக் குளிப்பாட்டிக் கொண்டிருந்தது. வார்த்தைகளால் வர்ணிக்கப்பட முடியாத அமைதி என்னைச் சூழ்ந்து கொண்டது. அதை விவரித்தாக வேண்டுமென்றால், வாழ்க்கைமீதான அந்த நூலாசிரியரின் அளப்பரிய நேசத்திலிருந்து அது வந்திருக்க வேண்டும் என்று

கூறலாம்.

நான் நிமிர்ந்து பார்த்தபோது வைகறை முகிழ்த்திருந்தது. ஆனாலும், நான் தொடர்ந்து படித்துக் கொண்டிருந்தேன்.

*

அன்று என் மாமா கடைக்கு வந்தபோதுகூட என் உற்சாகமான மனநிலை அப்படியே இருந்தது.

பொதுவாக நான் அவருக்குக் காலை வணக்கம் எதுவும் கூறுவதில்லை. அன்று நான் அவரைப் பார்த்த உடனேயே என் இருக்கையிலிருந்து துள்ளி எழுந்ததைக் கண்ட அவர் என்னை வியப்புடன் பார்த்தார்.

அப்போது என் கையில், 'அன்டில் த டெத் ஆஃப் த கேர்ள்' புத்தகம் இருந்தது. நான் அவரிடம், "இப்புத்தகம் நன்றாக இருக்கிறது," என்று கூறினேன்.

அதற்கு அவர் எப்படி எதிர்வினையாற்றினார் தெரியுமா? ஓர் அருமையான பிறந்தாள் பரிசைப் பெற்ற ஒரு சிறுவனின் முகம் எப்படி மலருமோ அதேபோல டக்கென்று என் மாமாவின் மொத்த முகமும் பிரகாசமடைந்தது.

"நிஜமாகவே உனக்கு இது பிடித்திருந்ததா?" அது அவருக்கே நிகழ்ந்திருந்ததுபோல என் மாமா பரவசமடைந்திருந்தார்.

"ஆமாம், அது உண்மையிலேயே அருமையாக இருந்தது," என்று நான் கூறினேன். "அதை எப்படி விவரிப்பது என்று எனக்குத் தெரியவில்லை. இது எனக்குள் ஏதோ ஒன்றைக் கிளறிவிட்டுள்ளது." அதை விவரிப்பதற்கு என்னால் சரியான சொற்களைக் கண்டுபிடிக்க முடியாமல் போனது குறித்து நான் விரக்தி அடைந்தேன். எனக்குள் ஏற்பட்டிருந்த சிக்கலான உணர்வுகளை வார்த்தைகளில் வடிக்க முடியாமல் நான் தவித்தேன்.

"நீ கூறியது எனக்குப் பெரும் மகிழ்ச்சி ஏற்படுத்துகிறது. ஆனால், எடுத்த எடுப்பில் சாய்செய் முரோவைப் படிப்பது என்பது நேரடியாக ஓர் ஆழமான

குளத்திற்குள் குதிப்பதற்கு ஒப்பானது.”

என் மாமா பெரும் மகிழ்ச்சி அடைந்திருந்தது வெளிப்படையாகவே தெரிந்தது. என்ன காரணத்தினாலோ அது என்னையும் மகிழ்ச்சிப்படுத்தியது.

நாங்கள் சற்று நேரம் அந்தப் புத்தகத்தைப் பற்றிப் பேசிக் கொண்டிருந்தோம். என்னோடு பெரிய அளவில் ஒத்துப்போதல் இல்லாதிருந்த ஒரு நபர் என்று நான் நினைத்துக் கொண்டிருந்த ஒருவரோடு ஒரு நெருக்கமான பிணைப்பை ஏற்படுத்திக் கொண்டது எனக்கு ஆனந்தத்தைக் கொடுத்தது. இன்னும் சொல்லப் போனால், அது என் மாமாவைப் போன்ற ஒருவராக இருந்தது எனக்குக் கூடுதல் உற்சாகத்தைக் கொடுத்தது.

*

என்னை அறியாமலேயே நான் ஒரு கதவைத் திறந்திருந்தேன். அப்படிப்பட்டதொரு கதவு இருந்ததையே நான் அதுவரை அறியாதவளாக இருந்தேன். அப்படிப்பட்டதோர் உணர்வுதான் எனக்கு ஏற்பட்டது.

அதைத் தொடர்ந்து நான் வரிசையாக ஒன்றை அடுத்து மற்றொன்று என்று புத்தகங்களைப் படித்துத் தள்ளினேன். இவ்வளவு காலமும் வாசிப்பு ஆர்வம் எனக்குள் நீறுபூத்த நெருப்பாகக் கனன்று கொண்டிருந்திருக்கும்போல. இப்போது அது திடீரென்று பிரகாசிக்கத் தொடங்கியிருந்தது.

நான் ஒவ்வொரு புத்தகமாக நன்றாக இரசித்து மெதுவாகப் படித்தேன். நேரம் என் வசம் ஏராளமாக இருந்தது. நான் எவ்வளவுதான் படித்தாலும், புத்தகங்கள் தீர்ந்து போகின்ற ஆபத்து எனக்கு இல்லாமல் இருந்தது.

தாஃபு நாகை, ஜூனிசிரோ தானிசாகி, ஒசாமு தாசாய், ஹருவோ சடோ, ரியோனோசுகே அகுடகாவா, கோஜி யூனோ போன்ற நூலாசிரியர்களை நான் விழுந்து விழுந்து படித்தேன். இவர்களின் பெயர்களை நான் அறிந்திருந்தாலும், அவர்களுடைய புத்தகங்கள்

எதையும் நான் அதுவரை வாசித்திருக்கவில்லை. அது போக, நான் அதுவரை கேள்விப்பட்டிராத நூலாசிரியர்களுடைய, சுவாரசியமாக இருந்ததாக நான் கருதிய புத்தகங்களையும் நான் படித்தேன். நான் ஒன்றன்பின் ஒன்றாகப் புத்தகங்களைப் படித்துத் தள்ளிக் கொண்டிருந்தபோதிலும், மேன்மேலும் படிக்க நான் ஆசைப்பட்டேன்.

இதுபோன்ற அனுபவம் எனக்கு அதற்கு முன்பு ஒருபோதும் ஏற்பட்டிருக்கவில்லை. அதுவரை நான் என் வாழ்க்கையை வீணடித்துக் கொண்டிருந்த உணர்வு எனக்குள் எழுந்தது.

எந்நேரமும் தூங்கிக் கொண்டிருக்கின்ற பழக்கத்தை நிறுத்திக் கொள்ள நான் தீர்மானித்தேன். அது இனியும் எனக்குத் தேவைப்படவில்லை. காலையில் என் மாமா கடைக்கு வந்து என்னை விடுவித்ததும், ஒன்று, நான் நேராக என் அறைக்கோ அல்லது அருகிலிருந்த காபிக் கடைகளுக்கோ சென்று புத்தகங்களைப் படிக்கத் தொடங்கினேன்.

நான் ஒருபோதும் கற்பனை செய்திராத விதத்தில், இப்புத்தகங்கள் அவற்றின் பக்கங்களுக்குள் பெரும் வரலாறுகளை அடக்கி வைத்திருந்தன. அப்புத்தகங்களின் கதைக்களன்களில் இடம்பெற்றிருந்த வரலாறுகளைப் பற்றி மட்டும் நான் பேசிக் கொண்டிருக்கவில்லை. அந்தப் புத்தகப் பிரதிகள் கடந்து வந்திருந்த காலங்களைப் பற்றியும்தான் நான் இங்குப் பேசிக் கொண்டிருக்கிறேன்.

எடுத்துக்காட்டாக, மோட்டோஜிரோ காஜியின் ‘லேண்ட்ஸ்கேப்ஸ் ஆஃப் த ஹார்ட்’ என்ற நூலில் இடம்பெற்றுள்ள இந்தப் பத்தியைக் குறிப்பிடலாம்:

> *பார்த்தல் என்ற நடவடிக்கை ஒரு சிறிய விஷயமன்று. ஒன்றைப் பார்ப்பது என்பது அதனால் ஆட்கொள்ளப்படுவதாகும். சில நேரங்களில் அது உங்களுடைய ஒரு பாகத்தை எடுத்துச் சென்றுவிடும். சில நேரங்களில் உங்களுடைய முழு ஆத்மாவையும் அது கபளீகரம் செய்துவிடும்.*

நான் படித்துக் கொண்டிருந்த இப்புத்தகத்தில், இடம்பெற்றிருந்த இந்த வரிகளால் ஈர்க்கப்பட்டிருந்த யாரோ ஒருவர், ஒரு பேனாவால் அந்தப் பழைய புத்தகத்தில் அவற்றின்மீது அடிக்கோடிட்டிருந்தார். அதே வரிகள் என்னையும் கவர்ந்திருந்தன என்பதால், அது குறித்து நான் மிகவும் மகிழ்ச்சியடைந்தேன், அந்த அந்நியருடன் இப்போது நான் பிணைக்கப்பட்டிருந்தேன்.

மற்றொரு புத்தகத்தில், தான் படித்த இடத்திற்கு மீண்டும் வருவதற்காக, யாரோ ஒருவர் ஒரு பூவை அப்பக்கத்தில் வைத்திருந்ததை நான் கண்டேன். வாடி வதங்கிப் போயிருந்த அப்பூவின் வாசனையை உணர நான் முயற்சித்தேன். அப்பூவை அதில் வைத்திருந்த நபர் குறித்து நான் யோசித்தேன். அவர் யாராக இருக்கும்? அவர் எப்போது வாழ்ந்திருப்பார்? அவர் எப்படி உணர்ந்திருப்பார்?

பழைய புத்தகங்களில் மட்டும்தான் உங்களால் இப்படிப்பட்ட அனுபவங்களைப் பெற முடியும். அத்தொடர்புகளில் பல காலங்கடந்து நிற்பவை. இப்படித்தான், இது போன்ற புத்தகங்களைக் கையாள்கின்ற பழைய புத்தகக் கடைகளை, குறிப்பாக, எங்களுடைய மோரிசாகி புத்தகக் கடையை நான் நேசிக்கத் துவங்கினேன். எனக்கு எப்படிப்பட்டதோர் அரிய வாய்ப்பு வழங்கப்பட்டிருந்தது என்று நான் பிரமித்தேன். காலவோட்டத்தை உணர முடிகின்ற அந்த அழகான இடத்தின் ஓர் அங்கமாக இருப்பதற்கான தனித்துவமான வாய்ப்பு எனக்குக் கிட்டியிருந்தது.

அதன் விளைவாக எங்களுடைய கடையிலிருந்த புத்தகங்களின் நூலாசிரியர்கள் குறித்த என் அறிவு விசாலமாயிற்று. அதன் விளைவாக, வெகு விரைவிலேயே எங்களுடைய கடைக்கு வழமையாக வருகின்ற வாடிக்கையாளர்களுடன் எனக்கு நல்ல நெருக்கம் ஏற்பட்டது. என்னிடம் ஏற்பட்டிருந்த மாற்றத்தை உணர்ந்து கொண்ட சாபு, முன்பு என்னைப் பற்றி கொண்டிருந்த அபிப்பிராயத்தை மாற்றிக் கொண்டார். “ஹாய், டகாகோ, இப்போது இதில் நீ திளைக்கத் தொடங்கிவிட்டாய், அப்படித்தானே?” என்று அவர்

என்னிடம் கேட்டார்.

என்னிடம் இன்னொரு மாற்றமும் ஏற்பட்டிருந்தது. நான் அப்பகுதியில் காலார நடக்கத் தொடங்கியிருந்தேன். துல்லியமாக அந்த நேரத்தில் தட்பவெப்ப நிலை இதமான குளிருக்கு மாறி, நடப்பதற்கு ஏற்றப் பருவமாக ஆகியிருந்தது.

அப்பகுதியிலிருந்த மரங்களின் இலைகள் நாளுக்கு நாள் பொன்னிறமாக மாறத் தொடங்கியிருந்தன. அந்த வண்ண மாற்றங்கள், எனக்குள் ஏற்பட்டுக் கொண்டிருந்த மாற்றத்தோடு கச்சிதமாகப் பொருந்தியிருந்ததைக் கண்டு நான் பெரும் மகிழ்ச்சியடைந்தேன்.

நான் நடக்க நடக்க, ஜிம்போச்சோவுக்கு முதலில் வந்தபோது அப்பகுதி குறித்து நான் கொண்டிருந்த கண்ணோட்டம் முற்றிலுமாக மாறத் தொடங்கியது. இப்போது அப்பகுதி ஒரு சாகசத்திற்கு ஏற்றதொரு பின்புலமாக அமைந்திருந்ததைப்போல எனக்குத் தோன்றியது. அது எனக்கு மிகுந்த உற்சாகத்தைக் கொடுத்தது. அதன் பிரதான வீதிகளிலும் பின்தெருக்களிலும் இருந்த பல இடங்களை நின்று நிதானித்து அலசிப் பார்க்க நான் விரும்பினேன். பழைய புத்தகக் கடைகள், காபிக் கடைகள், அந்நிய மதுவிடுதிகள் போன்றவற்றால் நிறைந்திருந்த அப்பகுதி, ஒரு நகரின் மையப் பகுதிக்குள் இருந்ததைப் போன்ற ஓர் உணர்வைக் கொடுத்தது. இவ்வளவு இருந்தும், அப்பகுதி என்னால் சகித்துக் கொள்ள முடியாத அளவுக்குப் பரபரப்பும் குழப்பமும் நிறைந்த ஒன்றாக ஒருபோதும் இருக்கவில்லை. ஒட்டுமொத்தத்தில், அப்பகுதி முழுவதிலும் தனித்துவமானதோர் அமைதி தவழ்ந்து கொண்டிருந்தது.

அக்கட்டத்தில், ஒவ்வொரு புத்தகக் கடையும் முற்றிலும் வித்தியாசமானதொரு சுவையைக் கொண்டிருந்ததை நான் உணர்ந்தேன்.

அப்பகுதியில் இருந்த பழைய புத்தகக் கடைகள் ஒவ்வொன்றும் சில குறிப்பிட்ட வகையான புத்தகங்களை விற்றன. சில வெறும் புதினங்களை மட்டுமே விற்பனை செய்தன. வேறு சில, அந்நிய நாட்டு இலக்கியங்களை

மட்டுமே விற்றன. சில கடைகள் வரலாற்றுப் புதினங்களை விற்பனை செய்தன. திரைப்படப் பத்திரிகைகளை மட்டுமே விற்கின்ற கடைகள், சிறுவர் நூல்களை விற்கின்ற கடைகள், பாரம்பரிய முறையில் பைண்டிங் செய்யப்பட்டிருந்த இடோ காலத்திய புத்தகங்களை விற்கின்ற கடைகள்கூட அங்கு இருந்தன. அப்புத்தகக் கடைகளின் உரிமையாளர்களும் பல விதங்களில் இருந்தனர். அவர்களில் சிலர், என்னுடைய மாமாவைப்போல வயதான, பிடிவாதமான நபர்களாக இருந்தனர். சில உரிமையாளர்கள் மென்மையாகப் பழகுகின்ற இளம் நபர்களாக இருந்தனர். நான் ஒரு நாள் அப்பகுதியின் தகவல் மையத்திற்குச் சென்றிருந்தேன். அப்போதுதான் அப்பகுதியில் 170க்கும் மேற்பட்டப் புத்தகக் கடைகள் இருந்ததை நான் தெரிந்து கொண்டேன். என் மாமா சொன்னதைப்போல, அந்த இடம் உலகிலேயே தனித்துவமான புத்தகக் கடைகளைக் கொண்டிருந்த ஒரு பகுதியாக விளங்கியது என்பதை நானும் தெரிந்து கொண்டேன்.

நான் நடந்து நடந்து களைப்புறுகின்றபோது, ஒரு காபிக் கடைக்குள் நுழைந்து இளைப்பாறுவேன். அந்தக் குளிரான பருவ நிலைக்கு சூடான காபி அமிர்தமாக இருக்கும். ஒரு நீண்ட நடைக்குப் பிறகு ஒரு கோப்பை காபி அருந்தியவுடன் என் ஒட்டுமொத்த ஆன்மாவே ஆசுவாசமாகிவிடும்.

*

இலையுதிர்காலம் பீடுநடை போட்டுக் கொண்டிருந்தபோது, நான் என் நாள்களை இதே வழியில் செலவழித்துக் கொண்டிருந்தேன். என்னுடைய இந்தப் புதிய வழமை என் மனநிலையைப் பிரகாசப்படுத்த வெகுவாக உதவியது என்பதில் சந்தேகமில்லை. எனக்குள் இன்னும் இறுக்கம் இருந்து வந்தபோதிலும், நான் நடக்க நடக்க அது தொடர்ந்து தளர்ந்து வந்ததை என்னால் உணர முடிந்தது.

இதன் விளைவாக, அப்பகுதியிலிருந்த பலரோடு

எனக்குப் பரிச்சயம் ஏற்படத் தொடங்கியது. சேவர் காபிக் கடைக்கு நான் அடிக்கடி சென்றேன். அதன் காரணமாக எனக்கு அக்கடையின் உரிமையாளரோடும், அதன் ஊழியர்களோடும், குறிப்பாக டோமோவுடனும் நெருக்கம் அதிகரித்தது.

டோமோ ஒரு முதலாமாண்டு கல்லூரி மாணவி. அவள் ஜப்பானிய இலக்கியப் பட்டப்படிப்பு படித்துக் கொண்டிருந்தாள். அவள் தன்னுடைய ஓய்வு நேரத்தில் அந்தக் காபிக் கடையில் வேலை பார்த்துக் கொண்டிருந்தாள். சில நேரங்களில் ஒரு வாடிக்கையாளராக மோரிசாகி புத்தகக் கடைக்கு அவள் வந்தாள். என்னைவிட இரண்டு வயது இளையவளாக இருந்த அவள் அமைதியாகவும், தான் உண்டு தன் வேலையுண்டு என்றும் இருந்து வந்தாள். ஆனால், அவள் தன் படிப்பில் பேரார்வம் கொண்டிருந்தாள். இலக்கியப் பட்டப்படிப்பு மாணவி என்ற முறையில் அவள் நூலாசிரியர்கள்மீது அளப்பரிய நேசம் கொண்டிருந்தாள். நான் அவளிடம் மெச்சிய விஷயங்களில் அவளுடைய அறிவின் ஆழம் குறிப்பிடத்தக்கது.

அச்சமயத்தில் டோமோ வேலையிலிருந்து வீடு திரும்புகின்ற வழியில் தினந்தோறும் எங்களுடைய கடைக்கு வருவதை வாடிக்கையாக ஆக்கிக் கொண்டிருந்தாள். எங்கள் கடையில் அவள் புத்தகங்கள் வாங்காமல் இருந்த தினத்திலும் அவள் வந்தாள். அப்போது நாங்கள் இருவரும் கடையின் மாடியிலுள்ள என் அறைக்குச் சென்றுவிடுவோம். அங்கு நாங்கள் புத்தகங்களுக்கு நடுவில் அமர்ந்து தேநீர் அருந்தியவாறு அரட்டையடிப்போம்.

அவள் முதன்முறை என் அறைக்கு வந்தபோது, அவளுடைய முகம் மிகவும் பிரகாசமாயிற்று. “இந்த இடம் அருமையாக இருக்கிறது. இது ஒரு கனவுலகம்போலத் தோன்றுகிறது,” என்று அவள் கூறினாள்.

அங்கு வசித்து வந்தவள் என்ற முறையில் நான் என்னுடைய நேர்மையான அபிப்பிராயத்தை அவளிடம் பகிர்ந்து கொண்டேன். “அப்படியா சொல்கிறாய்? இது சிறியதாக இருப்பதாக நான் கருதுகிறேன்.

மேலும், இங்குப் பெரிய அடுப்பு எதுவும் கிடையாது." சௌகரியம் என்று வருகின்றபோது, அந்த இடத்தில் எதுவுமே இருக்கவில்லை.

விஷயம் எனக்குத்தான் பிடிபடவில்லை என்பதுபோல, டோமோ, "அவை அந்த அளவுக்கு முக்கியமானவை என்று நீ நினைக்கிறாயா?" என்று கேட்டாள். "இங்கு எதுவுமே தேவைக்கு மிச்சமாக இல்லை. கையை நீட்டினால், உன்னால் புத்தகங்களை எடுக்க முடியும். அது அற்புதமானது, இல்லையா?"

"ஆமாம். நான் அப்படித்தான் நினைக்கிறேன்."

அவள் தன் முகத்தை என்னருகே கொண்டு வந்தாள். அவளுடைய கண்கள் பளபளத்துக் கொண்டிருந்தன.

நான் மீண்டும் என் அறையின்மீது கண்களை ஓடவிட்டேன். அது விநோதமாக இருந்தது. எப்படியோ அவளுடைய உற்சாகம் அந்த அறையை ஒரு மந்தமான நிலையிலிருந்து அற்புதமான ஒன்றுக்கு மாற்றியது. அத்தெருவின் முனையிலிருந்த பூக்கடைக்காரரிடமிருந்து சில பூக்களை வாங்கி அந்த அறையை மேலும் அழகுபடுத்தலாம் என்று அவள் பரிந்துரைத்தாள். நாங்கள் ஒரு பூந்தொட்டியில் சில பூச்செடிகளை வாங்கி, ஒரு குட்டையான சிறிய மேசையின்மீது அதை வைத்தோம். அதற்கு பிறகு அந்த அறைக்கு ஒரு தனிக் களை வந்துவிட்டது. அதற்குப் பிறகு, அந்தந்தப் பருவத்தில் மலர்ந்த பூக்களை வாங்கி நான் அந்த இடத்தில் வைக்கத் தொங்கினேன்.

நாளடைவில் எங்கள் நெருக்கம் மேலும் அதிகரித்தது. ஒரு நாள் நாங்கள் அமர்ந்து தேநீர் அருந்திக் கொண்டே பேசிக் கொண்டிருந்தபோது, திடீரென்று அவளிடம் ஒரு விஷயம் குறித்துக் கேட்க வேண்டும் என்று எனக்குத் தோன்றியது.

"டோமோ, நீ எப்படி இந்தப் புத்தக உலகிற்குள் நுழைந்தாய்?"

டோமோ அவளுடைய வழமையான மென்மையான குரலில் பதிலளித்தாள். "இது ஒரு நல்ல கேள்வி. நான் நடுநிலைப் பள்ளியில் படித்துக் கொண்டிருந்தபோது, மிகுந்த கூச்ச சுபாவம் கொண்டவளாக இருந்தேன். என்

எண்ணங்களை மற்றவர்களுடன் பகிர்ந்து கொள்வதற்கு நான் அஞ்சினேன். என்னால் மற்றவர்களிடம் சகஜமாகப் பழக முடியாமல் இருந்தது எனக்குள் ஒரு விதமான அவமான உணர்வை உண்டு பண்ணியது. அப்போதுதான் நான் ஓசாமு டாசாயின் 'ஸ்கூல்கேர்ள்' என்ற புத்தகத்தைப் படித்தேன். அப்படித்தான் என் வாசிப்புப் பழக்கம் தொடங்கியது. இப்போது நான் வாசிப்புப் பழக்கத்திற்கு அடிமை."

"தீவிர வாசிப்பாளர்கள் ஒவ்வொருவரும் தங்களுடைய வாழ்க்கையின் ஏதோ ஒரு காலகட்டத்தில் அதைப் போன்றதொரு புத்தகத்தைக் கண்டிப்பாக எதிர்கொண்டிருப்பர் என்று நான் நினைக்கிறேன். அவர்கள் அந்த அனுபவத்தை ஒருக்காலும் மறக்க மாட்டார்கள்," என்று நான் வியந்து கூறினேன்.

"நாம் இருவரும் சேர்ந்து வருங்காலத்தில் சில அற்புதமான புத்தகங்களை எதிர்கொள்வோமாக," என்று டோமோ புன்னகைத்தபடி கூறினாள்.

"நானும் அப்படித்தான் நம்புகிறேன்," என்று நான் இதயபூர்வமாகக் கூறினேன்.

அதற்குப் பிறகு, டோமோவுடன் தொடர்புடைய மற்றொரு விஷயம் நிகழ்ந்தது.

ஒரு நாள் மாலை நான் தனியாகக் கடையில் இருந்தபோது, சேவர் காபிக் கடையில் வேலை பார்த்த டகானோ வந்தான். அவன் அந்தக் கடையின் சமையலறையில் வேலை பார்த்து வந்ததால், அவனிடம் பேசுவதற்கு எனக்கு அபூர்வமாகவே வாய்ப்புக் கிடைத்தது. அவன் கடைக்குள் நுழைந்ததுமே நான் அவனைக் கண்டு கொண்டேன்.

நான் அவனிடம் ஹலோ என்று கூறினேன்.

டகானோவும் குனிந்து எனக்கு வணக்கம் தெரிவித்தான். அவன் அக்கடைக்குள் அங்குமிங்கும் திரிந்தபோது, அவன் பதற்றத்துடன் இருந்ததுபோலக் காணப்பட்டான்.

என்னவொரு விநோதமான ஆள் இவன் என்று நான் நினைத்துக் கொண்டேன். "ஏதாவது ஒரு குறிப்பிட்டப் புத்தகத்தை நீ தேடுகிறாயா?" என்று நான் அவனிடம்

கேட்டேன்.

"இல்லை... நான் வந்து..." என்று அவன் தடுமாறினான்.

இவனுக்கு என்னவாயிற்று என்று நான் யோசித்தேன். அவனுடைய முகம் சிவந்து போயிருந்தது. தான் ஆசை கொண்டிருக்கும் பருவப் பெண் முன்பு நின்று கொண்டிருக்கும் ஒரு பதின்ம வயதுச் சிறுவனைப்போல அவன் நடந்து கொண்டான். அப்போதுதான் எனக்குப் பொறி தட்டியது. ஒருவேளை அவன் என்மீது ஈர்ப்புக் கொண்டிருந்தால்? நான் அவனுடைய கடையில் இருந்தபோது என்னை வெளியே அழைத்துச் செல்லுமாறு என் மாமா அவனிடம் கூறியபோது அதைக் கேட்டு அவன் வெலவெலத்துப் போனது என் நினைவுக்கு வந்தது. அதைப் பற்றி நினைத்தவுடன் திடீரென்று என்னையும் ஒரு விதமான பதற்றம் தொற்றிக் கொண்டது.

கடைக்குள் சிறிது நேரம் ஓர் அசௌகரியமான மௌனம் நிலவியது. கடைக்குள் இருந்த காற்று தடிமனாக ஆனதுபோலவும், மூச்சுவிடுவதே சிரமமாக ஆனதுபோலவும் எனக்குத் தோன்றியது.

ஒரு கட்டத்திற்கு மேல் என்னால் அதைச் சகித்துக் கொள்ள முடியவில்லை. நான் ஏதோ சொல்ல வாயெடுத்த அதே கணத்தில் அவன் ஒரு பலத்தக் குரலில், "ஹூம்!" என்று கூறினான்.

தன்னிச்சையாக என்னை நான் ஆயத்தப்படுத்திக் கொண்டேன். அவன் தன் காதலை என்னிடம் வெளிப்படுத்தவிருந்ததாக நான் அனுமானித்துக் கொண்டேன். அதனால் என் மனம் தறிகெட்டு ஓடத் தொடங்கியது. நாசூக்காக அவனை எப்படி மறுக்கலாம் என்று நான் யோசிக்கத் தொடங்கினேன்.

ஆனால், நான் முற்றிலும் எதிர்பார்க்காத ஒன்றை அவன் கூறினான்.

"இங்கு ஐஹாரா அடிக்கடி வருவாளா?" என்று அவன் என்னிடம் கேட்டபோது அவனுடைய முகம் குங்குமச் சிவப்பாக ஆயிற்று.

"நீ டோமோவைப் பற்றியா கேட்கிறாய்?"

“ஆமாம்.”

“அவள் தன்னுடைய உணவு நேர இடைவெளியின்போது இங்கு அடிக்கடி வருவாள்.”

“அப்போது நீங்கள் இருவரும் எதைப் பற்றிப் பேசுவீர்கள்?”

இக்கட்டத்தில் என்னுடைய பதற்றம் தணிந்திருந்தது.

“அது இருக்கட்டும், உனக்கு டோமோவின்மீது ஈர்ப்பு இருக்கிறதா?” என்று நான் கேட்டேன்.

“இல்லை. அப்படியெல்லாம் இல்லை. அது வெறும்...”

“அதனால் பரவாயில்லை. டோமோ உண்மையிலேயே அற்புதமானவள். நீங்கள் இருவரும் ஒரே இடத்தில் வேலை பார்ப்பதால், என்னைவிட உனக்குத்தான் அவளைப் பற்றி அதிகமாகத் தெரிந்திருக்கும்.”

“இல்லை. நான் எப்போதும் சமையலறையில் இருப்பேன். அவள் பரிமாறும் அறையில் இருப்பாள். நான் ஒரு சங்கோஜி. மற்றவர்களுடன் பேசுவதற்கு நான் மிகவும் தயங்குவேன்.”

“அப்படித்தான் நானும் நினைத்தேன். உண்மையிலேயே நீ கூச்ச சுபாவக்காரன், அப்படித்தானே?”

“அவளுக்கு ஆண் நண்பர்கள் இருக்கிறார்களா?”

அவனுடைய குரலில் ஒரு விதமான அவசரத்தனம் தொனித்தது.

“நான் அவளிடம் இது குறித்து ஒருபோதும் கேட்டதில்லை. ஆனால், டோமோ உண்மையிலேயே ஒரு நல்ல, விரும்பத்தக்கப் பெண். அவளுக்கு ஓர் ஆண் நண்பன் இருந்தால் நான் ஆச்சரியப்பட மாட்டேன்.”

“எனக்காக உன்னால் அவளிடம் யதார்த்தமாகக் கேட்பதுபோல இது குறித்துக் கேட்க முடியுமா?”

“இதை நான் ஏன் அவளிடம் கேட்க வேண்டும்? நீயே நேரடியாக அவளிடம் கேட்கலாமே?”

“டகாகோ, நீங்கள் இருவரும் நெருங்கிய தோழிகள்தானே? அதனால், உன்னால் இதைப் பற்றி அவளிடம் இயல்பாகக் கேட்க முடியும். அத்துடன், நான் இதுவரை எந்தவொரு பெண்ணிடமும் இப்படிக்

கேட்டதில்லை."

"இப்போது நீ என்னிடம் இயல்பாகத்தானே பேசிக் கொண்டிருக்கிறாய்?" என்று நான் அவனிடம் கேட்டேன். ஆனாலும் அவனுடைய பதில் என்னை அதிர்ச்சிக்கு உள்ளாக்கியது. அப்படியானால், நான் பெண் கணக்கில் சேர்த்தியில்லையா? ஆனால், அவன் அதைக் கண்டுகொண்டதுபோல எனக்குப் படவில்லை.

"இதை நீ எனக்காக சும்மா செய்ய வேண்டாம். இதில் நீ எனக்கு உதவி செய்ய ஒப்புக் கொண்டால், நீ காபிக் கடைக்கு எப்போது வந்தாலும், முதல் காபிக்குப் பிறகு குடிக்கும் அனைத்துக் காபிகளுக்கும் நானே பணம் செலுத்திவிடுகிறேன்."

அதைக் கேட்டவுடன் நான் அவனுடைய அனைத்துத் தவறுகளையும் மன்னித்துவிட்டேன். என் முகம் பிரகாசமாயிற்று. "உண்மையாகத்தான் சொல்கிறாயா?" என்று நான் அவனிடம் கேட்டேன். "அப்படியெனில், நான் தினமும் உன் கடைக்கு வருகிறேன்."

"தினந்தோறுமா? அது கொஞ்சம் அதிகபட்சம்..."

"நீ ஏன் இப்படிக் கஞ்சத்தனமாக இருக்கிறாய்? இதன் மூலம் நீ ஏங்கிக் கொண்டிருக்கும் ஒரு பெண்ணை நெருங்க முடியும். அதற்கு வெறும் சில கோப்பை காபியைத்தானே விலையாகக் கொடுக்கப் போகிறாய்?"

"உம்... சரி," என்று டகானோ தயக்கத்துடன் ஒப்புக் கொண்டான். "ஆனால் இது பற்றி நீ அவளிடம் மூச்சுக்கூட விடப் போவதில்லை என்று தயவு செய்து எனக்கு வாக்குக் கொடு."

"சரி," என்று நான் என் நெஞ்சில் கை வைத்தவாறு அவனிடம் கூறினேன்.

இப்படித்தான் டகானோவும் நானும் ஓர் இரகசிய உடன்படிக்கை செய்து கொண்டோம். அவன் கிட்டத்தட்ட ஆறு மாத காலம் அவளை இரகசியமாகக் காதலித்து வந்திருந்ததை நான் தெரிந்து கொண்டேன். ஆனால், அந்த ஆறு மாத காலமும் அவன் ஹலோ என்பதைத் தாண்டி அவளிடம் வேறு எதையும் கூறியிருக்கவில்லை. அவன் தூரத்தில் இருந்தவாறே அவளைக் குறித்து ஏங்கிக் கொண்டிருந்திருக்கிறான்.

ஒரு விதத்தில் பார்த்தால் அது விசித்திரமாகத் தோன்றலாம். மற்றொரு விதத்தில் பார்த்தால், அதை வெகுளித்தனமான ஒன்றாகக் கருதிக் கொள்ளலாம்.

இப்போது நான் இந்தப் பாத்திரத்தை வகிக்க ஒப்புக் கொண்டுள்ளதால், அவர்கள் இருவருக்கும் இடையே காதல் உறவு மலர வேண்டும் என்று நான் ஆசைப்பட்டேன். இதில் நான் தலையிடுவது ஒருவேளை டோமோவுக்குப் பிடிக்காமல் இருக்கலாம். கூச்ச சுபாவம் கொண்ட, தடுமாற்றமுள்ள ஒருவனாக இருந்தாலும் டகானோ மரியாதைக்குரிய ஒரு நல்ல இளைஞன். அவர்களுக்கு ஒரு வாய்ப்புக் கொடுத்தால் அது நன்றாகவே முடியும் என்று நான் கருதினேன்.

இலவசக் காபிக்காக அல்லாமல், இரண்டு இளம் நெஞ்சங்களைச் சேர்த்து வைப்பதற்காக நான் கடினமாக உழைக்கத் தொடங்கினேன். முதல் காரியமாக, திருட்டுத்தனமாக நான் சில தகவல்களைச் சேகரித்தேன். டோமோவுக்கு அப்போது எந்தவோர் ஆண் நண்பனும் இருக்கவில்லை. அத்துடன், அவளுடைய மனத்தில் வேறு எந்த ஆண்மகனும் அப்போது இடம் பிடித்திருக்கவில்லை. அவளுக்குப் பிடித்தமான நிறம் கருநீலம். அவளுக்குப் பிடித்தமான விலங்கு ‘டார்மவுஸ்’ என்ற ஒரு வகை எலி. அவளுக்குப் பிடித்தமான பகுதி ஜிம்போச்சோ. இவை எல்லாம் நான் அவளைப் பற்றி அறிந்து வைத்திருந்தவற்றோடு கச்சிதமாகப் பொருந்தியது. ஆனால், டோமோவின் முதுகுக்குப் பின்னால் நான் இக்காரியத்தில் இறங்கியிருந்தது எனக்குச் சிறிது சஞ்சலம் ஏற்படுத்தியது.

நான் சேகரித்திருந்த இப்புதிய தகவல்களுடன் சேவர் காபிக் கடைக்குச் சென்று ஒரு காபி குடித்துவிட்டு அத்தகவல்களை நான் டகானோவிடம் சேர்ப்பித்தேன். அவன் என் அருகே வந்தபோது, நான் அவனிடம், “டோமோவுக்குப் பிடித்த விலங்கு டார்மவுஸ்,” என்று கிசுகிசுத்தேன்.

“அது... பிரமாதம்,” என்று அவனும் பதிலுக்குக் கிசுகிசுப்பான குரலில் கூறினான். துரதிர்ஷ்டவசமாக, எங்களுடைய இந்தக் கிசுகிசுப்பான பரிமாற்றங்களை

ஓரக்கண்ணால் பார்த்துக் கொண்டிருந்த அக்கடையின் உரிமையாளர், நானும் டாகானோவும் ஒன்றாகச் சுற்றுவதாக ஒரு கதையைத் திரித்து அதை அங்கு வந்த வாடிக்கையாளர்களிடம் பரப்பத் தொடங்கினார்.

அந்த இளம் ஜோடியைச் சேர்த்து வைக்க நான் மேற்கொண்டிருந்த அனைத்துக் கடின முயற்சிகளும் விழலுக்கு இரைத்த நீராகிவிட்டன. டோமோவுடன் பேசுவதற்கு டகானோ எந்த விதத்திலும் முயற்சி செய்யாமல் இருந்தான். அதனால், இந்த விஷயத்தில் எந்த விதமான முன்னேற்றமும் ஏற்படவில்லை. டோமோவுக்கு ஆண் நண்பர்கள் எவரும் இல்லை என்ற செய்தியை நான் அவனிடம் தெரிவித்தபோது, அதைக் கேட்டு அவன் ஒரு வெற்றிக் கூச்சல் போட்டான். இந்த வேகத்தில் காய்கள் நகர்த்தப்பட்டால் அவளுடன் அவன் ஒரு சிறு உரையாடலைத் துவக்குவதற்குப் பத்தாண்டுகள் பிடிக்கும் என்று எனக்குத் தோன்றியது. அதனால் எந்தப் பிரயோஜனமும் கிடையாது.

நான் பொறுமையிழந்து கொண்டிருந்தேன். இந்த இருவரையும் பேச வைப்பதற்கு ஏதாவது ஒரு வழியைக் கண்டுபிடித்தாக வேண்டும். நானும் ஏதேதோ யோசித்துப் பார்த்துவிட்டேன்.

ஆனால், நல்ல செய்தி, எதிர்பாராத ஓரிடத்திலிருந்து வந்தது.

ஒரு நாள் மதியம் நானும் டோமோவும் தேநீர் அருந்திக் கொண்டு பேசிக் கொண்டிருந்தபோது, அவள் பழைய புத்தகங்களின் திருவிழா ஒன்றைப் பற்றி என்னிடம் தெரிவித்தாள்.

"என்ன, பழைய புத்தகத் திருவிழாவா? அது என்ன?" என்று நான் வியப்புடன் கேட்டேன்.

"என்ன டகாகோ, உனக்குத் தெரியாதா? ஒவ்வோர் ஆண்டும் இலையுதிர்காலத்தின்போது, இப்பகுதியிலுள்ள அனைத்துப் பழைய புத்தகக் கடைக்காரர்களும் ஒன்றாகச் சேர்ந்து திறந்தவெளியில் தற்காலிக அரங்குகளை நிறுவி பழைய புத்தகங்களின் விற்பனையை ஒரு திருவிழாபோல நடத்துவார்கள். அதற்கு மக்கள் பெருந்திரளாக வருவார்கள். இந்த

இடம் முழுவதும் மக்கள் கூட்டத்தால் நிரம்பி வழியும், துடிப்புடன் இருக்கும். அது நம்புதற்கரிய ஒரு காட்சியாக இருக்கும்.”

“வாவ்! அது ஒரு குதூகலமான அனுபவமாக இருக்கும்போலத் தோன்றுகிறது.”

“உன் மாமாவும் அதில் கலந்து கொள்வார்.”

“அப்படியா?”

“ஆமாம். இங்குள்ள அனைத்துக் கடை உரிமையாளர்களும் அதில் பங்கு பெறுவர்.”

இந்தப் பெரிய நிகழ்ச்சி குறித்து என் மாமா என்னிடம் அதுவரை ஒன்றுமே சொல்லாமல் இருந்தது எனக்குச் சற்று அசௌகரியத்தை ஏற்படுத்தியது. இதற்காக நான் அவரைப் பின்னர் பழிவாங்க வேண்டுமென்று என் மனத்திற்குள் கருவிக் கொண்டேன்.

“இந்த ஆண்டு நான் அதற்குச் செல்லப் போகிறேன். நாம் இருவரும் அங்குச் சேர்ந்து சுற்றலாமா?”

அக்கணத்தில் என் மனத்தில் திடீரென்று ஒரு யோசனை பளிச்சிட்டது. “சரி, நாம் சேர்ந்து போகலாம்,” என்று கூறி நான் அவளுடைய வேண்டுகோளை ஏற்றுக் கொண்டேன். இதைச் சாதகமாகப் பயன்படுத்திக் கொள்ள ஏதாவது ஒரு வழி கிடைக்கலாம். இதைப் பற்றி நான் டகானோவிடம் கூற வேண்டும்.

5

கான்டா பழைய புத்தகத் திருவிழா, அக்டோபர் மாதத்தில் சுமார் ஒரு-வார காலம் நடக்கும். அந்த வாரம் முழுவதும் அத்தெருவைப் புத்தக அலமாரிகளும் தள்ளுவண்டிகளும் ஆக்கிரமித்திருக்கும். அப்பகுதி ஒரு திறந்தவெளிச் சந்தைபோலக் காட்சியளிக்கும்.

அத்திருவிழா பெரும் வெற்றியைக் கண்டது எனக்கு வியப்பு ஏற்படுத்தியது. இளம் தலைமுறையினர், முதியவர்கள் என்று வயது வித்தியாசமின்றி அங்கு மக்கள் குவிந்தனர். அது ஆண்டுக்கு ஒரு முறை நடக்கும் திருவிழா என்பதால் மக்கள் அங்குக் கூட்டம் கூட்டமாக வந்திருக்கலாம். ஆனாலும் அது எதிர்பார்ப்பை மீறி இருந்தது. யாசுகுனி மற்றும் சாகுரா தெருக்களில் உற்சாகம் கரை புரண்டு ஓடியது. பழைய காலப் பழுப்பு நிறப் புகைப்படம்போலக் காட்சியளிக்கும் அந்த இடம் இப்போது மக்கள் நடமாட்டத்தால் களைகட்டி இருந்தது. அது பார்ப்பதற்குக் கண்கொள்ளாக் காட்சியாக இருந்தது.

எங்களுடைய மோரிசாகி புத்தகக் கடையும் அதில் கலந்து கொண்டதைத் தனியாகக் குறிப்பிடத் தேவையில்லை. அதற்காக நாங்கள் ஒரு சில நாள்களைச் செலவழித்து நிறைய புத்தகங்களைத் தேர்ந்தெடுத்திருந்தோம். பின் அவற்றை ஒரு

தள்ளுவண்டியில் அடுக்கி அத்திருவிழாவுக்குக் கொண்டு சென்றோம். கடைக்கு வழமையாக வருகின்ற வாடிக்கையாளர்களைப்போல இரண்டு மடங்கு வாடிக்கையாளர்கள் எங்களுடைய கடைக்கு வருகை தந்ததைக் கண்டு நாங்கள் மனமகிழ்ந்தோம். தான் சில புத்தகங்களைத் தவறவிட்டுவிடக்கூடும் என்று அஞ்சிய ஒருவன் தன்னுடன் ஒரு பெரிய அட்டைப் பெட்டியையே எடுத்து வந்திருந்தான்.

திருவிழாக்களைப் பெரிதும் நேசிக்கின்ற என் மாமா அதில் துடிப்புடன் கலந்து கொண்டதில் வியப்பில்லை. அவர் ஒரு சிறுவனாக இருந்ததிலிருந்தே அவர் ஒவ்வோர் ஆண்டும் அத்திருவிழாவுக்கு வந்து கொண்டிருந்தார். அதனால், அக்காலகட்டம் வந்தவுடன் அவரிடம் ஒரு புதிய உற்சாகம் கரைபுரண்டு ஓடத் தொடங்கிவிடும்.

“இதற்குப் பிறகு குளிர் அதிகரிக்கத் தொடங்கிவிடும் என்பதால், கடைக்கு வருகை தருகின்ற வாடிக்கையாளர்களின் எண்ணிக்கை வெகுவாகக் குறைந்துவிடும்,” என்று அவர் என்னிடம் கூறினார். “அதை ஈடுகட்டும் விதமாக நாம் இத்திருவிழாவில் அதிக எண்ணிக்கையில் புத்தகங்களை விற்பனை செய்ய வேண்டும்.” ஒரு வியாபாரிபோல என் மாமா பேசுவது அபூர்வம். ஆனாலும், அத்திருவிழாவின்போது என் மாமா திடீர்த்திடீரென்று காணாமல் போய்விடுவார். தேடினால் அவர் வேறு ஏதாவது ஒரு பழைய புத்தகக் கடையில் நின்றவாறு புத்தகங்களைப் புரட்டிக் கொண்டிருப்பார். அவரை மீண்டும் எங்களுடைய கடைக்கு நான் அழைத்து வருவேன்.

மூன்றாம் நாளன்று, நான் என்னுடைய வேலையைச் சீக்கிரமாகவே முடித்துவிட்டு, என் மாமாவின் அனுமதியுடன் டோமோவுடன் அத்திருவிழாவைச் சுற்றிவரக் கிளம்பினேன். ஆனால், நாங்கள் திட்டமிட்டிருந்தபடி, அங்கு ‘எதிர்பாராமல்’ வருவதுபோல டகானோ தோன்றினான்.

எங்களைப் பார்த்தவுடன், “ஓ, என்னவோர் ஆச்சரியம்,” என்று அவன் கூறினான்.

“ஆமாம், உண்மையில் இது ஆச்சரியம்தான்,” என்று

நானும் ஆமோதித்தேன். நாங்கள் இருவரும் மோசமான நடிகர்கள். அந்த நாடகத்தை அலங்கோலமாக நடத்திக் கொண்டிருந்தோம். ஆனால், டோமோ ஒரு வெகுளியாக இருந்ததால் இதைக் கண்டுகொள்ளவில்லை.

அப்போது நான், "இப்போது நாம் மூவரும் சேர்ந்து இத்திருவிழாவைச் சுற்றிப் பார்க்கலாம்," என்று கூறினேன்.

டோமோவின் முன்னால் டகானோ முதலில் சற்று இறுக்கமாக இருந்தான். நான் அவனுடைய காதில் இரகசியமாகக் கிசுகிசுத்தேன்: "நீ என்ன செய்து கொண்டிருக்கிறாய்? பார்ப்பதற்கு நீ ஒரு 'ரோபோகாப்'போல இருக்கிறாய்."

"எப்படி நடப்பது என்பதைக்கூட நான் மறந்துவிட்டேன்," என்று அவன் பதிலளித்தான். அவனுடைய குரல்கூட இயந்திரத்தனமாக ஒலித்தது. அவன் கூறியதை ஒட்டுக்கேட்ட டோமோ வாய்விட்டுச் சிரித்தாள்.

நாங்கள் நடந்தபோது, அங்குக் கரைபுரண்டு ஓடிக் கொண்டிருந்த உற்சாகம் எங்களுடைய ஆத்மாவுக்குள் புகுந்து கொண்டதுபோலத் தோன்றியது. தங்களுடைய முகங்களில் பல விதமான உணர்ச்சிகளைத் தவழவிட்டவாறு அவர்கள் இருவரும் அங்கு நடந்து சென்றபோது, அவர்கள் ஒரு நல்ல ஜோடிபோலக் காட்சியளித்தனர். டகானோவைப் பொறுத்தவரை இதற்கு வேறு ஒரு காரணமும் இருந்தது. டோமோ அவனிடம் பேசியபோது, அவன் ஏதோ ஒரு மலர்ப்படுகையின்மீது நடந்து செல்வதுபோலப் பரவசமடைந்தான். அவனுடைய முகத்தில் வெளிப்பட்ட பாவனையைக் கண்டு எனக்குள் பொங்கியெழுந்த சிரிப்பை அடக்க நான் படாத பாடு பட்டேன்.

அங்கு நாங்கள் நடந்து சென்று கொண்டிருந்தபோது, வழியில் சாபுவைச் சந்தித்தோம். அவர் தன் மனைவியுடன் வந்திருந்தார். கை கொள்ளாத அளவுக்கு அவர் ஏகப்பட்டப் புத்தகங்களை வாங்கியிருந்தார். மிக அழகான கிமோனோ ஆடையில் வந்திருந்த அவருடைய மனைவி மிகவும் நேர்த்தியாகக் காட்சியளித்தார்.

அவர்கள் இருவரையும் அருகருகே பார்த்தபோது, நல்லது மற்றும் மோசமானது ஆகிய இரண்டையும் ஒன்றாகச் சேர்ந்து பல ஆண்டுகள் கழித்திருந்த ஒரு தம்பதியருக்கு இடையே மட்டும் நிலவும் அர்த்தமுள்ள பிணைப்பை நான் அவர்களிடம் பார்த்தேன். அந்த உணர்வு என்னைத் திக்குமுக்காட வைத்தது.

"நீங்கள் மீண்டும் புத்தகங்களை வாங்கிக் குவித்துள்ளீர்கள்போலத் தெரிகிறதே," என்று நான் சாபுவிடம் கூறினேன்.

"ஆமாம், அவர் வாங்கிக் குவித்துள்ளார்," என்று கூறிய அவருடைய மனைவி அவரை இலேசாக இடித்தார். "அவர் மேலும் மேலும் புத்தகங்களை வாங்கித் தள்ளிக் கொண்டிருக்கிறார். இப்போது எங்கள் வீட்டில் புத்தகங்களை வைப்பதற்கு இடமே இல்லை. நீ ஏன் ஒரு நாள் என் வீட்டிற்கு வந்து அத்தனை புத்தகங்களையும் வாங்கிச் செல்லக்கூடாது?"

இதனால் பதற்றமடைந்த சாபு, தன் மனைவியிடம், "ஐயோ! அப்படிச் செய்துவிடாதே," என்று இருகரம் குவித்து மன்றாடினார். "சில நாள்களுக்கு முன்புதானே நான் நிறைய புத்தகங்களை ஒழித்தேன்!"

அவர்கள் எங்களிடமிருந்து விடைபெற்றுச் சென்று வெகுநேரம்வரை எங்களால் எங்களுடைய சிரிப்பை நிறுத்த முடியவில்லை.

யாசுகுனி தெருவில் இருட்டிய பிறகும் மக்கள் கூட்டம் கலையவில்லை. நாங்கள் மகிழ்ச்சியாக அங்குச் சுற்றிக் கொண்டிருந்தோம். நாங்கள் எங்கள் கண்களில் பட்டப் புத்தகங்களை வாங்கித் தள்ளிக் கொண்டிருந்தோம். டோமோ, "அங்கு ஒரு சுவாரசியமான கடை இருக்கிறது," என்று கூறி எங்களை கின்டோடோ புத்தகக் கடைக்கு அழைத்துச் சென்றாள். இருபதாம் நூற்றாண்டின் தொடக்கக் காலகட்டத்தைச் சேர்ந்த தாய்ஷோ காலகட்டத்திய பாடப்புத்தகங்களை விற்கின்ற கடை அது. ஏதோ ஒரு வேகத்தில் இரண்டாயிரம் யென்கள் கொடுத்து நான் ஜப்பானியப் பாடப்புத்தகம் ஒன்றை வாங்கினேன். அந்தப் புத்தகத்தின் நடை பழைமையானதாக இருந்தாலும் அதில் ஒரு புதுமை

இருந்தது.

இரவில் அனைத்துக் கடைகளும் மூடத் தொடங்கியபோது, நாங்கள் சான்செய்டோவுக்குள் இருந்த மேற்கத்தியப் பாணி உணவகம் ஒன்றுக்குச் சென்று எங்களுடைய இரவு உணவை உண்டோம். அக்கட்டத்தில் டகானோ பெருமளவு ஆசுவாசம் அடைந்திருந்தான். ஒவ்வொரு முறை டோமோவின் முன்னால் நின்றபோதும், மலர்ப்படுகையின்மீது நிற்கின்ற உணர்வு இனியும் அவனிடம் இருக்கவில்லை. மேலை நாட்டு இலக்கியங்கள் குறித்து அவன் நிறையவே அறிந்து வைத்திருந்தான். நாங்கள் சாப்பிட்டுக் கொண்டிருந்தபோது அவன் மிகவும் சரளமாக, ஃபாக்னர், கபோடே, அப்டைக் போன்றவர்கள் குறித்துப் பேசினான். சற்று நேரத்திற்கு முன்பு கோணிக் கொண்டும் நெளிந்து கொண்டும் இருந்த அதே நபர்தான் அவன் என்று நம்புவது கடினமாக இருந்தது. அவனுடைய இச்செயல் என்னையும் டோமோவையும் வெகுவாகக் கவர்ந்தது.

இறுதியில் அது வெகுவாகத் திருப்தியளித்த ஒரு மாலைப்பொழுதாக அமைந்தது. பின்னர் டகானோ எனக்கு நன்றி கூறிவிட்டு, தான் எனக்கு நன்றிக்கடன் பட்டிருந்ததாகத் தெரிவித்தான். அவன் எனக்கு நன்றி தெரிவிக்க எந்த முகாந்திரமும் இல்லை என்று நான் கருதினேன். ஏனெனில், அந்த மாலைப்பொழுதை எங்கள் மூவரில் அதிகமாக இரசித்து அனுபவித்திருந்தது நான்தான்.

6

அத்திருவிழாவின் கடைசி நாள் இரவில், நாங்கள் கடையை மூடிய பிறகு, நான் என் அறையில் பிரமிப்புடன் தனியாக அமர்ந்திருந்தேன். அறையின் சன்னலுக்கு வெளியே அமைதியாக இருந்த தெரு, கடந்த வாரம் அங்கு அலைமோதிய மக்கள் கூட்டம் ஒரு கனவோ என்று எண்ண வைத்தது. பாயில் படுத்திருந்த என்னுடைய தலைக்கு அருகே இருந்த அலாரக் கடிகாரத்தின் டிக் டிக் ஓசைகூடச் சத்தமாக ஒலித்ததுபோலத் தோன்றியது. நான் மேற்கூரையை வெறித்துப் பார்த்தபோது, நான் முதன்முதலாக அங்கு வந்து சேர்ந்தபோது நான் உணர்ந்த அதே தனிமையுணர்வை மீண்டும் உணர்ந்தேன்.

திடீரென்று என்னுடைய அறைக் கதவு தட்டப்பட்டது. என் உடல் நடுங்கியது. நான் அக்கதவை நோக்கித் திரும்பியபோது, அந்தத் தள்ளுக்கதவின் ஓரத்திலிருந்த இடைவெளி வழியாக ஒரு கண் என்னை உற்றுப் பார்த்துக் கொண்டிருந்ததை நான் கண்டேன்.

“ஐயோ!” என்று திகில் படங்களில் வருகின்ற கதாநாயகியைப்போல நான் சத்தமாக அலறினேன்.

“ஓ! நான் உனக்கு அதிர்ச்சி அளித்துவிட்டேனா?” என்று ஒரு விநோதமான குரல் உச்ச ஸ்தாயியில் ஒலித்தது. பின் பரட்டைத் தலையுடன் இருந்த ஒரு முகம் அங்குத் தோன்றியது.

அதைக் கண்டதும் நான் நிம்மதிப் பெருமூச்சு விட்டேன்.

“மாமா, தயவு செய்து என்னை இப்படி அதிர்ச்சிக்கு உள்ளாக்காதீர்கள்.”

“மன்னித்துக் கொள், மன்னித்துக் கொள்,” என்று கூறிய அவர் தன் இரு கைகளாலும் தூக்கிப் பிடித்திருந்த ஒரு பிளாஸ்டிக் பையைக் கீழே வைத்தார். “நான் ஒரு நிமிடம் உள்ளே வரலாமா?” என்று கேட்டுவிட்டு அவர் என் அறைக்குள் நுழைந்தார். அந்தப் பையிலிருந்து சில மதுப்புட்டிகளையும் பழச்சாறு பாட்டில்களையும் வெளியே எடுத்து அங்கிருந்த சிறிய சாப்பாட்டு மேசைமீது அவர் வைத்தார். அவர் தன்னுடன் உருளைக்கிழங்கு சிப்ஸ் பாக்கெட்டுகளையும் ஸ்குவிட் துண்டங்களையும்கூடக் கொண்டு வந்திருந்தார்.

“திருவிழாவின் நிறைவு நாள் கொண்டாட்ட விழாவுக்கு நீங்கள் செல்லவில்லையா?” என்று நான் கேட்டேன்.

“நான் அங்குச் சென்று தலைகாட்டிவிட்டு உடனே திரும்பிவிட்டேன். அது மட்டுமல்லாமல், நான் உன்னுடன் மட்டும் சேர்ந்து கொண்டாடவே விரும்பினேன்,” என்று என் மாமா ஒரு சிறுவனின் குறும்புப் புன்னகையுடன் கூறினார்.

“இப்போது நீங்கள் கூறியவுடன்தான் எனக்கு நினைவுக்கு வருகிறது, நாம் இருவரும் சேர்ந்து ஒருபோதும் குடித்ததில்லை என்பது.”

“அப்படியானால், அதைஇப்போதுசெய்துவிடலாம்.” என் மாமா தன் பையில் இருந்த அனைத்தையும் எடுத்து மேசைமீது பரப்பினார். நாங்கள் எங்களுடைய சிறு கொண்டாட்டத்தைத் தொடங்கினோம். திறந்திருந்த சன்னல் வழியாக வெட்டுக்கிளிகளின் கீச்சொலியைக் கேட்டவாறு, அரிசியிலிருந்து தயாரிக்கப்படுகின்ற ‘சேக்’ பீரை நாங்கள் மெதுவாகப் பருகத் தொடங்கினோம். அமைதியான இரவு எங்களைப் போர்த்திக் கொண்டது. நேரம் அப்படியே நின்றுவிட்டதோ என்று நான் எண்ணுமளவுக்கு அது மெதுவாக ஊர்ந்து கொண்டிருந்தது.

என் மாமா ஒரு புத்தக அலமாரியின்மீது சாய்ந்தவாறு தன் கால்களை நீட்டிச் சௌகரியமாக அமர்ந்து கொண்டார்.

"டகாகோ, நீ இங்குள்ள வாழ்க்கைக்கு உன்னை முழுமையாகப் பழக்கப்படுத்திக் கொண்டதுபோலத் தெரிகிறது," என்று அவர் கூறினார்.

"நானும் அப்படித்தான் நினைக்கிறேன். இது சரிப்பட்டு வராதோ என்று நான் முதலில் சந்தேகப்பட்டேன். ஆனால் எப்படியோ இது சரியாக அமைந்துவிட்டது. என்னுடைய வாழ்க்கையின் இந்த விடுமுறையை நான் இப்போது முழுமையாக இரசித்து அனுபவித்துக் கொண்டிருக்கிறேன்," என்று நான் சிரித்தவாறே கூறினேன்.

"இதைக் கேட்பதற்கு எனக்கு மகிழ்ச்சியாக இருக்கிறது."

"அதே நேரத்தில் நான் சற்று விரக்தியும் அடைந்திருக்கிறேன்."

"எது குறித்து விரக்தி?"

"நான் இந்த இடத்தை மிகவும் விரும்புவேன் என்பதை நீங்கள் தொடக்கத்திலிருந்தே அறிந்திருந்தீர்கள், இல்லையா?"

"அது குறித்து நீ மோசமாக உணரத் தேவையில்லை. இது உனக்குப் பிடித்திருக்கிறது என்பது என்னை மகிழ்ச்சிக்கு உள்ளாக்குகிறது. நீ விரும்பினால், இங்கு நீ நிரந்தரமாகத் தங்கிக் கொள்ளலாம்."

என் மாமாவின் இந்தக் கனிவான வார்த்தைகள் என் இதயத்தைச் சுண்டி இழுத்தன.

"மாமா, நீங்கள் ஏன் எனக்காக இவ்வளவு மெனக்கெடுகிறீர்கள்? நான் உங்கள் மருமகள் என்பது உண்மைதான். ஆனால், நாம் பல ஆண்டுகளாக ஒருவரையொருவர் பார்த்துக் கொள்ளக்கூட இல்லை."

"ஏனெனில், டகாகோ, நான் உன்னை நேசிக்கிறேன்." இதை அவர் எந்தவிதமான அசௌகரிய உணர்வும் இன்றிக் கூறினார். அவர் சற்றுக் கவனச்சிதறலுடன் இருந்ததுபோலத் தோன்றியது. "உன்னைப் பொறுத்தவரை, நான், நீ அதிகமாக அறிந்திராத

ஓர் உறவினனாக இருக்கலாம். ஆனால், என்னைப் பொறுத்தவரை நீ வித்தியாசமானவள். எனக்கு நீ ஒரு தேவதை."

நான் என் வாயிலிருந்த பீரைக் கிட்டத்தட்டத் துப்பிவிட்டேன்.

என்னிடம் அதுவரை எந்தவோர் ஆணோ அல்லது பெண்ணோ அப்படிக் கூறியிருந்ததில்லை.

"ஆமாம், தேவதைதான். நீ என்னைக் காப்பாற்றிய தேவதை."

"நான் உங்களைக் காப்பாற்றினேனா?" எனக்குப் புரியவில்லை.

"ஆமாம். நீ என்னைக் காப்பாற்றினாய். அப்படித்தான் என் சிந்தனை ஓடுகிறது. ஆனால், அது உனக்கு சுவாரசியமான ஒன்றாக இருக்காது என்பதால், நாம் அதைப் பற்றிப் பேச வேண்டாம்."

"இல்லை. அதை நான் கேட்க விரும்புகிறேன்," என்று நான் உண்மையுடன் கூறினேன்.

என் மாமா ஒரு கணம் என்னை உற்றுப் பார்த்தார். அவர் கூறுவதைக் கேட்டு நான் நகைக்க மாட்டேன் என்ற வாக்குறுதியை வழங்குமாறு அவர் என்னிடம் கேட்டார்.

அதற்கு ஒப்புக் கொள்ளும் விதமாக நான் தலையாட்டினேன். வெகுகாலத்திற்கு முந்தைய விஷயங்களை நினைவுபடுத்திக் கொள்வதுபோல அவர் மெதுவாகப் பேசத் தொடங்கினார்.

"என்னுடைய பதின்ம வயதின் இறுதியில் அது தொடங்கியது. அப்போது நான் பெரும் மனச்சோர்வுடன் இருந்தேன். வாழ்க்கைமீது நான் நம்பிக்கை இழந்திருந்தேன். வீட்டிலும் சரி, பள்ளியிலும் சரி, என்னால் என்னைப் பொருத்திக் கொள்ள முடியவில்லை. நான் எனக்குள் சுருண்டு கொண்டு, வெளியுலகுக்கான கதவுகளை இழுத்து மூடினேன். நான் என்னைக் குறித்து அதீத சுய உணர்வு கொண்டிருந்தேன். அளவுக்கு அதிகமான இலட்சியங்களை வைத்திருந்தேன். அதன் காரணமாக, ஓர் ஒற்றை இலட்சியத்தை இறுகப் பற்றிக் கொள்ள முடியாமல் நான் தவித்தேன். இறுதியில்,

எதுவுமே இல்லாத ஒரு வெற்று நபராக நான் ஆனேன். ஆமாம், நான் அப்படித்தான் இருந்தேன். இந்த உலகில் எதனோடும் என்னால் ஒட்ட முடியவில்லை.”

என் மாமா இப்படி உணர்ந்திருந்திருப்பார் என்ற யோசனை எனக்குத் துளிகூட இருக்கவில்லை. ஆனால், அதற்கும் அவர் என்னை ஒரு தேவதையாகக் கருதியதற்கும் என்ன தொடர்பு என்பதும் எனக்குப் புரியவில்லை.

“அக்காலகட்டத்தை ஒட்டித்தான் நீ பிறந்தாய். என் அக்காள் உன்னைப் பெற்றெடுத்தவுடன், உன்னைத் தூக்கிக் கொண்டு வீடு திரும்பியபோதுதான் நான் உன்னை முதன்முதலாகப் பார்த்தேன். ஓர் அழகான குட்டிப் போர்வைக்குள் சாந்தமாகத் தூங்கிக் கொண்டிருந்த சின்னஞ்சிறிய உருவத்திலிருந்த உன்னைப் பார்த்தபோது, நான் அழுதுவிடுவேன் என்று நான் எண்ணினேன். அதை அப்படி விவரிப்பது? வாழ்வின் மர்மம் என் இதயத்தை இட்டு நிரப்பியதை என்னால் உணர முடிந்தது. அந்தக் குழந்தை வளர்ந்து எண்ணற்ற விஷயங்களை வாழ்க்கையில் முதன்முறையாக அனுபவிக்கப் போகிறது, பலவற்றைக் கிரகித்துக் கொள்ளப் போகிறது என்ற யோசனை, அது எனக்கே நிகழப் போவதுபோல எனக்கு மட்டற்ற மகிழ்ச்சியை ஏற்படுத்தியது.

“இருண்டு போயிருந்த என் இதயம் திடீரென்று பிரகாசமான ஒளியால் இட்டு நிரப்பப்பட்டதைப்போல நான் உணர்ந்தேன். இப்போது அந்த நினைவு சற்று மங்கலாக இருக்கிறது. ஆனால், ஒரு விதமான வாழ்க்கை நோக்கம் எனக்குள் மெதுவாக உருவாகத் தொடங்கியதை என்னால் உணர முடிந்தது. அப்போதுதான் நான் அந்தத் தீர்மானத்தை எடுத்தேன். என்னை ஒரு கூட்டுக்குள் பூட்டி வைத்துக் கொள்வதை நிறுத்துவதற்கான வேளை வந்துவிட்டிருந்தது. பல இடங்களுக்குச் சென்று பலவற்றைப் பார்த்து அவற்றிலிருந்து என்னால் எவற்றையெல்லாம் கற்றுக் கொள்ள முடியுமோ அவற்றையெல்லாம் கற்றுக் கொள்வதற்கான வேளை வந்துவிட்டிருந்தது. நான் சௌகரியமாக

உணர்கின்ற ஓரிடத்தைத் தேடிச் செல்வதற்கான வேளை வந்துவிட்டிருந்தது. நான் மேற்கொண்ட அனைத்துப் பயணங்களும், நான் படித்த அனைத்துப் புத்தகங்களும் அத்தீர்மானத்தால் விளைந்தவையே. வேறு வார்த்தைகளில் கூறுவதென்றால், டகாகோ, உன்னைச் சந்தித்தது நான் வாழ்க்கையில் எத்திசையில் பயணிக்க வேண்டும் என்பது குறித்த ஒரு தெய்விக வழிகாட்டுதலுக்கு என்னை இட்டுச் சென்றது."

"தெய்விக வழிகாட்டுதல்... கேட்பதற்கே நன்றாக இருக்கிறது."

"இந்த அர்த்தத்தில்தான் என்னைக் காப்பாற்றியவள் நீ என்று நான் கூறினேன். அதனால்தான் நான் உனக்காக என்ன வேண்டுமானாலும் செய்வேன்."

என் மாமா இந்த வார்த்தைகளை மிகுந்த ஆவலுடனும் ஆர்வத்துடனும் கூறியதால், அதற்கு எப்படி எதிர்வினையாற்றுவது என்று தெரியாமல் நான் தவித்தேன். நான் அவர்மீது கோபப்பட்டு எந்த அளவுக்குச் சிறுபிள்ளைத்தனமாக நடந்து கொண்டிருந்தேன் என்பதை உணர்ந்து என்னை நானே நொந்து கொண்டேன். இவ்வளவு காலமும் அவர் என்மீது அளப்பரிய அக்கறை செலுத்தி வந்திருந்தார் என்பதை நான் உணர்ந்து கொண்டேன். நான் ஒரு சிறுமியாக இருந்தபோது அவர் என்னிடம் மிகவும் கனிவுடன் நடந்து கொண்டதற்கான காரணத்தை இப்போது நான் ஒருவழியாகப் புரிந்து கொண்டேன். இவ்வளவு காலமும் நான் ஒரு முட்டாளாக இருந்து வந்திருந்தேன். கனிவாக நடத்தப்படுகின்ற சலுகைக்கு உரியவள் நான் என்று நான் அப்போது நினைத்திருந்தேன்.

என்னை ஒருவர் இந்த அளவுக்கு நேசித்தார் என்ற புரிதல் கொண்டுவந்த ஆனந்தத்தால் என் இதயம் வெடித்துவிடும்போல இருந்தது. என் கண்களில் துளிர்த்த நீரை மறைப்பதற்காக நான் அச்சூழலை நகைச்சுவையாக மாற்ற முயன்றேன். "மாமா, ஸ்குவிட் துண்டங்களைத் தின்று கொண்டிருக்கின்றபோது பேச வேண்டிய வசனமா இது?"

என் மாமா பலமாகச் சிரித்தார்.

"உங்களுக்குக் கச்சிதமாகப் பொருந்துகின்ற இடத்தை நீங்கள் கண்டுபிடித்தீர்களா?"

என் மாமா மெதுவாகத் தலையாட்டியபடி, "கண்டுபிடித்திருந்தேன் என்றுதான் கூற வேண்டும். ஆனால், அதை வந்தடைவதற்கு எனக்குப் பல ஆண்டுகள் பிடித்தன," என்று கூறினார். "அது இதுதான். நம்முடைய இந்தச் சிறிய, பழுதடைந்த நிலையிலுள்ள மோரிசாகி புத்தகக் கடைதான் அது. நான் எண்ணற்ற இலட்சியங்களைக் கொண்டிருந்தேன். நான் உலகெங்கும் பறந்தாலும், சிறு வயதிலிருந்து நான் அங்குலம் அங்குலமாக அறிந்து வைத்திருந்த இடத்திற்கே இறுதியில் நான் திரும்பி வந்தேன். கேட்டால் நகைப்புக்கிடமானதாக இருக்கிறது, இல்லையா? அவ்வளவு காலம் ஊர் சுற்றிய பிறகு நான் இங்கு வந்து சேர்ந்தேன். நான் எங்கு இருக்கிறேன் என்பது முக்கியமன்று, எனக்குள் ஆழமாகப் பதிந்திருக்கின்ற ஒன்றுதான் முக்கியமானது என்பது அப்போதுதான் எனக்குப் புரிந்தது. நேர்மையாகச் சொல்ல வேண்டுமென்றால், நான் எங்குச் சென்றேன் என்பதோ, நான் யாருடன் இருந்தேன் என்பதோ முக்கியமன்று. இந்தப் புரிதல் எனக்கு ஏற்பட்டபோது, நான் ஏற்கனவே என் வாழ்க்கையில் பாதியைத் தொலைத்திருந்தேன். அதனால், நான் எனக்குப் பிடித்தமான துறைமுகத்திற்குச் சென்று அங்கு நங்கூரமிட முடிவு செய்தேன். என்னைப் பொறுத்தவரை இது ஒரு புனிதமான இடம். மற்ற எல்லா இடங்களிலும் இருப்பதைவிட இங்கேதான் நான் மிகவும் சௌகரியமாக உணர்கிறேன்."

"இப்போது எனக்கு வேறொரு விஷயம் நினைவுக்கு வருகிறது. சில நாள்களுக்கு முன், நீங்கள் இந்தக் கடையின் இரட்சகர் என்று சாபு குறிப்பிட்டார்."

என் மாமா நகைத்தார். "இதன் இரட்சகனா? அது மாபெரும் மிகைப்படுத்தல். என் அப்பா நோய்வாய்ப்பட்டபோது, வியாபாரம் கிட்டத்தட்டப் படுத்துவிட்டிருந்தது. நான் வெறுமனே அதை எடுத்து நடத்தினேன், அவ்வளவுதான். பழைய புத்தகத் தொழிலைப் பொறுத்தவரை அது ஒரு கஷ்டமான

காலகட்டம். அத்துடன், அப்போது நானும் ஒரு தறுதலையாக இருந்தேன். ஆனால், நான் என் அப்பா முன் மண்டியிட்டு, அக்கடையை நடத்தும் பொறுப்பை என் வசம் ஒப்படைக்கும்படி அவரிடம் மன்றாடினேன்."

"ஓ, அப்படித்தான் விஷயங்கள் அரங்கேறினவா?"

"என் அப்பாவின் சாம்ராஜ்ஜியம் அப்படியே இடிந்து நொறுங்குவதை எப்படி என்னால் வேடிக்கை பார்த்துக் கொண்டிருக்க முடியும்? அந்த இடத்தில்தான் நான் என்னுடைய குழந்தைப்பருவம் முழுவதையும் கழித்திருந்தேன். நான் கல்லாவுக்கு அருகே என் அப்பாவுடன் உட்கார்ந்து கொண்டு, 'ஹான்ஸ் கிறிஸ்டியன் ஆன்டர்சனின் ஃபேரிடேல்ஸ்' போன்ற புத்தகங்களை அமைதியாகப் படித்துக் கொண்டிருப்பேன். அவ்வப்போது என் அப்பா தன்னுடைய பெரிய கையால் என் தலையை வருடிக் கொடுத்துக் கொண்டிருப்பார். அச்சமயங்களில் நான் உண்மையிலேயே மிகவும் மகிழ்ச்சியாக இருந்தேன். அந்த இடம் கையைவிட்டுப் போனால், அதனுடன் தொடர்புடைய என்னுடைய ஞாபகங்கள் அனைத்தும் கரைந்து போய்விடும் என்று நான் நம்பினேன். அதைக் கையாள முடியும் என்று எனக்குத் தோன்றவில்லை."

என் மாமா என்னிடம் கூறிக் கொண்டிருந்தவற்றை நான் மெய்மறந்து கேட்டுக் கொண்டிருந்தேன்.

என் மாமாவுடனான என் உறவு எப்படிப்பட்டதாக இருந்தது என்பதைக் கண்டுபிடிக்க வேண்டும் என்று நான் விரும்பியிருந்தேன். ஆனால், அவருக்கென்று தனிப்பட்ட வலிகளும் கவலைகளும் இருக்கும் என்று நான் ஒருபோதும் எதிர்பார்த்திருக்கவில்லை. அவர் என்னைவிட அதிக காலத்திற்கு மன வேதனையை அனுபவித்து வந்திருக்கக்கூடும் என்பதைப் பார்க்க நான் எப்படித் தவறினேன்? அவருக்குள் என்னவெல்லாம் நடந்து கொண்டிருந்தது என்பதை அறிந்து கொள்வதை நான் எப்படிக் கோட்டைவிட்டேன்?

தனக்குள் நடந்து கொண்டிருந்தவற்றை மறைப்பதற்காகவே அவர் ஒருவேளை பிறரிடம் கோமாளித்தனமாக நடந்து கொண்டிருந்திருக்கலாம்.

அப்படிப்பட்ட நடிப்பு அவருக்குப் பெரும் மனவலியை ஏற்படுத்தியிருக்க வேண்டும். அவரோடு பழகியவர்களால் அவருடைய இந்த மனவலியை ஊகித்திருக்க முடியாது.

இந்த எண்ணம் எனக்குப் பெரும் வலி ஏற்படுத்தியது.

"இந்த இடம் மோமோக்கோவுக்கும் அர்த்தமுள்ள ஓரிடமாக இருந்திருந்தால் எவ்வளவு நன்றாக இருந்திருக்கும். படுத்துவிட்டிருந்த இந்த வியாபாரத்தைத் தூக்கி நிறுத்த நான் மிகவும் கடினமாக முயன்று கொண்டிருந்த சமயத்தில்தான் அவள் என்னைவிட்டுப் பிரிந்து போனாள். அவளுடைய ஆழ்மனத்திற்குள் என்ன இருந்தது என்பதைக் கடைசிவரை என்னால் தெரிந்து கொள்ளவே முடியவில்லை."

"மாமா."

"என்ன?"

"நான் இந்த இடத்தை மிகவும் நேசிக்கிறேன். உண்மையிலேயே நேசிக்கிறேன்."

அதைவிடப் புத்திசாலித்தனமான ஒன்றைக் கூற வேண்டும் என்று நான் ஆசைப்பட்டேன். ஆனால், அந்த வார்த்தைகள் மட்டுமே என் வாயிலிருந்து வெளிவந்தன. ஆனால், நான் கூறியது உண்மை. அதை நான் உண்மையாக உணர்ந்தே கூறியிருந்தேன்.

"நன்றி, டகாகோ. இந்தக் கடை பெரும்பாலான மக்களுக்கு அத்தியாவசியமான ஒன்றாக இல்லாமல் இருக்கலாம். ஆனால், இது வேறு ஒரே ஒரு நபருக்குக்கூட அர்த்தமுள்ளதாக இருக்குமெனில், இதை என்னால் இன்னும் பல பத்தாண்டுகளுக்குத் தொடர்ந்து நடத்தி வர முடியும். நாவோ கினோஷிடாவின் 'கன்ஃபெஷன்ஸ் ஆஃப் எ ஹஸ்பன்ட்' என்ற நாவலில் வருகின்ற இந்த வரிகளைப் போன்றது இது: 'என் படகு அதிகப் பாரமின்றி, இலக்கின்றி, நீரோட்டத்தின் தயவில் பயணிக்கிறது.' இந்தக் கடையில் நான் என் வாழ்க்கையை இப்படித்தான் வாழ விரும்புகிறேன்," என்று கூறி என் மாமா புன்னகைத்தார். அதற்குப் பிறகு அவர் எதுவும் பேசவில்லை.

*

அந்த இரவுக்குப் பிறகு, நான் என்னுடைய சொந்த வாழ்க்கை குறித்து மேலும் தீவிரமாகச் சிந்திக்கத் தொடங்கினேன். இப்போதைக்கு எனக்குத் தங்குவதற்கு அமைதியான, இதமான ஓரிடம் கிடைத்திருந்தது. ஆனால், என்றென்றைக்கும் என்னால் பிறரைச் சார்ந்து வாழ்ந்து கொண்டிருக்க முடியாது. அப்படி நான் செய்தால், என்னால் ஒருக்காலும் வளர முடியாது. என் இதயம் எப்போதும் பலவீனமாகவே இருக்கும். இந்த இடத்திலிருந்து நான் விலகிச் செல்லாவிட்டால், என்னால் ஒருபோதும் என் வாழ்க்கையை மறுபடியும் புதிதாகத் தொடங்க முடியாது என்ற உறுதியான முடிவுக்கு நான் வந்தேன்.

ஆனால், நான் அப்படி நினைத்த உடனேயே என் கண்களில் நீர் முட்டிக் கொண்டு வந்தது. அங்கிருந்து கிளம்ப வேண்டும் என்ற எண்ணமே என்னைப் பயமுறுத்தியது. ‘இன்னும் சிறிது காலம் இங்கேயே தங்கியிருக்கலாம்,’ என்று நான் நினைத்தேன். அடிப்படையில் நான் இன்னும் பிறரைச் சார்ந்தே இருந்து கொண்டிருந்தேன்.

அந்த முடிவை எடுக்க நான் தயங்கினேன். அதற்குப் பிறகு நீண்டகாலம் நான் மோரிசாகி புத்தகக் கடையின் மாடியில் தொடர்ந்து வாழ்ந்து வந்தேன்.

ஒருவேளை நான் ஏதாவது ஒரு சமிக்கைக்காகக் காத்துக் கொண்டிருக்கலாம். பின் ஒரு நாள் அது முன்னறிவிப்பின்றித் திடீரென்று வந்தது.

7

அந்த அழைப்பு ஜனவரி இரண்டு அன்று வந்தது.

விடுமுறைக்காக வீட்டுக்குப் போவதற்குப் பதிலாக, புத்தாண்டு தினத்தை ஒட்டிய நாள்களை நான் கடையிலேயே கழித்தேன். கடை ஐந்தாம் தேதிவரை மூடப்பட்டிருந்தது. என் மாமா, புத்தக விற்பனையாளர்கள் சங்கத்திலிருந்த தன்னுடைய நண்பர்களுடன் வெந்நீர் ஊற்றுகளுக்குச் சுற்றுலா சென்றிருந்ததால், நான் மட்டும் தனியாக இருந்தேன்.

விடுமுறை நாள்களில் ஜிம்போச்சோ சுத்தமாக ஆள் நடமாட்டமின்றிக் காணப்படும். அந்தப் பகுதியில் வீடுகள் எதுவும் கிடையாது என்பதாலும், விடுமுறைக் காலங்களின்போது அங்கிருக்கின்ற உணவகங்களும் நிறுவனங்களும் மூடப்பட்டிருக்கும் என்பதாலும், அங்கு உண்மையிலேயே யாரும் இருக்கவில்லை. யாசுகுனி தெருவில்கூட அரிதாகவே வாகனங்கள் சென்றன.

புத்தாண்டுக்கு முந்தைய தினம், நானும் டோமோவும் யுஷிமா டெஞ்சின் கோவிலுக்குச் சென்றிருந்தோம். புத்தாண்டு தினத்தன்றும் அதற்கு அடுத்த நாளும் நான் அதிகாலையிலேயே எழுந்து அந்தப் பகுதியில் நீண்ட நேரம் நடந்தேன். ஆள் நடமாட்டம் இல்லாதிருந்த நகரத் தெருக்களின் வழியாக நடந்தது எனக்கு நல்லவிதமான உணர்வைக் கொடுத்தது. காற்றுகூட மிகவும் தூய்மையாக

இருந்ததுபோலத் தோன்றியது. நான் இலக்கின்றி அந்தப் பகுதியில் நடந்தேன். அவ்வப்போது, ஆங்காங்கே நின்று ஆழமாகக் காற்றை உள்ளே இழுத்தேன்.

இரண்டாம் தேதி மாலை நான் நடந்து சென்றுவிட்டு வீடு திரும்பியபோது, என் அலைபேசி தன் கண்களைச் சிமிட்டிக் கொண்டிருந்தது. நான் என் அலைபேசியை என் அறையிலேயே விட்டுச் சென்றிருந்தேன். நான் தவறவிட்டிருந்த குரலழைப்புகளை வரிசையாகப் பார்த்துக் கொண்டு வந்தபோது, ஓர் எண்ணை நான் உடனே அடையாளம் கண்டுகொண்டேன். இவ்வளவுக்கும் நான் அந்த எண்ணை என் அலைபேசியிலிருந்து நீக்கியிருந்தேன். அக்கணத்தில் நான் கொண்டிருந்த நல்ல உணர்வுகள் அனைத்தும் மாயாஜாலமாக மறைந்துவிட்டன. என் நெஞ்சுப் பகுதி இறுக்கமடைந்தது. நான் நடுக்கத்துடன் அலைபேசிப் பொத்தானை அழுத்தி அந்தக் குரலழைப்பைக் கேட்டேன்.

“ஹாய், டகாகோ, நான் உன்னிடம் பேசிப் பல நாள்கள் ஆகிவிட்டன. நீ நன்றாக இருக்கிறாயா? இப்போது நான் சும்மாதான் இருக்கிறேன். சேர்ந்து வெளியே செல்லலாமா? நீ அழைத்தால், நான் உடனடியாக அங்கு வருகிறேன்.”

அந்தச் செய்தியை முழுமையாகக் கேட்பதற்கு முன்பாகவே நான் அதை நீக்கிவிட்டேன். ஆனால், அதற்குள்ளாகவே காலம் கடந்துவிட்டிருந்தது. அதற்குள்ளாகவே என் இதயத்திற்குள் பெரும் அசௌகரிய உணர்வு படரத் தொடங்கியிருந்தது. அது படுவேகமாக நிகழ்ந்துவிட்டது. அந்த உணர்வை என்னால் ஒருபோதும் கைகழுவிவிட முடியாது போலும்.

விடுமுறைக்குப் பிறகு கடை மீண்டும் திறந்த பிறகு, என் இதய வலி மேலும் மோசமாயிற்று. அதை என்னால் வார்த்தைகளில் தெளிவாக விவரிக்க முடியாது. கனமான, குளிரான ஏதோ ஒன்று என் இதயத்தைச் சுற்றி மூடத் தொடங்கியது போன்ற ஓர் உணர்வு அது. அந்த விஷயங்கள் அனைத்தும் ஒருபோதும் முற்றிலுமாகத் தீர்க்கப்பட்டிருக்கவில்லை

என்பதை நான் புரிந்து கொண்டேன். நான் அவற்றைத் தூக்கி எறிந்துவிட்டு, காலப்போக்கில் அந்த ஞாபகங்கள் மங்கி மறைந்துவிடும் என்று காத்துக் கொண்டிருந்தேன். ஆறு மாதங்கள் கடந்திருந்தும்கூட, ஒரே ஒரு கணம் அவனுடைய குரலைக் கேட்டது எனக்குள் ஓர் உணர்ச்சிக் கொந்தளிப்பை ஏற்படுத்தியது. என்னுடைய பிரச்சனைகள் எதுவும் தீர்க்கப்பட்டிருக்கவில்லை என்பதை அக்கணத்தில் நான் புரிந்து கொண்டேன். பிரச்சனை அப்படியேதான் இருந்தது.

ஜனவரி இறுதியில் ஒரு நாள், நாங்கள் கடையை மூடிக் கொண்டிருந்த நேரத்தில் என் மாமா திடீரென்று என்னிடம், “டகாகோ, உன் மனத்தை ஏதாவது பயங்கரமாக அழுத்திக் கொண்டிருக்கிறதா? ஏதாவது பிரச்சனை என்றால் என்னிடம் கூறு,” என்று கேட்டார்.

நான் சற்றுப் பதற்றமடைந்தேன். “உங்களுக்கு எப்படித் தெரியும்?”

“என்ன இப்படிக் கேட்கிறாய்? உன்னைப் பார்த்தாலே தெரிகிறதே. உன் மாமா ஒன்றும் குருடன் அல்லன்,” என்று அவர் சற்று எரிச்சலுடன் கூறினார்.

இது சிறுபிள்ளைத்தனமானது. எல்லாமே சரியாக இருந்ததுபோலவே நான் நடந்து கொண்டேன். ஆனால், என் மாமா எப்படியோ எனக்குள் ஊடுருவிப் பார்த்துவிட்டார்.

“உன் விஷயத்தில் எல்லாம் சரியாகத்தான் போய்க் கொண்டிருந்ததுபோலத் தோன்றியதால், முன்பு நான் உன்னைப் பற்றிப் பெரிதாகக் கவலைப்படவில்லை. ஆனால், சமீப நாள்களாக நீ சரியாக இல்லை. நான் உன்னிடம் பேச்சுக் கொடுக்க முயன்றபோதெல்லாம், நீ இந்த உலகில் இருக்கவில்லை.”

“அது உண்மைதான். நான் வந்து...”

“என்னால் உன் பிரச்சனையைத் தீர்க்க முடியுமா என்பது எனக்குத் தெரியாது. ஆனால், மனம்விட்டுப் பேசினால் பாரம் குறையும்.”

நான் அதைப் பற்றி எவரிடமும் பேசத் திட்டமிட்டிருக்கவில்லை. ஆனால், என் மாமா கூறியதைக் கேட்டபோதுதான் எனக்கு உறைத்தது. உண்மையில்

யாராவது அது பற்றிக் கேட்க மாட்டார்களா என்று நான் ஏங்கிக் கொண்டிருந்திருக்கிறேன். என்னை யாராவது தேற்ற வேண்டும் என்று நான் விரும்பியிருந்திருக்கிறேன். என்னை யாராவது கவனித்துக் கொள்ள வேண்டும் என்று நான் ஆசைப்பட்டுக் கொண்டிருந்திருக்கிறேன். நான் எந்த அளவுக்குப் பரிதாபகரமான நிலையில் இருந்து வந்திருந்தேன் என்பதை நான் உணர்ந்தபோது, அது எனக்கே வியப்பு ஏற்படுத்தியது. ஆனால் என் மாமாவின் வார்த்தைகள் என் தற்காப்பு வளையத்தை உடைத்தெறிந்துவிட்டன.

நாங்கள் என் அறையில் அமர்ந்து குடிக்கத் தொடங்கியபோது, நான் அவரிடம் என் முழுக் கதையையும் கூறினேன். வெளியே குளிர்கால மழை பொழியத் தொடங்கியது. சன்னலின்மீது மழைத்துளிகள் மோதிய ஒலியை எங்களால் கேட்க முடிந்தது.

“இது ஒன்றும் பெரிய விஷயமன்று,” என்ற முகவுரையுடன்தான் நான் என் கதையைத் தொடங்கினேன். என்ன நிகழ்ந்தது என்பதை நான் சொல்லச் சொல்ல, உண்மையிலேயே அது ஒரு பெரிய விஷயமன்று என்பதை நான் புரிந்து கொள்ளத் தொடங்கினேன். நான் என் வேலையையும் இழந்திருந்தேன், என் மானசீகக் காதலனையும் இழந்திருந்தேன். அவ்வளவுதான். கதையின் பாதியில், அது முக்கியத்துவமற்ற ஒன்று என்பதை நான் உணர்ந்து கொண்டதால், என்னாலேயே சிரிப்பை அடக்க முடியவில்லை. ஆனாலும் முயன்று முழுக் கதையையும் கூறி முடித்தேன். அதற்குப் பிறகு நான் நிம்மதியடைந்தேன்.

அந்த மொத்த நேரமும் என் மாமா ஒரு வார்த்தைகூடப் பேசாமல் கேட்டுக் கொண்டிருந்தார். ஆனால், தன் கையிலிருந்த விஸ்கியை மட்டும் வழமைக்கு மாறாக வேகமாகப் பருகிக் கொண்டிருந்தார். நான் நிறுத்திய பிறகும் அவர் வெகுநேரம் எதுவும் பேசவில்லை. எதைப் பற்றியோ யோசித்துக் கொண்டிருந்ததுபோல அவர் தன் கையிலிருந்த கோப்பையையே பார்த்துக் கொண்டிருந்தார்.

பின் தன் கோப்பையில் மீதமிருந்த மதுவை ஒரே மடக்கில் விழுங்கிவிட்டு, தீர்மானமாக, “சரி, வா. நாம் இருவருமே நேராக அவனிடம் சென்று தன் செயலுக்கு அவனை மன்னிப்புக் கேட்க வைக்கலாம். ‘நான் உன்னைக் காயப்படுத்தியதற்காக வருந்துகிறேன். நான் ஒரு படுமோசமான ஆள்,’ என்று நாம் அவனைக் கூற வைக்கப் போகிறோம்,” என்று அவர் கூறினார்.

நான் வாயடைத்துப் போனேன். இந்தத் திருப்பத்தை நான் சிறிதும் எதிர்பார்த்திருக்கவில்லை.

“என்ன சொல்கிறீர்கள்? இப்போதா? மணி பதினொன்றைக் கடந்துவிட்டது.”

“அதனால் என்ன?” என்று கூறி முடித்ததும், அவர் வேகமாக எழுந்து வெளியே செல்ல முயன்றார். நான் பதறிப் போய் அவருடைய கையைப் பிடித்தேன்.

“ஒன்றும் பிரச்சனை இல்லை. நான் முட்டாள்தனமாக இருந்துவிட்டேன். என்ன நடந்தது என்பதை நான் யாரிடமாவது சொல்ல விரும்பினேன், அவ்வளவுதான். உங்களுக்குப் போதை ஏறியிருக்கிறது, இல்லையா?”

“இல்லை. எனக்குப் போதை ஏறியிருக்கவில்லை. சரி, சரி, சற்று ஏறியிருக்கிறது என்பது உண்மைதான். ஆனால், அது இங்கு முக்கியமன்று. அவன்மீது உனக்குக் கோபமே இல்லையா, டகாகோ? அவன் உன்னைத் தனக்குத் சாதகமாகப் பயன்படுத்திக் கொண்டான்.”

“ஆமாம். நான் அவன்மீது கடும் கோபத்தில் இருக்கிறேன் என்பது உண்மைதான். நாளுக்கு நாள் என் கோபம் மேலும் மேலும் அதிகரித்துக் கொண்டே போகிறது.”

“அதனால், நாம் இப்போது கிளம்ப வேண்டும். இதை நீ உன் மனத்திலிருந்து வெளியேற்றியாக வேண்டும். இல்லையெனில், இது உன் வாழ்நாள் முழுவதும் உன்னைத் துரத்திக் கொண்டே இருக்கும்.”

“ஆனால், தன் சக மாணவர்களுடன் போடுகின்ற சண்டைக்குத் தன் பெற்றோரை அழைத்து வருகின்ற சிறுவனைப்போல நான் நடந்து கொண்டால், நான் இன்னும் அசௌகரியமாக உணர்வேன்.” என் கண்கள் குளமாகத் தொடங்கியிருந்தன.

“இதில் அசௌகரியப்படுவதற்கு எதுவும் இல்லை,” என்று அவர் ஒரு பெருங்குரலில் கத்தினார். அவருடைய குரல் அந்தச் சிறிய அறையில் எதிரொலித்தது. “இதில் அசௌகரியப்படுவதற்கு எதுவும் இல்லை. நீ என் மருமகள். நீ எனக்கு முக்கியமானவள். இதை நான் ஏற்கனவே உன்னிடம் கூறியிருக்கிறேன், இல்லையா? நான் உன்னை உண்மையிலேயே நேசிக்கிறேன். அதனால், அந்தப் பயலை என்னால் அப்படியே விட்டுவிட முடியாது. இது என் அகங்காரம்தான். இதை என்னால் அவ்வளவு எளிதில் விட்டுவிட முடியாது.”

“மாமா, நீங்கள் முன்னுக்குப் பின் முரணாகப் பேசிக் கொண்டிருக்கிறீர்கள். என் விஷயம் இப்போது உங்களுடைய அகங்காரம் தொடர்பான ஒன்றாக மாறிவிட்டுள்ளது.”

“அதனால்தான், இதை என் மனத்திலிருந்து கொட்டிவிட நான் துடிக்கிறேன். நீ என்னுடன் வராவிட்டால், பரவாயில்லை. நான் போகப் போகிறேன். அவனுடைய முகவரியை என்னிடம் சொல். போய் அவனை நான் நன்றாகத் துவைத்தெடுக்கப் போகிறேன்.”

என்ன, அடிக்கப் போகிறாரா? எங்களுடைய உரையாடல் திடீரென்று ஓர் அபாயகரமான திசையை நோக்கி நகரத் தொடங்கியது.

“சற்றுப் பொறுங்கள். இப்படிச் செய்தால், அது மோசமாகத்தான் முடியும். யாராவது காவல்துறையை அழைப்பர். அத்துடன், அவன் பள்ளியிலும் கல்லூரியிலும் ரக்பி அணியில் இடம்பெற்றிருந்தவன். உங்களைப் போன்ற ஒருவர் அவனை அடிக்க முயன்றால், அவன் உங்களைத் துவம்சம் செய்துவிடுவான்.”

“அதனால் என்ன?” என்று என் மாமா கூறினாலும், அவர் சற்று ஜகா வாங்கியதுபோலத் தோன்றியது.

“மாமா, இப்போது நாம் முட்டாள்தனமாக எதையும் செய்யாமல் இருக்கலாம். நாம் குடிப்பதைத் தொடரலாம்.” நான் வலுக்கட்டாயமாக ஒரு புன்னகையை வீசி, நிலைமையை ஓரளவு சீராக்க முயன்றேன்.

என் மாமா என் பக்கம் திரும்பி, “இதிலிருந்து

தப்பித்து ஓட முயலாதே, டகாகோ," என்று சற்றுத் தீவிரமான முகபாவத்துடன் என்னிடம் கூறினார். "நான் உன் பக்கம் இருக்கிறேன். தப்பி ஓட முயற்சிக்காதே."

என் மாமா என்னை உற்றுப் பார்த்தார். அவருடைய கண்களில் தெரிந்த தீவிரத்தை என்னால் தெளிவாகப் பார்க்க முடிந்தது. சற்று நேரத்திற்கு நாங்கள் ஒருவரையொருவர் உற்று நோக்கிக் கொண்டிருந்தோம்.

அவர் கூறியது சரிதான். என்னால் தப்பி ஓட முடியாது. நான் அப்படிச் செய்தால் எதுவும் மாறாது. இது வெளிப்படையானது, இல்லையா?

நான் என் நாக்கை வலுவாகக் கடித்தேன்.

"சரி, மாமா. நாம் போகலாம். கிளம்புங்கள்."

என் மாமா உறுதியாகத் தலையை ஆட்டினார்.

*

நாங்கள் ஒரு வாடகைக்கார் பிடித்து நாற்பது நிமிடங்கள் பயணித்து அவனுடைய அபார்ட்மென்டை வந்தடைந்தபோது, மழை வெகுவாக வலுத்திருந்தது. நாங்கள் குடையை எடுத்து வராமல் இருந்ததால், காரிலிருந்து இறங்கி அவனுடைய அபார்ட்மென்டின் முகப்பை அடைந்தபோது தொப்பலாக நனைந்திருந்தோம்.

"இதுவா?"

201 என்று எழுதப்பட்டிருந்த கதவுக்கு முன்னால் நின்ற என் மாமா என்னிடம் கேட்டார்.

"ஆமாம்," என்று நான் பதிலளித்தேன். ஹிடாகியும் நானும் ஒன்றாக இருந்தபோது, இரண்டு முறை மட்டுமே நான் இங்கு வந்திருந்தேன். மற்ற நேரங்களில் எல்லாம் நாங்கள் என்னுடைய அறையில்தான் சந்தித்துக் கொண்டோம். இப்போது யோசித்துப் பார்க்கின்றபோதுதான், இந்த ஏற்பாடு எந்த அளவுக்கு விநோதமாக இருந்திருந்தது என்பது எனக்குப் புரிந்தது. நான் எந்த அளவுக்கு அசட்டையாக இருந்திருந்தேன் என்பதையும் அது பறைசாற்றியது.

என் மாமாவின் தலையிலிருந்து மழைநீர் சொட்டிக்

கொண்டிருந்தது. ஆனால், அவர் எந்தத் தயக்கமுமின்றி அந்த வீட்டின் அழைப்பு மணியை அழுத்தினார். குளிர் காரணமாகவும், மன அழுத்தத்தின் காரணமாகவும் என் உடல் நடுங்கிக் கொண்டிருந்தது. எனக்குக் குமட்டிக் கொண்டும் இருந்தது. “வாருங்கள், மாமா. நாம் போகலாம்,” என்று நான் என் மாமாவிடம் கூறியபோது என்னிடம் இருந்த உறுதி, இப்போது ஹிடாகி வீட்டு வாசற்கதவின் முன்னால் நான் நின்று கொண்டிருந்தபோது முற்றிலுமாகக் கரைந்து போயிருந்தது.

அந்த உலோகக் கதவு திறப்பதற்காக நான் காத்துக் கொண்டிருந்தபோது, எதுவுமே நடந்திருக்காததைப்போல அங்கிருந்து நழுவிவிட்டால் நன்றாக இருக்கும் என்று நான் நினைத்தேன். ஆனால், ஏற்கனவே காலம் கடந்துவிட்டிருந்தது. கதவுக்கு மறுபுறம் யாரோ ஒருவர் வருகின்ற ஓசை கேட்டது. அதைத் தொடர்ந்து உள்ளே ஒரு தாழ்ப்பாள் விலக்கப்பட்டச் சத்தம் கேட்டது. பின், கதவு ஒரு விரலளவுக்குத் திறந்தது.

எனக்கு மிகவும் பரிச்சயமான ஒரு குரல், “யார் அது?” என்று வினவியது.

என் மாமா உடனே கதவைப் பிடித்து வலுக்கட்டாயமாக அதைத் திறந்தார்.

ஒரு டிராக் சூட் அணிந்திருந்த ஹிடாகி, வாசலை அடைத்தவாறு நின்று கொண்டிருந்தான். அதிர்ச்சியில் அவனுடைய வாய் அகலமாகத் திறந்தது. சற்று முன்தான் அவன் தூங்கத் தொடங்கியிருந்திருக்க வேண்டும். அவனுடைய தலை தாறுமாறாகக் கலைந்திருந்தது. தலையணையின் அழுத்தம் அவனுடைய கன்னத்தில் பதிந்திருந்தது. ஆனால், அவனுடைய பாதாம் வடிவக் கண்களும் அகலமான தோள்களும் அப்படியே இருந்தன. நான் அவனைவிட்டுப் பிரிந்து சென்று பத்தாண்டுகள் ஒன்றும் கழிந்திருக்கவில்லையே. என் நெஞ்சில் ஒரு கத்தியால் குத்தப்பட்டது போன்ற வலியை நான் மீண்டும் உணர்ந்தேன்.

ஹிடாகி அகல விரிந்திருந்த கண்களுடன் எங்கள் இருவரையும் மாறி மாறிப் பார்த்தான். பின் என்

மாமாவின் பக்கம் திரும்பி, “நீங்கள் யார்?” என்று அவன் கேட்டான்.

“நான் டகாகோவின் மாமா.”

“ஓ.”

“நான் அவளுடைய மாமா சட்டோரு. அவளுடைய அம்மா என்னுடைய அக்காள்.”

“அது எனக்குப் புரிகிறது. ஆனால், நீங்கள் இங்கு என்ன செய்து கொண்டிருக்கிறீர்கள்?”

“ஓ, அதுவா? நான் இங்குக் காரணம் இல்லாமல் வரவில்லை. ஒரு பத்திரிகைக்குச் சந்தா கேட்டு வந்தவர்களைப்போலவா நாங்கள் உனக்குத் தோன்றுகிறோம்?”

“இல்லை. இங்கு உங்களுக்கு என்ன வேலை என்று கூறுங்கள்.” ஹிடாகி சற்று எரிச்சலடைந்திருந்தான்.

அவர்கள் இருவருக்கும் இடையே நடைபெற்றுக் கொண்டிருந்த உரையாடலை நான் பதற்றத்துடன் கவனித்துக் கொண்டிருந்தேன். அன்று இரவு என் மாமா அநியாயத்திற்கு முரட்டுத்தனமாக இருந்தார்.

“நாங்கள் ஏன் இங்கே இருக்கிறோம் என்று நீ தெரிந்து கொள்ள விரும்புகிறாயா? பயங்கரமான கொடுமை ஒன்றை இவளுக்கு நீ இழைத்திருக்கிறாய். நான் எதைப் பற்றிப் பேசிக் கொண்டிருக்கிறேன் என்பதைப் பற்றி உனக்கு எந்த யோசனையும் இல்லை என்பதுபோல நடிக்காதே.”

“ஓ!” என்று கூறிய ஹிடாகியின் குரல் சற்று உயர்ந்திருந்தது. ஆனால், அது என் மாமாவைச் சிறிதளவுகூட அசைத்திருக்கவில்லை.

“நீ அவளுடைய உணர்ச்சிகளுடன் இரக்கமின்றி விளையாடியிருக்கிறாய். உன்னால்தான் அவள் தன் வேலையைவிட்டு விலகும்படி நேர்ந்தது. அது உனக்கு எந்தச் சஞ்சலத்தையும் ஏற்படுத்தவில்லையா? வேறு ஒருவரை இந்த அளவுக்குக் காயப்படுத்தியிருப்பது குறித்து உனக்குக் குற்றவுணர்ச்சி எதுவும் இல்லையா?”

“ஹே, ஹே! நான் அவளைக் காயப்படுத்தினேனா? இவள் அப்படியா சொன்னாள்?”

“ஆமாம்.”

"நீங்கள் என்ன ஒரு மடையனா? நீங்கள் அவளுடைய மாமாவாக இருப்பதால் அப்படி இருக்க நிறைய வாய்ப்பிருக்கிறது. இந்தப் பெண் கூறிய அனைத்தையும் அப்படியே எப்படி உங்களால் நம்ப முடிந்தது? இவள் பொய் சொல்கிறாள் என்பது வெளிப்படை. இவள்தான் என்மேல் வந்து விழுந்தாள்."

"பொய் சொல்வதால் இவளுக்கு என்ன இலாபம்? இவள் தன் வேலையை இராஜினாமா செய்ததற்கு நீதானே பொறுப்பு? அதன் காரணமாக இப்போதுவரை இவள் கஷ்டப்பட்டுக் கொண்டிருக்கிறாள்."

"இவளுக்கு இராஜினாமா செய்ய வேண்டும் என்று தோன்றியதால் இவள் இராஜினாமா செய்திருப்பாள்."

அதைக் கேட்டு என் மாமா பெருமூச்சுவிட்டார். "இங்கு வந்ததால் ஒரு பயனும் இல்லை. இவன் ஒரு முழுமையான கயவன்."

"ஏய், பெரிசு. நாக்கை அடக்கு."

ஹிடாகி தன் வீட்டுக் கதவைத் தாண்டித் தாழ்வாரத்திற்கு வந்து என் மாமாவை முறைத்தான். என் மாமா குள்ளமாக இருந்தார். ஹிடாகி என் மாமாவைவிடக் கிட்டத்தட்ட முக்கால் அடி உயரமாக இருந்தான். என் மாமாவும் அவனைப் பதிலுக்கு முறைத்துக் கொண்டிருந்தாலும், துரதிர்ஷ்டவசமாக அதன் தாக்கம் குறைவாக இருந்தது.

"ஏதாவது பிரச்சனையா?"

பைஜாமா அணிந்திருந்த ஒரு பெண் அந்த அபார்ட்மென்டுக்குள்ளிருந்து தலையை வெளியே நீட்டினாள். அது அவன் திருமணம் செய்து கொள்ளவிருந்த பெண். முரானோ.

நிலைமை மேலும் மோசமாகிக் கொண்டிருந்தது. அங்கு நின்று கொண்டிருந்தது எனக்கு அசௌகரியமாகவும், தாங்கிக் கொள்ள முடியாததாகவும் இருந்தது. ஆனால், இப்போது இதிலிருந்து கழன்று கொள்ள முடியாத நிலை உருவாகியிருந்தது.

என்னை அடையாளம் கண்டு கொண்ட முரானோ, "டகாகோவா?" என்று கேட்டாள். "என்னவாயிற்று? நீங்கள் இருவரும் இப்படித் தொப்பலாக நனைந்து

போயிருக்கிறீர்கள்?"

ஹிடாகி குறுக்கிட்டு, "இவள் எங்கிருந்தோ இங்கு வந்து குதித்திருக்கிறாள். சரிதானே, டகாகோ? உனக்குப் பைத்தியம் பிடித்திருக்கிறதா? இந்த அர்த்த இராத்திரியில் இந்த வயதானவரையும் இழுத்துக் கொண்டு எப்படி நீ இங்கு வரத் துணிந்தாய்?" என்று சாடினான்.

"காரணத்தை அவனிடமே சொல், டகாகோ."

"ஹூம்..."

நான் பயந்து போயிருந்தேன். நான் நிமிர்ந்து பார்த்தபோது, எல்லோரும் என்னையே வெறித்துக் கொண்டிருந்ததை நான் கண்டேன்.

நான் எப்படி இங்கு வந்து மாட்டிக் கொண்டேன்?

அவர்களுடைய பார்வை என்னைத் துளைத்துவிடுவதைப்போல இருந்தது. அப்படியே அந்த இடத்திலிருந்து ஆவியாகிவிட நான் விரும்பினேன். நான் ஏதாவது சொல்வேன் என்று அவர்கள் அனைவரும் மௌனமாக என்னையே வைத்த கண் வாங்காமல் பார்த்துக் கொண்டிருந்தனர். இச்சூழலை ஒரு சுமூகமான முடிவுக்குக் கொண்டு வருவதற்கு என்ன சொல்லலாம் என்று நான் என் மூளையைக் கசக்கினேன்.

'நான் இந்தப் பக்கமாக வந்தேன்... அப்படியே ஹிடாகியைப் பார்த்துவிட்டுப் போகலாம் என்று...' 'நான் முன்பு அவனுக்குக் கடன் கொடுத்திருந்த புத்தகத்தைப் பெற்றுப் போவதற்காக வந்தேன்...' இல்லை. இது சரிப்பட்டு வராது. நான் சொல்ல விரும்பியது முற்றிலும் வேறு. நான் ஏன் இங்கு இருக்கிறேன்? என் மனத்தில் இருப்பதைக் கொட்டித் தீர்ப்பதற்குத்தானே? அவர்கள் கேட்க விரும்புவதை இப்போது நான் அவர்களிடம் சொன்னால், அது பிரச்சனையைத் தீர்க்காது.

துணிச்சலுடன் இருக்குமாறு நான் என் இதயத்திடம் சொன்னேன்.

"நான்..."

இப்போது அனைவரின் மொத்தக் கவனமும் என்மீது குவிந்திருந்தது. நான் ஆழமாக ஒரு முறை மூச்சிழுத்துக் கொண்டேன். என்னை ஊக்குவிக்கும் விதமாக என் மாமா என்னை உற்று நோக்கினார். என்

கண்களில் நீர் கோர்க்கத் தொடங்கியது. அதுவரை என் நெஞ்சில் குவிந்து கிடந்த அனைத்து உணர்ச்சிகளும் மளமளவென்று எனக்குள் ஊறத் தொடங்கின. யோசிப்பதற்கு அங்கு நேரம் இருக்கவில்லை. திடீரென்று என் வாயிலிருந்து மடை திறந்த வெள்ளம்போல வார்த்தைகள் கொட்டத் தொடங்கின.

"நான் இங்கு வந்ததற்குக் காரணம், நீ என்னிடம் மன்னிப்புக் கேட்க வேண்டும் என்பதற்காகத்தான். காதல் லீலைகளில் ஈடுபடுவது உனக்குக் கைவந்த கலையாக இருக்கலாம். ஆனால், நான் அப்படிப்பட்டவள் அல்லள். நான் உண்மையாகவே உன்னை நேசித்தேன். நான் ஒரு மனுஷி. எனக்கு உணர்ச்சிகள் உண்டு. நீ என்னைப் பார்க்கின்றபோது, உன் ஆசைக்குப் பயன்படுத்தக்கூடிய ஒருத்தியாக என்னைப் பார்த்திருக்கலாம். ஆனால், நான் விஷயங்கள் குறித்து யோசிப்பவள், நான் சுவாசிப்பவள், அழுபவள். நீ எந்த அளவுக்கு என்னைக் காயப்படுத்தியுள்ளாய் என்று உனக்குத் தெரியுமா? நான்... நான்..."

அதற்குப் பிறகு வார்த்தைகள் என்னைக் கைவிட்டுவிட்டன. நான் மழையில் தொப்பலாக நனைந்திருந்தேன், அத்துடன் என் கண்களிலிருந்து கண்ணீர் கொட்டிக் கொண்டிருந்தது. மூக்கிலிருந்து நீர் வடிந்து கொண்டிருந்தது. ஆனால், இவ்வளவு காலத்திற்குப் பிறகு, அன்று அந்த உணவகத்தில் வைத்து நான் என்ன கூற வேண்டும் என்று விரும்பினேனோ, ஒருவழியாக அத்தனையையும் நான் கொட்டிவிட்டேன்.

என் தோள்மீது கையைப் போட்டு என்னைத் தன்னருகே இழுத்தவாறு, என் மாமா, "நன்றாகச் சொன்னாய், டகாகோ," என்று கூறினார்.

"ஹிடாகி, நீ இப்போது என்ன செய்யப் போகிறாய்? இவள் எப்படி உணர்கிறாள் என்பதை இவள் நேர்மையுடன் கூறிவிட்டாள். இதற்கு நீ இப்போது பதிலளித்தாக வேண்டும்."

ஹிடாகி எதுவும் கூறாமல் வெகு நேரம் தலையைத் தொங்கவிட்டவாறு நின்று கொண்டிருந்தான். இறுதியில், "இது அபத்தமாக இருக்கிறது. வேலை வெட்டி இல்லாமல்

திரிந்து கொண்டிருக்கும் உன்னைப் போன்றவர்களுடன் என்னால் நேரத்தை வீணடித்துக் கொண்டிருக்க முடியாது. நான் தூங்கச் செல்கிறேன். நீங்கள் இங்கிருந்து செல்லாவிட்டால், நான் காவல்துறைக்குத் தொலைபேசி அழைப்பு விடுக்க வேண்டியிருக்கும்," என்று அவன் ஒரு மெல்லிய குரலில் முணுமுணுத்தான்.

இதைச் சொல்லிவிட்டு, அவன் தன் வீட்டுக்குள் நுழைந்து கதவைச் சாத்திக் கொண்டான். உட்புறமாக தாழ்ப்பாள் போடப்பட்டச் சத்தம் எங்களுக்குக் கேட்டது.

"ஹே!"

என் மாமா அந்தக் கதவை ஒரு ஜல்லிக்கட்டு வீரனைப்போலத் தீவிரமாக உற்றுப் பார்த்தார், பின் தன் முஷ்டியால் பலமாகத் தட்டினார். நான் அவருக்குப் பின்னாலிருந்து அவரைத் தடுக்கப் பார்த்தேன்.

"போதும், மாமா."

"ஆனால், டகாகோ..."

"இதுவே போதும், மாமா. நான் உண்மையிலேயே நன்றாக உணர்கிறேன். நான் என் வாழ்க்கையில் இதுவரை உணர்ந்திருந்ததைவிட இப்போதுதான் சிறப்பாக உணர்கிறேன். இது எனக்கே வியப்பாக இருக்கிறது. என் வாழ்க்கையில் இப்போதுதான் நான் முதன்முறையாக, என் குரலை உயர்த்தி, நான் உண்மையிலேயே எப்படி உணர்கிறேன் என்பதைக் கூறியிருக்கிறேன்," என்று கூறிவிட்டு, மூக்குச்சளியும் கண்ணீரும் வடிந்து கொண்டிருந்த முகத்தோடு நான் என் மாமாவை நோக்கிச் சிரித்தேன்.

"சரி, டகாகோ. நீ சொன்னால் சரி..." என்று என் மாமா முணுமுணுத்தார். ஆனால், அவர் சற்று அதிருப்தி கொண்டிருந்தார்.

"இப்போது நான் உண்மையிலேயே நிம்மதியாக உணர்கிறேன்."

"அப்படியானால், நாம் நேராக வீட்டுக்குச் செல்லலாம். இப்படி நாம் நின்று கொண்டிருந்தால், நமக்குக் கண்டிப்பாகச் சளி பிடித்துக் கொள்ளும்."

நான் கதவை நோக்கித் திரும்பி, "நான்

விடைபெறுகிறேன்...” என்று முணுமுணுத்துவிட்டு, எல்லாவற்றையும் பின்னால் விட்டுவிட்டு அங்கிருந்து கிளம்பினேன்.

நாங்கள் ஒரு வாடகைக்காரில் வீடு திரும்பிக் கொண்டிருந்தபோது, நாங்கள் எதுவும் பேசிக் கொள்ளவில்லை. என் மாமாவின் ஆற்றல் முழுவதும் வடிந்திருந்தது. அவர் பின்னிருக்கையில் சாய்ந்து கிடந்தார். அவருக்கு அருகே நான் அமர்ந்திருந்தேன். ஒருவழியாக என் மன உளைச்சலிலிருந்து விடுதலை அடைந்திருந்த நான், என் சொந்த நினைவுகளில் மூழ்கிப் போனேன்.

அது முழுக்க முழுக்க ஹிடாகியின் தவறு கிடையாது. நிலைமையை நான் முதலிலிருந்தே அறிந்திருந்தேன். நிலைமை இப்படி ஆனதற்கு நான் பாதிப் பொறுப்பேற்றுக் கொண்டாக வேண்டும். என் கவனக்குறைவும், என் மன உறுதியின்மையும் அந்தச் சூழ்நிலையைத் தோற்றுவித்திருந்தன.

ஆனால், எது எப்படி இருந்தபோதிலும், நான் எப்படி உணர்ந்தேன் என்பதை நான் சொல்லியாக வேண்டியிருந்தது. நான் சுயநலமாகச் செயல்பட்டுக் கொண்டிருக்கிறேன் என்று யாராவது என்னிடம் கூறினால்கூட, என்னுடைய எண்ண ஓட்டங்களைப் பகிர்ந்து கொள்வதற்காக நான் அப்படி நடந்து கொண்டேன் என்று நான் அவர்களுக்குப் பதிலளிப்பேன். அப்படிச் செய்யும் அளவுக்குப் பலம் இல்லாமல் இருந்த காரணத்தால்தான் நான் கஷ்டப்பட்டுக் கொண்டிருந்தேன். ஹிடாகி என்னுடைய அந்த வெளிபாட்டை எதிர்பார்த்திருக்கவில்லை என்பதால் நிலைகுலைந்து போனான். அப்படி நான் என் மனத்தில் இருந்தவற்றைக் கொட்டித் தீர்த்திருக்காவிட்டால், என்னால் வாழ்க்கையில் முன்னே செல்ல முடியாது. எவ்வளவு காலம் கடந்தாலும், நான் அதிலிருந்து விடுபட முடியாமல் தவித்துக் கொண்டிருப்பேன். என் மாமா மட்டும் எனக்கு அந்த வாய்ப்பைப் பெற்றுத் தந்திருக்காவிட்டால், அந்த உணர்ச்சியை என் வாழ்நாள் முழுவதும் நான் சுமந்து திரிந்து கொண்டிருந்திருப்பேன்.

என் மாமாவிடம் என் நன்றியை எப்படி வெளிப்படுத்தலாம் என்று நான் என் மனத்திற்குள் பல விதமாகச் சொல்லிப் பார்த்தேன். ஆனால், எதுவும் சரியாக வரவில்லை. இறுதியில் எனக்கு ஒரே ஒரு வார்த்தைதான் தோன்றியது. அதை நான் என் மாமாவிடம் உண்மையுடன் கூறினேன்.

“நன்றி, மாமா...”

என் மாமா என்னை நோக்கிப் புன்முறுவல் பூத்துவிட்டு, என் தோளைப் பிடித்து என்னைத் தனக்கு அருகே இழுத்துக் கொண்டார். என் மனத்தின் ஆழத்திற்குள் ஆசுவாசம் பெருகியதை என்னால் உணர முடிந்தது.

நான் பாதுகாப்பாக உணர்ந்தேன். எனக்காகக் கவலைப்பட ஒரு ஜீவன் இருந்தது. எனக்கு நடந்த விஷயம், தனக்கே நடந்ததுபோலக் கருதி அதற்காக அவரைக் கோபப்படவும் வைத்தது.

இந்தப் பெரிய உலகில் நான் தன்னந்தனியளாக இருந்தது போன்ற உணர்வை நான் நீண்டகாலமாகவே எனக்குள் வளர்த்துக் கொண்டிருந்தேன். ஆனால், எனக்காகச் சிந்திப்பதற்கும், என்னை அக்கறையுடன் பார்த்துக் கொள்வதற்கும் எனக்கருகே ஒருவர் எப்போதும் இருந்து வந்திருக்கிறார். அந்தப் புரிதல் எனக்கு அளவிட முடியாத மகிழ்ச்சியைக் கொடுத்தது.

நாங்கள் அமர்ந்திருந்த வாடகைக்கார், நியான் விளக்கு வெளிச்சத்திலும் மழையிலும் குளித்துக் கொண்டிருந்த நகரத் தெருக்களின் ஊடாக அமைதியாகச் சென்று கொண்டிருந்தது.

8

அதைத் தொடர்ந்து, மோரிசாகி புத்தகக் கடையிலிருந்து விலகுவது என்று நான் தீர்மானித்தேன். விநோதமாக, அந்த நிகழ்வு எனக்குத் தேவைப்பட்ட உந்துதலைத் தந்தது. என்னுடைய பிரச்சனைகள் அனைத்தும் காணாமல் போய்விட்டன. என உடலே இலகுவானதைப்போல நான் உணர்ந்தேன். நான் அங்கிருந்து கிளம்புவதற்குத் தயாரானேன்.

மார்ச் மாதத்திலிருந்து தங்கிக் கொள்வதற்கு நான் ஒரு புதிய இடத்தைக் கண்டுபிடித்திருந்தேன். அது மோரிசாகி கடையிலிருந்து வெகு தொலைவில் இருந்தது. ஆனால், அப்போதைக்கு என்னால் அதுதான் முடிந்தது. அடுத்து நான் என்ன செய்யவிருந்தேன் என்பது குறித்து என்னிடம் தெளிவு இருக்கவில்லை. தற்போதைக்கு நான் வடிவமைப்பு நிறுவனம் ஒன்றில் பகுதி நேர வேலை ஒன்றைப் பெற்றிருந்தேன். இதை நான் என்னுடைய முன்னாள் நிறுவனத்தின் மூலமாகப் பெற்றேன்.

நான் அங்கிருந்து கிளம்ப உத்தேசித்திருந்ததாக நான் என் மாமாவிடம் கூறியபோது, அதைக் கேட்டு அவர் பெரும் வியப்படைந்தார். “நீ அவசர அவசரமாக எந்தவிதமான தீர்மானத்திற்கும் வர வேண்டியதில்லை,” என்று அவர் பதற்றத்துடன் கூறினார்.

ஆனால், நான் ஏற்கனவே முடிவெடுத்துவிட்டிருந்தேன்.

“நான் எங்குக் கச்சிதமாகப் பொருந்துவேன் என்பதைக் கண்டுபிடிக்க இப்போது நான் கிளம்பாவிட்டால், ஒருவேளை அதை என்னால் கண்டுபிடிக்க முடியாமலேயே போய்விடக்கூடும்.”

என் மாமா நான் கூறியதை வெறுமனே கேட்டுக் கொண்டார். அது குறித்து அவர் எதுவும் கூறவில்லை.

நான் அங்கிருந்து கிளம்புவதற்கு முந்தைய மாதம், நான் மோரிசாகி புத்தகக் கடையில் என்னுடைய கடைசி நாள்களை இரசித்து அனுபவித்தேன். நான் திட்டமிட்ட முறையில் வேலை பார்த்துவிட்டு, என்னுடைய ஓய்வு நேரத்தில் ஏகப்பட்டப் புத்தகங்களைப் படித்து முடித்தேன். நன்றியுணர்வின் காரணமாக, நான் அந்தக் கடையையும் தான் தங்கியிருந்த மாடிப் பகுதியையும் முழுமையாகச் சுத்தம் செய்தேன். நான் தங்கியிருந்த அறைக்கு அடுத்திருந்த அறையில் தாறுமாறாக வைக்கப்பட்டிருந்த புத்தகங்களைக்கூட நான் ஒழுங்காக அடுக்கி வைத்தேன்.

எங்களுடைய கடைக்கு வழமையாக வருகை தந்த வாடிக்கையாளர்களிடமும் சேவர் காபிக் கடையில் இருந்தவர்களிடமும் நான் அங்கிருந்து செல்லவிருந்த தகவலை நான் பகிர்ந்து கொண்டேன். நான் அங்கிருந்து செல்வது அவர்கள் அனைவருக்கும் வருத்தமளித்தது. அவர்கள் என்மீது எந்த அளவுக்கு அக்கறை கொண்டிருந்தனர் என்பதை நான் தெரிந்து கொண்டது எனக்கு அழுகையை வரவழைத்தது. சாபு இன்னும் ஒரு படி மேலே போய், நான் அவருடைய மகனைத் திருமணம் செய்து கொண்டு அவருடைய குடும்பத்தின் ஓர் அங்கமாக ஆகிவிட வேண்டும் என்று என்னிடம் கூறினார். எங்கள் இருவரையும் சந்திக்க வைக்கக்கூட அவர் முயற்சிகள் மேற்கொண்டார்.

டோமோவும் டகானோவும் சேர்ந்து எனக்காக ஒரு குட்டிப் பிரிவுபசாரக் கொண்டாட்டத்தை நடத்தினர். நாங்கள் மூவரும் புத்தகக் கடைக்கு மேலே இருந்த என்னுடைய அறையில் சிற்றுண்டி

சமைத்துச் சாப்பிட்டுவிட்டு நள்ளிரவுவரை பேசிக் கொண்டிருந்தோம். புத்தகப் பிரியையான தன்னுடைய தோழி இனியும் அங்கு இருக்க மாட்டாள் என்பது தனக்கு வருத்தமளித்ததாக டோமோ என்னிடம் தெரிவித்தாள். "அடுத்த ஆண்டும் நாம் பழைய புத்தகத் திருவிழாவுக்குச் சேர்ந்தே போகலாம், சரிதானே?" என்று அவள் கேட்டாள்.

அன்று இரவு, டகானோ என்னிடம், அவன் டோமோவை சமீபத்தில் ஒரு திரைப்படத்திற்கு அழைத்துச் சென்றதாகக் கிசுகிசுத்தான். அவர்கள் இன்னும் ஒரு ஜோடியாக ஆகியிருக்கவில்லை என்றாலும், டகானோ கூறியதை வைத்துப் பார்த்தபோது, அது நல்லதொரு தொடக்கமாகவே எனக்குப் பட்டது. அதைக் கேட்டு நான் மகிழ்ச்சியடைந்தேன். "பரவாயில்லையே!" என்று கூறி அவன் முதுகில் நான் செல்லமாகத் தட்டினேன்.

இதைத் தொடர்ந்து, ஹிடாகி திருமணம் செய்து கொள்ளவிருந்த முரானோ, எதிர்பாராத விதமாக என்னைத் தொடர்பு கொண்டாள். நாங்கள் ஒரு காபிக் கடையில் சந்திக்க ஏற்பாடு செய்து கொண்டோம். அன்றைய இரவைப் பொறுத்தவரை, அன்று நாங்கள் அவளிடமும் நாகரிகமின்றி நடந்து கொண்டோமா என்ற கவலை என்னை அரித்துக் கொண்டிருந்தது. நாங்கள் சந்திக்கவிருந்த இடத்தை நோக்கி நான் சென்று கொண்டிருந்தபோது, அவளிடம் மன்னிப்புக் கோருவது என்று நான் தீர்மானித்தேன். ஆனால், நாங்கள் சந்தித்தபோது, அவள்தான் என்னிடம் மன்னிப்புக் கேட்டாள். தொடக்கத்திலேயே அவனுடைய நடத்தை குறித்துத் தனக்குச் சந்தேகம் இருந்தபோதிலும், அன்றைய இரவில் நான் அவர்களுடைய வீட்டுக்கு மேற்கொண்டிருந்த அசாதாரணமான விஜயம் அதை உறுதி செய்துவிட்டிருந்ததாக அவள் என்னிடம் தெரிவித்தாள். அவள் அவனைத் தொடர்ந்து கேள்விக் கணைகளால் துளைத்தெடுத்தபோது, இறுதியில் அவன் ஒப்புதல் வாக்குமூலம் கொடுத்துவிட்டான். அன்றைய இரவுவரை, அவன் உறவு வைத்திருந்த மற்றொரு பெண் நான்தான் என்பதை அவள் ஒருபோதும்

ஊகித்திருக்கவில்லை.

நான் அவளிடம் மன்னிப்புக் கேட்க முயன்றேன். "தவறு என் பக்கமும் உள்ளது," என்று நான் கூறியபோது, அவள் தலையை ஆட்டி அதை மறுத்தாள். நடக்கவிருந்த தங்கள் திருமணத்தைத் தான் இரத்து செய்துவிட்டிருந்ததாக அவள் என்னிடம் கூறினாள். அதைக் கேட்டவுடன் நான் மீண்டும் அவளிடம் மன்னிப்புக் கேட்க முயன்றபோது, அவள், "டகாகோ, இது உன் தவறு அன்று," என்று ஓர் உறுதியான குரலில் கூறிவிட்டாள்.

ஆனால் அந்தக் குற்றவுணர்வு என்னிடம் தங்கிவிட்டது. மறுநாள், நடந்த விஷயத்தை நான் என் மாமாவிடம் கூறியபோது, அவர், "அவள் கூறியது சரிதான். அவள் இப்போதே அவனைப் பற்றித் தெரிந்து கொண்டது நல்லதுதான். திருமணத்திற்குப் பிறகு இதை அவள் கண்டுபிடித்திருந்தால், காலம் கடந்துவிட்டிருக்கும்," என்று கூறினார். என் மாமா ஹிடாகியை வெறுத்ததால், அவர் பாரபட்சமான கண்ணோட்டத்தைக் கொண்டிருந்ததாக நான் நினைத்தேன். ஆனால், அவர் கூறியதில் அர்த்தம் இருந்ததை நான் உணர்ந்தபோது, என் தோளிலிருந்து ஒரு பெரும் சுமை இறக்கி வைக்கப்பட்டதுபோல நான் உணர்ந்தேன்.

கடைசி இரவன்று நானும் என் மாமாவும், மாடியின் வராந்தாவில் அமர்ந்து காபி குடித்துக் கொண்டே இரவு வானத்தை வெறித்துப் பார்த்துக் கொண்டிருந்தோம்.

மோரிசாகி புத்தகக் கடையில் நான் கழித்த நாள்களை நினைவு வைத்துக் கொள்வதற்காக, என் மாமா எனக்கு ஏராளமான புத்தகங்களைப் பரிசளித்தார். தான் இளமையாக இருந்தபோது தன்மீது அளப்பரிய தாக்கம் ஏற்படுத்திய புத்தகங்கள் அவை என்று அவர் குறிப்பிட்டார். அந்தப் புத்தகப் பையை நான் நோட்டம் விட்டபோது, டேக்கேஹிகோ ஃபுகுநாகா, காசுவோ ஒசாகி போன்ற தீவிரமான நூலாசிரியர்களின் படைப்புகளால் அவை நிறைந்திருந்ததை நான் கண்டேன்.

அந்தக் கடைசி இரவை நாங்கள் சேர்த்துக் கழித்தபோது, நாங்கள் இருவரும் சகஜமாக இருந்தோம். அப்போது என் மாமா என்னிடம் கூறியதை நான் ஒருபோதும் மறக்க மாட்டேன்.

“டகாகோ, ஒரு விஷயம் குறித்து நீ எனக்கு வாக்குறுதி வழங்க வேண்டும்,” என்று ஒரு பலமான பீடிகையுடன் அவர் ஆரம்பித்தார். பின் அவர் இவ்வாறு சொன்னார்: “யாரோ ஒருவரைக் காதலிக்கப் பயப்படாதே. நீ காதலில் விழுகின்றபோது, அதில் முழுமையாக அமிழ்ந்துவிடு. இறுதியில் அது மன வேதனையில் முடிந்தால்கூட, காதல் இல்லாமல் ஒரு தனிமையான வாழ்க்கையை ஒருபோதும் வாழாதே. ஏனெனில், உனக்கு நிகழ்ந்திருந்ததன் காரணமாக நீ காதலில் விழுவதை முற்றிலுமாகக் கைவிட்டுவிடக்கூடும் என்று நான் கவலைப்பட்டுக் கொண்டிருக்கிறேன். காதல் அற்புதமானது. இதை நீ ஒருபோதும் மறக்கக்கூடாது. நீ காதலிக்கின்ற நபர்களின் ஞாபகங்கள் ஒருபோதும் மறைந்துவிடாது. நீ உயிருடன் இருக்கும்வரை அவை உன் இதயத்தை இதமாக்கிக் கொண்டிருக்கும். நீ என் வயதை அடைகின்றபோது இதைப் புரிந்து கொள்வாய். இந்த வாக்குறுதியை உன்னால் எனக்கு வழங்க முடியுமா?”

“எனக்குப் புரிகிறது. நான் உங்களுக்கு அந்த வாக்குறுதியை வழங்குகிறேன்,” என்று நான் கூறினேன். “இந்த இடம் எனக்கு அதைக் கற்றுக் கொடுத்திருக்கிறது என்று நான் நினைக்கிறேன். அதனால், நீங்கள் கவலைப்படத் தேவையில்லை.”

“அப்படியெனில், நீ எங்கிருந்தாலும் நீ நன்றாகவே இருப்பாய்.”

“நன்றி, மாமா.”

*

நான் அங்கிருந்து கிளம்பிய நாளன்று, நான் காலைச் சூரிய ஒளியில் மோரிசாகி புத்தகக் கடை வாசலில் நின்று கொண்டு, அக்கடையைப் பார்த்துக் கொண்டிருந்தேன். அது பார்ப்பதற்கு மிகச் சிறியதொரு கடையாகவே

தெரிந்தது. நான் இங்கு வாழ்ந்திருந்தேன் என்பதை என்னாலேயே நம்ப முடியவில்லை.

நான் அங்கேயே சிறிது நேரம் நின்று கொண்டிருந்தேன். அந்தக் குளிரில் என் மூச்சுக்காற்று புகையைப்போல மாறிக் கொண்டிருந்தது. அத்தெரு மென்மையான காலை ஒளியில் குளித்துக் கொண்டிருந்தது. எந்தக் கடையும் இன்னும் திறந்திருக்கவில்லை. அதனால், அங்கிருந்த அனைத்தும் அமைதியாகவும் சாந்தமாகவும் காட்சியளித்தன.

மோரிசாகி புத்தகக் கடையை நான் பணிந்து வணங்கினேன். அந்தப் புத்தகக் கடையில் என் வாழ்க்கை எனக்கு வழங்கியிருந்ததை நான் ஒருபோதும் மறக்க மாட்டேன் என்று எனக்கு நானே சங்கல்பம் செய்து கொண்டேன்.

என் மாமா என்னை வழியனுப்பி வைப்பதற்காக தான் வழக்கமாக வருகின்ற நேரத்திற்கு முன்னதாகவே கடைக்கு வந்திருந்தார். நான் என் இதயத்தின் ஆழத்திலிருந்து அவருக்கு நன்றி தெரிவித்தேன்.

அவர் என் வாழ்க்கையின் மிக மிக முக்கியமானதோர் அங்கமாக ஆகிவிட்டிருந்தார். அது எனக்கே வேடிக்கையாக இருந்தது. நான் முதன்முதலாக இங்கு வந்தபோது, விஷயங்கள் இப்படி மாறும் என்று நான் ஒருபோதும் கற்பனை செய்திருக்கவில்லை.

நான் என் மாமாவிடம் விடைபெற்றபோது, முந்தைய இரவு அவர் காட்டியிருந்த வீரமெல்லாம் காணாமல் போயிருந்தது. அவர் ஒரு சிறு குழந்தையைப்போலத் தேம்பித் தேம்பி அழுதார்.

“என்னால் தாங்கிக் கொள்ள முடியவில்லை. தயவு செய்து இங்கிருந்து போகாதே, டகாகோ,” என்று கூறிய அவர், என் கைகளை இறுகப் பற்றிக் கொண்டார். அவர் என் கைகளை விடவே மாட்டார் என்பதுபோல எனக்குத் தோன்றியது.

“நான் எப்போது விரும்பினாலும் இங்கு வந்து உங்களை என்னால் பார்க்க முடியும்,” என்று நான் கூறினேன். இது சற்று ஏடாகூடமாக இருந்தது. ஏனெனில், இப்போது நான் அவருக்கு ஆறுதல் கூறி

அவரைத் தேற்றிக் கொண்டிருந்தேன்.

"நீ உன்னை நன்றாகப் பார்த்துக் கொள். எனக்காக அதை நீ செய்வாய், இல்லையா? எது எப்படி இருந்தாலும், நான் இக்கடையை நன்றாகப் பார்த்துக் கொள்வேன்."

அதற்கு மேல் ஒரு கணம் தாமதித்தாலும், அங்கிருந்து கிளம்பும் உறுதியை நான் இழந்துவிடுவேன் என்று நான் பயந்தேன். அதனால், இன்னும் என் கைகளை இறுகப் பற்றிக் கொண்டிருந்த என் மாமாவின் கைகளை விடுவித்துக் கொண்டு, நான் அவசர அவசரமாக அங்கிருந்து நடக்கத் தொடங்கினேன்.

நான் சாகுரா தெருவின் முனைவரை திரும்பிப் பார்க்காமல் விறுவிறுவென்று நடந்தேன். நான் நடக்க நடக்க, பல ஞாபகங்கள் என்னை நோக்கிப் படையெடுத்து வரத் தொடங்கின, என் கண்கள் குளமாயின. ஆனாலும் எப்படியோ சமாளித்து அத்தெருவின் முனைவரை நான் நடந்துவிட்டேன்.

பின் ஏதோ ஓர் உந்துதலில், நான் நின்று பின்னால் திரும்பிப் பார்த்தேன். என் மாமா அத்தெருவின் நடுவே நின்று கொண்டு என்னை நோக்கிக் கையசைத்துக் கொண்டிருந்ததை நான் கண்டேன். தூரத்தில் அவருடைய உருவம் சிறியதாகத் தெரிந்தது. அதற்கு மேல் என்னால் தாங்கிக் கொள்ள முடியவில்லை. கண்ணீர் பீறிட்டுக் கிளம்பியது, நான் அழத் தொடங்கினேன்.

தாரைதாரையாகக் கண்ணீர் வழிந்து கொண்டிருந்த முகத்தோடு நான் அவரை நோக்கிக் கையசைத்தேன்.

பதிலுக்கு என் மாமா இன்னும் உற்சாகமாகக் கையசைத்தார். அவருக்குப் பின்னால், காலைச் சூரியன் தன் ஒளியைப் பரப்பிக் கொண்டிருந்தது.

"மாமா, உடம்பைப் பார்த்துக் கொள்ளுங்கள்!" என்று நான் உரக்கச் சொல்லிவிட்டு, திரும்பி, யாசுகுனி தெருவில் சென்று கொண்டிருந்த மக்கள்கூட்டத்தில் கரைந்தேன்.

நான் அழுது கொண்டே அத்தெருவில் நடந்து சென்றபோது, என்னைப் பார்த்தவர்கள், விநோதமாகக் காட்சியளித்த இந்தப் பெண்ணுக்கு ஏதோ பிரச்சனைபோல என்று கண்டிப்பாக

நினைத்திருப்பார்கள். ஆனால், நான் அது குறித்துத் துளிகூட அலட்டிக்கொள்ளவில்லை. என் கண்களிலிருந்து வழிந்து கொண்டிருந்தது என் வாழ்விலேயே ஆகச் சிறந்த ஆனந்தக் கண்ணீர்.

அந்த அதிகாலைக் காற்று, அடுத்து வரவிருந்த வசந்தகாலத்திற்குக் கட்டியம் கூறிக் கொண்டிருந்தது. நான் முன்னோக்கித் தொடர்ந்து நடந்தேன்.

பகுதி இரண்டு

மோமோக்கோவின் மறுவருகை

1

"டகாகோ, உன்னைப் பார்த்து எத்தனை நாள்களாயிற்று! நான் நூறு ஆண்டுகள் விலகி இருந்ததுபோலத் தோன்றுகிறது!"

நான் மோரிசாகி புத்தகக் கடை வாசலில் நின்றபோது இப்படித்தான் என் அத்தை மோமோக்கோ என்னை வரவேற்றாள். அவள் பெரிதாகச் சிரித்தாள். அவளுக்குத் தடிமனான குரல். அவள் சிரித்தால், அத்தெருவிலிருந்த புத்தகக் கடைகளில் அது எதிரொலிப்பதை உங்களால் கேட்க முடியும்.

ஆமாம், என் அத்தை திரும்பி வந்திருந்தாள். அவள் திரும்பி வந்திருந்ததைப் பற்றி என் மாமா சட்டோரு என்னிடம் ஏற்கனவே கூறியிருந்ததால், அது பற்றி நான் அறிந்திருந்தேன். ஆனால், அவள் திரும்பி வந்த பிறகு, இப்போதுதான் அவளை நான் நேரில் சந்திக்கிறேன். அவளை நேரில் சந்திக்கின்றவரை நான் அதை நம்பவில்லை. என் தோழி ஒருத்தி தான் ஒரு பேயைப் பார்த்ததாகக் கூறியிருந்தால் எனக்கு இதே உணர்வுதான் ஏற்பட்டிருக்கும்.

ஆனால், மோமோக்கோ அங்கு உண்மையிலேயே இருந்தாள். அத்துடன் அவள் அநியாயத்திற்கு மகிழ்ச்சியாக இருந்தாள். எது குறித்து அவள் அப்படி மகிழ்ச்சி கொண்டிருந்தாள்? உங்களுடைய வாழ்க்கையிலிருந்து பல ஆண்டுகள் மறைந்துவிட்டு, பின் திடீரென்று தோன்றுகின்ற நபர்களின் பொதுவான

நடத்தையா இது? ஆனால், என் மாமா, ஊசிப் போன பதார்த்தம் ஒன்றை அப்போதுதான் தின்றுவிட்டிருந்த ஒரு நாயைப்போல அங்குப் பரிதாபமாக நின்று கொண்டிருந்தார். இது அப்படியே தலைகீழாக அல்லவா இருந்திருக்க வேண்டும்?

என் பார்வையால் காயப்பட்டவளைப்போல, “நீ ஏன் ஒரு பேயைப் பார்த்ததுபோல முழிக்கிறாய்?” என்று என் அத்தை கேட்டாள். அது அளவுக்கதிகமாகக் கடுமையாக இருந்ததாக எனக்குப் பட்டது. இவ்வளவுக்கும், இதுவரை நான் ஒரு வார்த்தைகூடப் பேசியிருக்கவில்லை.

“நான் பேயைப் பார்த்திருந்தால்கூட இந்த அளவுக்கு வியப்படைந்திருக்க மாட்டேன்,” என்ற வார்த்தைகள் என் நாக்கு நுனிவரை வந்துவிட்டன. எப்படியோ அதை அடக்கிக் கொண்டு, அவளிடம், “நீங்கள் நன்றாக இருக்கிறீர்கள் அத்தை,” என்று மட்டும் கூறினேன். நாங்கள் ஒருவரையொருவர் சந்தித்துப் பத்து ஆண்டுகளுக்கு மேல் இருக்கும்.

இளமைக்காலத்தில் மோமோக்கோ அழகாக இருந்தாள். அவளைப் பேரழகி என்று வர்ணிக்க முடியாது என்றாலும், ஒரு விநோதமான விதத்தில் உங்கள் பார்வையைக் கவர்கின்ற அளவுக்கு அவள் அழகாக இருந்தாள். கடற்கரை மணலில் நீங்கள் கண்டெடுக்கின்ற, பெரிய அளவில் மதிப்புமிக்கதாக இல்லாதிருந்தாலும் பளபளப்பான ஒரு கல்லைப்போல என்று வர்ணிக்கலாம். நான் ஒரு சிறுமியாக இருந்தபோது, குடும்ப நிகழ்வுகளில் அவளைப் பார்த்தபோதெல்லாம், அவள் எப்போதும், தான் தனித்துவமாகத் தெரியாமல் கூட்டத்தில் ஒருத்தியாகக் காணப்படுவதற்குச் சிரத்தை எடுத்துக் கொண்டதை நான் பார்த்திருக்கிறேன். மோமோக்கோ ஒரு சிறிய உருவத்தினள். அவளைச் சுற்றி ஒரு விதமான மர்மம் இருந்தது.

இந்த வயதிலும் மோமோக்கோ அழகாகத்தான் இருந்தாள். அவள் ஓர் எளிய ஆடையை அணிந்திருந்தாள். நீல ஜீன்ஸ் மற்றும் பழுப்பு நிற ஸ்வெட்டரை அவள் அணிந்திருந்தாள். அவள் ஒப்பனை எதுவும் செய்து

கொண்டிருக்கவில்லை. அவளுடைய தோரணை, பாவனைமிக்க முகம், சுறுசுறுப்பாகப் பேசுகின்ற விதம் ஆகியவற்றின் காரணமாக அவள் இப்போதும் இளமையாகத் தெரிந்தாள். மூப்படைவதற்குப் பதிலாக, அவள் தேவையில்லாதவற்றைக் களைந்துவிட்டிருந்தவள்போலக் காணப்பட்டாள்.

எது எப்படியோ, துடிப்புடன் அங்குமிங்கும் அலைந்து கொண்டிருந்த அவளைப் பார்த்தால், தன் கணவரைவிட்டு ஓடிப் போய்விட்டுப் பல ஆண்டுகள் கழித்துத் திடீரென்று திரும்பி வந்திருந்த ஒருத்தியைப்போல அவள் தெரியவில்லை. மறுபுறம், என் மாமா, வளைந்த முதுகுடனும், கசங்கிய ஆடையுடனும், கலைந்த தலையுடனும் ஒரு முதியவரைப்போலக் காட்சியளித்தார்.

மோமோக்கோ தன் கண்களை இடுக்கி என்னைப் பார்த்தவாறு, “டகாகோ, நீ அப்படியே உன் அம்மாவை உரித்து வைத்திருக்கிறாய்,” என்று கூறினாள். “உன் பாட்டியின் இறுதிச் சடங்கின்போது நீ உயர்நிலைப் பள்ளியில் படித்துக் கொண்டிருந்தாய். அது நேற்றுதான் நடந்ததுபோலத் தோன்றுகிறது.”

இப்படித்தான், அந்தப் பிரகாசமான வசந்தகால மாலையில், மோரிசாகி புத்தகக் கடையின் வாசலின் முன்னால், நானும், என் மாமாவும், என் அத்தையும் மறுபடியும் ஒன்று சேர்ந்தோம்.

2

“அவள் திரும்பி வந்துவிட்டாள்!”

இரண்டு நாள்களுக்கு முன்பு என் மாமா என்னை அழைத்தார். அவர் பதற்றத்துடன் இருந்ததைப்போலத் தோன்றியது. நான் மோரிசாகி புத்தகக் கடையிலிருந்து திரும்பி வந்து ஒன்றரை ஆண்டுகள் கழிந்துவிட்டிருந்தன.

புத்தகக் கடையிலிருந்து நான் விலகிய பிறகு நான் சேர்ந்திருந்த வடிவமைப்பு நிறுவனத்தில் நான் பார்த்துக் கொண்டிருந்த பகுதி நேர வேலையை, அந்த நிறுவனம், மூன்று மாதங்களுக்கு முன்பாக முழுநேர வேலையாக மாற்றியது. அதனால் எனக்கு ஓய்வு நேரம் குறைவாகக் கிடைத்ததால், மோரிசாகி புத்தகக் கடைக்கு நான் வந்து இரண்டு மாதங்கள் ஆகிவிட்டிருந்தன.

அதனால், என் மாமா என்னை அழைத்தபோது, பார்த்து நாளாகிவிட்டிருந்ததால், தன்னைப் பார்க்க வரும்படி கூறத்தான் அழைத்ததாக நான் நினைத்துக் கொண்டேன். அவருடைய குரல் உடைந்து போயிருந்ததைக் கேட்டபோது, பெரிதாக ஏதோ நடந்திருந்ததென்று நான் ஊகித்தேன்.

தொலைபேசியில் என் மாமா தன் நிலைமையை விலாவாரியாக விவரிக்கத் தொடங்கியதும் நான் பொறுமையிழக்கத் தொடங்கினேன். இரண்டு மணி நேரம் நீடித்த அந்த உரையாடலைச் சுருக்கமாக

விவரிக்க வேண்டுமென்றால் அதை இப்படிக் கூறலாம்:

அன்றும் என் மாமா தன் கடையில் வழக்கம்போலக் காலையிலிருந்து மாலைவரை வேலை பார்த்து வந்தார். அன்று மதியம் அவர் ஓகாய் மோரி, சாகுனோசுகே ஓடா ஆகியோரின் பல அரிய தொகுதிகளை விற்பனை செய்திருந்தார். அதனால், அவர் ஒரு நல்ல மனநிலையில் இருந்தார். அவர் விசிலடித்தவாறு கடையை மூடிக் கொண்டிருந்தபோது, யாரோ ஒருவர் கடையின் முன்கதவைத் திறந்து உள்ளே நுழைந்த சத்தத்தை அவர் கேட்டார்.

"ஐயோ, இந்த நேரத்தில் இன்னொரு வாடிக்கையாளரா?" என்று அவர் நினைத்தார். அப்போது அவர் கடையின் வாசலுக்கு முதுகு காட்டியவாறு கல்லா அருகே நின்று கொண்டிருந்ததால், வந்தவர் யார் என்பதை அவர் கவனிக்கவில்லை. உள்ளே நுழைந்த நபர் அதற்கு மேல் நகராமல் வாசலருகேயே நின்று கொண்டிருந்தார். அதனால், வந்தவர் யாரென்பதை அறிந்து கொள்வதற்காக என் மாமா திரும்ப முனைந்த அதே வேளையில், உள்ளே வந்த நபர் எதையோ முணுமுணுத்தச் சத்தம் அவருக்குக் கேட்டது. அக்குரலைக் கேட்டதும் என் மாமா கடும் அதிர்ச்சியடைந்தார். 'தன் தலையில் யாரோ பத்தாயிரம் முறை அடித்ததைப் போன்ற உணர்வு தனக்கு ஏற்பட்டதாக' அவர் அதை விவரித்தார்.

முதலில் தான் ஏதோ தவறு செய்துவிட்டிருந்ததாகத்தான் அவர் நினைத்தார். அதே நேரம், இந்த விஷயத்தில் தான் தவறு செய்திருக்க வாய்ப்பில்லை என்பதை அவர் அறிந்திருந்தார். ஏனெனில், அந்தக் குரலை அடையாளம் காண முடியாமல் இருப்பது என்பது மோரிசாகி புத்தகக் கடைக்குள் ஒரே நேரத்தில் நூறு பேரை நுழைப்பதைப்போலச் சாத்தியமற்றது என்பதை அவர் அறிந்திருந்தார்.

திரும்ப நினைத்த என் மாமா, ஆணியடித்தாற்போல அதே இடத்தில் நின்றுவிட்டார். அப்போது அக்குரல் மீண்டும் ஒலித்தது. இம்முறை அது கூடுதல் தெளிவுடன்

இருந்தது. "சட்டோரு..."

இறுதியில் அவர் ஆழமாக ஒரு முறை சுவாசித்துவிட்டு அக்குரலின் சொந்தக்காரரை நோக்கித் திரும்பினார். உடனே, அவருக்குப் பரிச்சயமான அக்கடையின் உட்புறம் பின்வாங்கிக் கொண்டது. அங்கு அவருடைய பார்வைப் புலத்தின் மையத்தில் நடுநாயகமாக, ஐந்து ஆண்டுகளுக்கு முன்னால் ஒரு வார்த்தைகூடச் சொல்லாமல் திடீரென்று ஓடிப் போய்விட்டிருந்த அவருடைய மனைவி நின்று கொண்டிருந்தாள். அவரால் தன் பார்வையை அவளிடமிருந்து திருப்ப முடியவில்லை. தான் கனவு கண்டு கொண்டிருந்ததாகத்தான் அவர் எண்ணினார். இதையொத்தக் கனவை அவர் இதற்கு முன்பு நூற்றுக்கு மேற்பட்ட முறை கண்டிருந்தார். ஆனால், அக்கனவுகளில் அவருடைய மனைவி ஒருபோதும் இந்த அளவுக்கு நிஜமாகத் தோன்றியிருக்கவில்லை. அது சாட்சாத் மோமோக்கோதான். அவள் அவரைவிட்டுப் பிரிந்து சென்றபோது எப்படி இருந்தாளோ துல்லியமாக அதைப்போலவே இப்போதும் இருந்தாள்.

ஒரு நீண்ட மௌனத்திற்குப் பிறகு, மோமோக்கோ அமைதியாகப் புன்னகைத்துவிட்டு, "நான் வீட்டுக்கு வந்துவிட்டேன்," என்று அறிவித்தாள்.

வீட்டிலிருந்து சற்று தூரம் நடந்து சென்றுவிட்டு வீட்டுக்குத் திரும்பினால் அதை அவள் எப்படி அறிவிப்பாளோ, இப்போதும் துல்லியமாக அதுபோலவே பல ஆண்டுகளுக்குப் பிறகு திரும்பி வந்து அவள் அறிவித்தாள். அவள் தன் கையில் ஒரு பை வைத்திருந்தாள்.

என் மாமா நீண்ட நேரம் அவளை வெறித்துப் பார்த்துக் கொண்டிருந்தார். இறுதியில், "திரும்பி வந்துள்ள உன்னை நான் வரவேற்கிறேன்," என்று அவர் கூறினார்.

பதிலுக்கு எதுவும் பேசாமல், மோமோக்கோ, மாடியிலிருந்த அறைக்கு அமைதியாகச் சென்றாள். அதிலிருந்து அவள் அந்த மாடியில்தான் வசித்துக் கொண்டிருக்கிறாள்...

*

“ஒரு நிமிடம் பொறுங்கள்.” தொலைபேசியில் அதுவரை அவருடைய அங்கலாய்ப்புகளைக் கேட்டுக் கொண்டிருந்த என்னால் அதற்கு மேல் பொறுமை காக்க முடியவில்லை.

“என்ன இதெல்லாம்? ‘நான் வீட்டுக்கு வந்துவிட்டேன்!’ ‘திரும்பி வந்துள்ள உன்னை நான் வரவேற்கிறேன்!’ என்ன கண்றாவி இது! இது ஏதோ ஒரு பேய்க் கதைபோல அல்லவா இருக்கிறது.”

“ஆனால், இது நிஜம், டகாகோ,” என்று என் மாமா கூறினார்.

“அது உண்மையாக இருக்கும் பட்சத்தில் நீங்கள் இருவருமே விநோதப் பிறவிகள். எதற்காக மோமோக்கோ திடீரென்று திரும்பி வந்தாள்? எந்தவிதமான மனத்தாங்கலும் இல்லாமல் நீங்கள் ஏன் அவளை வரவேற்றீர்கள்?”

“என்னை என்னாலேயே புரிந்து கொள்ள முடியவில்லை,” என்று என் மாமா தடுமாற்றத்துடன் கூறினார். என்னிடம் கூறியிருந்த விஷயத்தால் அவர் ஆழமாகப் பாதிக்கப்பட்டிருந்ததைப்போல எனக்குத் தோன்றியது. “ஆனால், அது வெகு இயல்பாக நடந்தேறிவிட்டது.”

நான் கடும் திகைப்படைந்திருந்ததால் என்ன பேசுவது என்றே எனக்குத் தெரியவில்லை. என் மாமா ஓர் அசாதாரணமான மனிதர் என்பது உண்மைதான். ஆனால், அவர்கள் இருவரும் நடந்து கொண்டிருந்த விதத்தை எந்தக் கணக்கில் சேர்த்துக் கொள்வது?

“அத்தை அதற்குப் பிறகு வேறு ஏதாவது கூறினாளா?” என்று நான் என் மாமாவிடம் கேட்டேன்.

என் மாமா, “அதுபோன்ற விஷயங்களைப் பற்றிக் கேட்பது அவ்வளவு எளிதல்ல,” என்று ஏனோதானோவென்று பதிலளித்தார்.

“அப்படியெனில், நீங்கள் ஏன் அவளைக் குனிடாச்சியிலுள்ள உங்கள் வீட்டுக்கு அழைத்துச் சென்று அதைப் பற்றி அவளிடம் கேட்கக்கூடாது?”

"அவளுக்கு அந்த இடம் பிடிக்கவில்லை. அங்கு ஆசுவாசமாக இருப்பது கடினம் என்று அவள் கூறுகிறாள். இங்குக் கடையின் மாடியில் இருப்பதையே அவள் விரும்புகிறாள். டகாகோ, பெண்களின் உணர்ச்சிகள் எப்படிச் செயல்படுகின்றன என்பது குறித்து எனக்குத் துளிகூடத் தெரியாது. அவள் ஏன் திரும்பி வந்தாள் என்று நீ நினைக்கிறாய்?"

தொலைபேசியின் மறுமுனையில் அவர் எந்த அளவுக்குத் திகைப்புடனும் குழப்பத்துடனும் இருந்தார் என்பதை நான் உணர்ந்து கொண்டிருந்தபோதிலும், நான் அலட்சியமாக, "எனக்கு எப்படித் தெரியும்? அவள் உங்களுடைய மனைவி. மற்ற எவரொருவரையும்விட நீங்கள்தானே அவளைப் பற்றி நன்றாக அறிந்து வைத்திருக்க முடியும்?" என்று கேட்டேன்.

"மற்றவர்களைவிட அவளைப் பற்றி எனக்குத்தான் நன்றாகத் தெரியும் என்றுதான் நான் எண்ணிக் கொண்டிருந்தேன். ஆனால், இப்போது எல்லாமே ஏடாகூடமாகிவிட்டது. நான் இருட்டில் தடுமாறிக் கொண்டிருக்கிறேன். நீ ஒரு பெண். பெண்கள் என்ற முறையில் உங்களுக்கு இடையே ஏதோ ஒரு விதமான பரஸ்பரப் புரிதல் இருக்குமல்லவா?"

"பாலினரீதியாக நாங்கள் இருவரும் ஒன்றுதான் என்றாலும், நாங்கள் இருவரும் ஒருவரிடமிருந்து ஒருவர் முற்றிலும் வேறுபட்ட உயிரினங்கள் என்று நான் நினைக்கிறேன்," என்று நான் கூறினேன். வெகு நேரத்திற்கு என் மாமா மௌனமாக இருந்தார். பின் அவர், "ஆனால், டகாகோ... அவள் மீண்டும் என்னைவிட்டுப் போய்விடுவாள் என்று நீ நினைக்கிறாயா?" என்று கேட்டார். என் மாமாவின் குரலில் தொனித்த ஒருவித அவசரத்தனத்தைச் செவிமடுத்தபோது நான் என் மனத்தைச் சற்று மாற்றிக் கொண்டேன். நான் மோமோக்கோவைப் பற்றி அவரிடம் கேட்ட தினத்தன்று அவர் அந்தச் சாலையில் நடந்து சென்றபோது எந்த அளவுக்கு வருத்தமாகவும் தனிமையுணர்வுடனும் இருந்தார் என்பதை நான் நினைவுகூர்ந்தேன். அப்போது அவர், எது எப்படியிருந்தபோதிலும் தான் இன்னும்

அவளை நேசித்ததாகக் கூறினார். அவள் பிரிந்து சென்றிருந்ததால் ஏற்பட்டிருந்த வலி அப்போதும் அவருக்கு இருந்தது. இனி அவர் அப்படி இருப்பதைப் பார்க்க நான் ஒருபோதும் விரும்பவில்லை. அதற்காக என்னால் ஏதாவது செய்ய முடியும் என்றால் அதைச் செய்ய நான் தயாராக இருந்தேன்.

"அவள் மீண்டும் உங்களைவிட்டுப் பிரிந்து செல்ல நீங்கள் விரும்பவில்லை, அப்படித்தானே?"

"எனக்குத் தெரியவில்லை. அவள் எங்கு இருந்தாலும் மகிழ்ச்சியாக இருக்கும் பட்சத்தில், அதனோடு எனக்கு உடன்பாடுதான் என்றுதான் நான் நினைத்து வந்திருந்தேன். ஆனால், இப்போது அவள் திரும்பி வந்துவிட்டதால், அவளைக் குறித்த என் உணர்ச்சிகள் மாறத் தொடங்கியுள்ளன. அதற்காக அவள் மகிழ்ச்சியற்று இருக்க வேண்டும் என்று நான் நினைக்கவில்லை. ஓ! நான் இழிவானவன்."

அடக் கடவுளே! இப்படிப் பேசிக் கொண்டிருந்தால் அதனால் எந்தப் பயனும் விளையப் போவதில்லை என்று எனக்குத் தோன்றியது. நான் என் முயற்சியைக் கைவிட்டேன். நான் அவரிடம், "சரி, நீங்கள் என்னிடம் என்ன கேட்க விரும்புகிறீர்கள், அதைச் சொல்லுங்கள்," என்று கேட்டேன்.

"ஹூம். நான் உன்னிடம் ஏதோ ஒன்றைக் கேட்கப் போகிறேன் என்பது உனக்கு எப்படித் தெரியும்?"

"நான் அறிவேன். நாம் எவ்வளவு நேரத்தை ஒன்றாகச் செலவிட்டிருக்கிறோம்?"

"ஆகா, டகாகோ. உன்னைவிட அற்புதமான மருமகள் இந்த உலகில் வேறு ஒருத்தி இருக்க முடியாது. நான் உனக்கு நன்றிக்கடன் பட்டிருக்கிறேன்."

அது பெருமளவுக்கு நான் எதிர்பார்த்திருந்த ஒன்றுதான். மோமோக்கோ உண்மையிலேயே என்ன சிந்தித்துக் கொண்டிருந்தாள் என்பதை நான் கண்டுபிடிக்க வேண்டும் என்று என் மாமா விரும்பினார். இப்போது அவள் ஏன் திரும்பி வந்திருந்தாள்? அடுத்து அவள் என்ன செய்யத் திட்டமிட்டிருந்தாள்? ஐந்தாண்டுகளுக்கு முன்னால் அவள் வீட்டைவிட்டுச்

சென்றபோது, 'நான் நன்றாக இருக்கிறேன். என்னைத் தேடாதீர்கள்,' என்ற வரிகளை எழுதி வைத்துவிட்டு அவள் சென்றிருந்தாள். அவள் தன்னுடன் எதையும் எடுத்துச் செல்லவில்லை. அப்படி ஒன்று நடக்கும் என்பதற்கான எந்தவிதமான முன்னெச்சரிக்கையையும் என் மாமா கவனித்திருக்கவில்லை என்பதால், இப்போது என்ன நடக்கும் என்பது குறித்து அவருக்கு எந்த யோசனையும் இருக்கவில்லை.

அது குறித்து அவரிடம் கலவையான உணர்ச்சிகள் இருந்தன. அது குறித்து அவர் ஏராளமாகக் கவலைப்பட்டப் பிறகு, அவள் விட்டுச் சென்றிருந்த குறிப்பில் இருந்த அறிவுரையை அப்படியே பின்பற்றத் தீர்மானித்து, அவளைத் தேடுகின்ற முயற்சியை அவர் கைவிட்டார். தன் மனைவி காணாமல் போய்விட்டாள் என்ற புகாரைக்கூட அவர் காவல்துறையிடம் அளிக்கவில்லை. "எங்களுக்குக் குழந்தை பாக்கியம் இல்லை. அவளுக்கு உன்னை மிகவும் பிடிக்கும். அதனால்தான் அவள் உன்னிடம் பேசுவாள் என்று நான் நினைக்கிறேன்," என்று அவர் என்னிடம் கூறினார். இறுதியாகத் தொலைபேசியை வைப்பதற்கு முன்பாக, அவர் என்னிடம், "இதற்காக, உனக்கு முன்கூட்டியே நன்றி," என்று கூறினார்.

என்ன? மோமோக்கோ அத்தைக்கு என்னைப் பிடிக்குமா? நாங்கள் வெகு அபூர்வமாகத்தான் பேசிக் கொண்டோம். அப்படியுமா? எனக்கென்னவோ சந்தேகமாக இருந்தது. தங்களுடைய திருமண பந்தத்திற்குள் ஒரு மூன்றாம் நபர் தலையிடுவதைப் பெரும்பாலானவர்கள் விரும்புவதில்லை. ஆனால், என் மாமா என்னிடம் அப்படி மன்றாடிக் கேட்டுக் கொண்ட பிறகு, என்னால் என் மாமாவின் வேண்டுகோளைப் புறக்கணிக்க முடியவில்லை. என்ன இருந்தாலும் நான் அவருக்கு எக்கச்சக்கமாக நன்றிக்கடன் பட்டிருந்தேன்.

3

“சரி, நாம் உள்ளே போகலாம்,” என்று மோமோக்கோ கூறினாள். “நமக்கு வண்டி வண்டியாக விஷயங்கள் இருக்கின்றன.”

மோமோக்கோவின் வற்புறுத்தல் காரணமாக நாங்கள் மூவரும் உள்ளே சென்றோம். நான் கடைக்குள் காலடி எடுத்து வைத்து இரண்டு மாதங்கள் ஆகியிருந்தன.

மோரிசாகி கடை வழக்கம்போலப் புத்தகங்களால் நிரம்பி வழிந்தது. எப்போதும்போல, கடையின் தரையில் பதிக்கப்பட்டிருந்த மரப்பலகைகள் கீச்சிட்டன. தூசு அங்குமிங்கும் பறந்தது. மாலைச் சூரியனின் ஒளி சன்னலின் வழியாக அறைக்குள் புகுந்து அறையை மென்மையாக நிறைத்தது. நான் ஆழமாக ஒரு முறை மூச்சை உள்ளே இழுத்து எனக்குப் பரிச்சயமான வாசனையை முகர்ந்தேன்.

நான் முதன்முறை இக்கடைக்குள் வந்தபோது, “இங்கு ஒரு விதமான மக்கிய வாசம் வீசுகிறது,” என்று கூறியது இப்போது என் நினைவுக்கு வந்தது. ஆனால், இப்போது அதே வாசனையை நான் நேசித்தேன். என்ன விநோதம்!

நாங்கள் மூவரும் கல்லாவுக்கு அருகே கூடி, இனிப்பான டாயாகி கேக்குகளைச் சுவைத்தோம். வெறுங்கையுடன் போகக்கூடாது என்பதற்காக, வருகின்ற

வழியில் அதை நான் வாங்கி வந்திருந்தேன். நாங்கள் அதைச் சாப்பிட்டுக் கொண்டிருந்தபோது, இரண்டு முறை வாடிக்கையாளர்கள் கடைக்குள் நுழைந்தனர். கல்லாவுக்கு அருகே நாங்கள் மூவரும் நெருக்கமாக நின்று கொண்டு எதையோ சாப்பிட்டுக் கொண்டிருந்ததைக் கண்ட அவர்கள் அதிர்ச்சியடைந்தனர். அவர்கள் தாங்கள் தேர்ந்தெடுத்திருந்த புத்தகங்களை வாங்கிச் சென்றனர். மோமோக்கோ வாடிக்கையாளர்களைக் கையாண்டாள். அவள் அவர்களுடன் ஒரு தோழமையான முறையில் உரையாடினாள். ஒரு புத்தக வியாபாரியின் மனைவியாக அவள் பல காலம் குப்பை கொட்டியிருந்ததால், அவளுக்கு இதில் நல்ல அனுபவம் இருந்தது.

நாங்கள் உள்ளே சென்ற பிறகும் பெரும்பாலும் மோமோக்கோதான் பேசிக் கொண்டிருந்தாள். ஆனால், அவள் ஒரு விஷயத்திலிருந்து மற்றொன்றுக்குப் படுவேகமாகத் தாவிக் கொண்டிருந்ததால், அவற்றைப் பின்பற்றுவது கடினமாக இருந்தது. வானிலிருந்து தலைகுப்புற விழுந்து பூமியை நோக்கித் தாறுமாறாகச் சுழன்று வருகின்ற ஒரு விமானத்தைப்போல அவளுடைய பேச்சு இருந்தது.

“டகாகோ, நீ இங்குச் சிறிது காலம் வசித்தாய், இல்லையா? இப்போது அதே இடத்தில் நான் இருக்கிறேன். இங்குக் குளிரூட்டி சுத்தமாக வேலை செய்யவில்லை. அப்படியெனில், கோடையில் இந்த இடம் மிகவும் வெப்பமாக இருக்கும், இல்லையா? இந்தக் கேக்கில் தடவப்பட்டுள்ள இனிப்பு உள்ளேவரை நன்றாக ஊறிப் போயிருக்கிறது. மிகவும் சுவையாக இருக்கிறது. எங்கே வாங்கினாய்? இந்தப் பகுதி இப்போது வெகுவாக மாறிப் போயுள்ளது. இப்போது இங்கு நிறைய ஃபேன்சி கடைகள் முளைத்துவிட்டன. ‘ஃபேன்சி’ என்ற சொல்லாடலைப் பயன்படுத்தினாலே, நான் ஒரு நடுத்தர வயதுப் பெண்மணி என்பது வெளிப்பட்டுவிடும், அப்படித்தானே?”

மோமோக்கோ ஒரு விஷயத்திலிருந்து மற்றொரு விஷயத்திற்குத் தாவிக் கொண்டிருந்த அதே சமயத்தில்,

அவ்வப்போது, எட்டி என் மாமாவின் கன்னத்தைக் கிள்ளினாள். அவள் அடிக்கடி இப்படிக் கிள்ளியதில் அவருடைய கன்னம் அப்படியே சிவந்துவிட்டது.

அது எனக்கு விநோதமாகப் பட்டதால், அவள் ஒரு முறை என் மாமாவின் கன்னத்தைக் கிள்ள முயன்றபோது, நான் குறுக்கிட்டு, “எதற்காக நீங்கள் அடிக்கடி அவருடைய கன்னத்தைக் கிள்ளிக் கொண்டிருக்கிறீர்கள்?” என்று கேட்டுவிட்டேன்.

“அப்படியா? நான் அவருடைய கன்னத்தைக் கிள்ளிக் கொண்டிருக்கிறேனா?”

“ஆமாம். அதிலென்ன சந்தேகம்?”

“இது என்னுடைய பழைய பழக்கம். எனக்கு நெருக்கமானவர்களை நான் கிள்ளுவேன். ஒருவேளை என் பாசத்தை நான் இப்படி வெளிப்படுத்துகிறேனோ, என்னவோ. நான் கிள்ளிய பிறகு சட்டோருவின் கன்னம் நன்றாக இருக்கிறது, இல்லையா?”

இதைச் சொல்லிக் கொண்டிருந்தபோதே, மோமோக்கோ என் மாமாவின் இரண்டு கன்னங்களையும் பிடித்து மேலும் கீழுமாகவும் பக்கவாட்டிலும் கிள்ளினாள். அது குழந்தைகளின் விளையாட்டில் அவர்களுக்குக் கொடுக்கப்படுகின்ற ஒரு விதமான தண்டனையைப்போல இருந்தது. என் மாமாவின் கன்னம் பரிதாபகரமான நிலையில் இருந்தது. கண்டிப்பாக அது அழகாக இருக்கவில்லை.

“போதும், நிறுத்திக் கொள்!” என்று என் மாமா வலியால் கத்தினாலும், அவள் அதைச் செய்யத் தொடர்ந்து அனுமதித்துக் கொண்டிருந்தார். அதற்கு அவர் பழக்கப்பட்டிருந்ததுபோலக் காணப்பட்டார். அது அவருடைய குரலில் வெளிப்பட்டது. அவருடைய எதிர்வினையாற்றலைக் கண்டு மோமோக்கோ நகைத்தாள். இறுதியில், போனால் போகிறது என்று அவள் அவரை விட்டுவிட்டாள். பிறருடைய துன்பத்தில் இன்பம் காண்கின்ற மனோபாவம் மோமோக்கோவிடம் இருந்ததுபோலத் தோன்றியது.

“இதை நீ டகாகோவின் முன்னால் செய்வது உனக்குச் சங்கடமாக இல்லையா?”

“இது என்ன பெரிய விஷயம்? அவள் ஒன்றும் அந்நிய மனுஷி இல்லேயே. அவள் நம் மருமகள்.”

“நாம் பெரியவர்கள். நம்முடைய கண்ணியத்தை நாம் காக்க வேண்டாமா?”

“எப்போதிருந்து நீங்கள் கண்ணியம் குறித்துக் கவலைப்பட ஆரம்பித்தீர்கள்?” என்று அவள் பதிலுக்குத் தாக்கினாள்.

அவர்கள் இருவரும் ஒருவரையொருவர் இப்படிப் பரிகாசம் செய்து கொண்டதை நான் வேடிக்கை பார்த்துக் கொண்டிருந்தேன். நானும் அவளுக்கு நெருக்கமானவளாக ஆகிவிட்டால், அவள் என்னையும் இந்தப் பாடுதான் படுத்துவாளோ? அந்த எண்ணமே எனக்கு நடுக்கம் ஏற்படுத்தியது.

அடுத்து, மோமோக்கோ வேறொரு விஷயத்திற்குத் தாவினாள்.

பின் அவள் திடீரென்று என் கைகள் இரண்டையும் பிடித்துக் கொண்டு என்னை உற்றுப் பார்த்தாள்.

“உன்னைப் பார்த்தது குறித்து எனக்கு மிக்க மகிழ்ச்சி. நான் உன்னைப் பற்றி அவ்வப்போது நினைத்துக் கொள்வேன். என்னுடைய அன்பான குட்டி மருமகள் இப்போது எப்படி வளர்ந்திருப்பாள் என்று நான் யோசிப்பேன். என்ன இருந்தாலும், நீ உயர்நிலைப் பள்ளியில் படித்துக் கொண்டிருந்தபோதே அமைதியும் அடக்கமும் கொண்ட ஓர் அருமையான இளம்பெண்ணாக இருந்தாய். ‘பேஜ்பாய்’ பாணியில் தலைமுடியை வெட்டியிருந்த நீ, பார்க்க மிகவும் அழகாக இருப்பாய்.”

“என்னைப் பற்றி நீங்கள் அப்படியா நினைத்துக் கொண்டிருந்தீர்கள்? நான் உண்மையில் அப்படி இருக்கவில்லையே.” அதற்கு மேல் என்ன பேசுவதென்றே எனக்குத் தெரியவில்லை. அப்போது நான் பருவ வயதின் உச்சத்தில் இருந்தேன். நான் ஏகப்பட்ட விஷயங்களால் விரக்தியடைந்திருந்தேன். என்னுடைய உணர்ச்சிகளைப் பிறரிடம் எடுத்துரைக்க முடியாமலும், அதே நேரத்தில் அவற்றைச் சுயமாகக் கையாள முடியாமலும் நான் தவித்துக் கொண்டிருந்தேன். நான் வேதனையில்

இருந்தேன். ஆனால், என்னை வேறு ஒருவரால் முற்றிலும் புதியதொரு கோணத்தில் பார்த்திருக்க முடியும் என்பதை என்னால் நம்ப முடியவில்லை. குடும்ப நிகழ்வுகளில் நான் ஒரு நல்ல பிள்ளையாக நடந்து கொண்டதற்கு, என்மீது பிறருடைய கவனம் விழுவதை நான் தவிர்க்க விரும்பியதுதான் காரணம்.

மக்களின் அபிப்பிராயங்கள் பொதுவாக நம்பத்தக்கவை அல்ல, சரிதானே? மோமோக்கோ தன் கண்களில் பிரகாசம் மின்ன என்னை உற்றுப் பார்த்துக் கொண்டிருந்தபோது, இப்படிப்பட்ட எண்ணம்தான் என் மனத்தில் தோன்றியது. எடுத்துக்காட்டாக, என் மாமா குறித்து நான் கொண்டிருந்த அபிப்பிராயங்களில் பல தவறாக இருந்தன. நீங்கள் ஒருவரோடு இரத்த சம்பந்தம் கொண்டிருக்கலாம், அல்லது ஒருவரோடு பல ஆண்டுகள் ஒரே பள்ளியில் ஒன்றாகப் படித்திருக்கலாம் அல்லது ஒரே அலுவலகத்தில் வேலை செய்து கொண்டிருக்கலாம். ஆனால், அந்த நபரை நீங்கள் நேருக்கு நேர் எதிர்கொள்ளாதவரை, அவரை உங்களால் ஒருக்காலும் உண்மையிலேயே அறிந்து கொள்ள முடியாது. ஹிடாகி விஷயத்திலும் அப்படித்தான் நடந்தது. நடந்திருந்த விஷயங்களுக்கு நானும் கூட்டுப் பொறுப்பாளிதான் என்ற உண்மையை என்னால் அவ்வளவு எளிதாக உதறித் தள்ள முடியவில்லை. இது அந்த விவகாரம் குறித்து மீண்டும் என்னை யோசிக்க வைத்தது.

“அத்தை, அப்படியானால், நான் உங்களைப் பற்றி வைத்திருந்த பிம்பமும் இசகுபிசகாகத்தான் இருக்கும்,” என்று நான் கூறினேன். அது தன்னைச் சிறிதும் சட்டை செய்யவில்லை என்பதுபோல என் அத்தை மனம்விட்டுச் சிரித்தாள்.

“அந்தக் குடும்ப நிகழ்வுகளில் நானும்தான் ஒரு நல்ல பிள்ளைபோல நடித்தேன். அங்கிருந்த அனைவருமே இறுக்கமானவர்களாகவே இருந்தனர், சரிதானே? குறிப்பாக, என் மாமனார். அவருடைய முகபாவம் ஒருபோதும் மாறியதில்லை. அவர் தன் முகத்தின் மேல் ஒரு ‘நோஹ்’ முகமூடி அணிந்திருந்தாரோ என்ற சந்தேகம்

எப்போதும் எனக்கு இருக்கும். அது மட்டுமல்லாமல், நாங்கள் வீட்டுக்குத் தெரியாமல் ஓடிப் போய் திருமணம் செய்து கொண்டவர்கள். அந்தக் குடும்ப நிகழ்வுகள் சகித்துக் கொள்ள முடியாதவையாக இருக்கும். நாங்கள் அங்குச் செல்கின்றபோது, அனைத்தும் இறுக்கமாக இருக்கும். அதனால்தான், நான் எப்போதும் பிறரால் எளிதில் கண்டுபிடிக்க முடியாதபடி ஏதாவது ஒரு மூலையில் ஒடுங்கிவிடுவேன்."

"நிலைமை அப்படி இருந்தபோதிலும் நீங்கள் இருவரும் திருமணம் செய்து கொண்டீர்கள், இல்லையா?"

"அப்போது நாங்கள் ஒன்றாகச் சுற்றிக் கொண்டிருந்தோம். அதனால் அவர்கள் எங்களைச் சந்தேகக் கண்ணோடு பார்த்தனர். நாங்கள் பாரீஸ் நகரில் சந்தித்தோம், காதல் வலையில் விழுந்தோம். நாங்கள் ஜப்பானுக்குத் திரும்பியவுடன் அவர்கள் என்னுடைய பெயரைத் தங்களுடைய குடும்பப் பதிவேட்டில் சேர்த்துக் கொண்டனர். அந்தக் களேபரத்தில் நாங்கள் மாட்டிக் கொண்டோம் என்று நான் நினைக்கிறேன்."

"என்ன, பாரீஸா? அங்கே எப்படி?"

"அது உனக்குத் தெரியாதா? அப்போது நான் பாரீஸில் வசித்து வந்தேன். உன் மாமா சிக்கனமாகப் பல இடங்களுக்குப் பயணித்துக் கொண்டிருந்தார். நாங்கள் பாரீஸில் இருந்த பழைய புத்தகக் கடைகளில் சில நேரங்களில் சந்தித்துக் கொண்டோம். பழைய புத்தகக் கடைத் தொழிலில் ஈடுபட்டிருந்த ஒரு குடும்பத்தைச் சேர்ந்த ஒருவர் வெளிநாடுகளில் பயணிக்கின்றபோது, பழைய புத்தகக் கடைகளுக்குச் செல்ல மாட்டார் என்றுதான் நாம் நினைப்போம். ஆனால், உன் மாமா விஷயத்தில் அப்படி நிகழவில்லை. அத்துடன், அவர் அப்போது ஓர் ஆட்டுத் தாடி வைத்துக் கொண்டு, கந்தலான ஆடை அணிந்து சுற்றித் திரிவார். பார்ப்பதற்கு அவர் ஒரு பிச்சைக்காரனைப்போல இருப்பார்."

"அப்படிப்பட்டத் தோற்றத்தோடு இருக்கின்ற நபர்களை ஜேப்படித் திருடர்களும் வழிப்பறிக்காரர்களும் சீண்ட மாட்டார்கள்," என்று என் மாமா தன் தோற்றத்திற்கு நியாயம் கற்பிக்க முயன்றார். ஆனால்,

என் அத்தை அதைக் கண்டுகொள்ளவே இல்லை.

"ஆனால், நான் அவரிடம் பேச்சுக் கொடுத்தபோது, அவர் உண்மையிலேயே ஒரு சுவாரசியமான நபராக வெளிப்பட்டார். அவர் கொஞ்சம் கருப்பாக இருந்தார். தான் என்ன செய்ய வேண்டும் என்பது குறித்தத் தெளிவு அவரிடம் இருக்கவில்லை. அப்படிப்பட்ட நபர்கள் பிறரால் பார்த்துக் கொள்ளப்பட வேண்டியவர்கள். அப்போதுதான் அவருடன் சேர்ந்து சிறிது சுற்றலாம் என்று நான் யோசிக்கத் தொடங்கினேன்..."

"ஓ, அப்படியா?"

ஒரு கட்டத்தில் நான் என் அத்தையின் கதை சொல்லலுக்குள் ஈர்க்கப்பட்டேன். என் மாமா, வாழ்க்கையில் தான் என்ன செய்ய வேண்டும் என்ற யோசனையுடன் வெளிநாடுகளில் பயணித்துக் கொண்டிருந்த சமயத்தில் அவர்கள் இருவரும் சந்தித்திருக்கின்றனர். பாரீஸ் நகரம் காதலுக்குப் பெயர்போன ஊர்தான் என்பதில் சந்தேகமில்லை. ஆனால், என் அத்தை எதற்காகப் பாரீஸுக்குச் சென்றாள் என்பது எனக்குப் புரியவில்லை. நான் அது குறித்துக் கேட்க முயற்சித்தபோது, அவள் வெறுமனே, "ஓ, அப்போது நான் இளமையாக இருந்தேன்," என்று மழுப்பலாகப் பதிலளித்தாள்.

இந்தப் பெண்மணி மர்மங்களால் நிறைந்தவள் என்று நான் நினைத்துக் கொண்டேன்.

"எது எப்படியோ, நாங்கள் அப்படித்தான் சந்தித்துக் கொண்டோம். நாங்கள் ஜப்பானுக்குத் திரும்பி வந்து திருமணம் செய்து கொண்டோம். எல்லோரும் எங்களை ஒதுக்கி வைத்தனர். அப்போதுதான் என் மாமனார் நோய்வாய்ப்பட்டார். சட்டோரி இந்தப் புத்தகக் கடையை எடுத்து நடத்தத் தீர்மானித்தார். அதற்குப் பிறகு, நாங்கள் கடினமாக உழைத்து அவர்கள் முகத்தில் கரியைப் பூச ஆசைப்பட்டோம்."

"என்ன சொல்கிறாய்? நாம் அவர்கள் முகத்தில் கரியைப் பூச ஆசைப்பட்டோமா?" என்று என் மாமா குறுக்கே புகுந்தார்.

"பொய் சொல்லாதீர்கள். உங்களுக்கு உங்களுடைய

அப்பாவுடன் பல பிணக்குகள் இருந்தன. அதை நானே கண்டுபிடித்துவிட்டிருந்தேன்."

என் மாமா அதற்குப் பதிலேதும் சொல்லவில்லை. விரக்தி அடைந்தவர்போல அவர் அப்படியே உட்கார்ந்திருந்தார். மோமோக்கோ அவருடைய மனைவிதான் என்றாலும், அவரால் அவளுக்கு ஈடுகொடுக்க முடியவில்லை. நான் அவரை அதுபோல அப்போதுதான் முதன்முறையாகப் பார்த்தேன். அது எனக்கு வேடிக்கையாக இருந்தது. நான் சிரிப்பை அடக்கிக் கொள்ள மிகவும் சிரமப்பட்டேன்.

ஆனால், எந்தவிதமான பாரபட்சமுமின்றிப் பார்த்தால், அவர்கள் உண்மையிலேயே ஒரு மகிழ்ச்சியான தம்பதியரைப்போலத்தான் தோற்றமளித்தனர். அவர்களுடைய உறவு குறித்து நான் சிறிது பொறாமைகூடக் கொண்டேன் என்று கூறினால் அது உங்களுக்கு வியப்பாக இருக்கும். அவர்களுக்கு இடையே நிலவிய நெருக்கம், ஒரு தம்பதியருக்கு இடையே நிலவுகின்ற அன்னியோன்யத்தைப்போல இல்லாமல், இரண்டு நெருங்கிய நண்பர்கள் அல்லது பொதுக் காரியங்களில் ஈடுபடுகின்ற சக தோழர்களுக்கு இடையே நிலவுகின்ற நட்பைப்போல இருந்தது. அது எனக்கு சௌகரிய உணர்வைக் கொடுத்தது.

சிறிது நேரம் கழித்து, கடையில் பல வாடிக்கையாளர்கள் இருந்தனர் என்று ஒரு சாக்குப்போக்கைக் கூறிவிட்டு, என் மாமா அங்கிருந்து நழுவிவிட்டார். மோமோக்கோ அத்தை என்னை மாடிக்கு அழைத்துச் சென்றாள். பின் ஏதோ ஓர் இரகசியத்தை என்னிடம் பகிர்ந்து கொள்பவளைப்போல அவள் திடீரென்று என்னருகே சாய்ந்தாள்.

"அதனால்தான் நாம் இருவரும் தோழிகளாக இருக்க வேண்டும் என்று நான் விரும்புகிறேன், டகாகோ."

அவள் என் கைகளைத் தன் கைகளில் எடுத்துக் கொண்டு என்னை உற்றுப் பார்த்தாள். அவளுடைய கைகள், ஒரு குழந்தையின் கைகளைப்போலச் சிறியவையாக இருந்ததாக நான் நினைத்தேன்.

"ஹ¬ம்..."

“நீ உன் மாமாவுடன் மட்டும் நெருக்கமாக இருப்பது நியாயமன்று. நீயும் நானும்கூட நெருக்கமாக இருக்க வேண்டும் என்று நான் விரும்புகிறேன்.”

“ஓ... சரி...” நான் என் அத்தையிடம் தலையை ஆட்டினேன். ‘இது எளிதாக இருக்கப் போவதில்லை’ என்று நான் எனக்குள் முணுமுணுத்துக் கொண்டேன்.

4

இரவு கவிழ்ந்தபோது, என்னை இன்னும் அதிக நேரம் அங்கு இருக்க வைக்க முயன்ற மோமோக்கோவின் முயற்சியைத் தடுத்து, அவர்களிடமிருந்து விடைபெற்றுக் கொண்டு நான் அங்கிருந்து கிளம்பினேன்.

அங்கிருந்த இரயில் நிலையத்திற்குச் செல்லும் வழியில், பின் தெருக்களில் நான் சிறிது நேரம் சுற்றித் திரிந்தேன். இரவு சற்றுக் குளிராக இருந்தாலும், தாங்கிக் கொள்ளக்கூடிய அளவில்தான் இருந்தது. நான் தெருவிளக்குகளுக்குக் கீழே நடந்து சென்றபோது, தரையில் விழுந்த என் நிழல் படிப்படியாக நீண்டு கொண்டே போனது.

நான் சேவர் காபிக் கடைக்கு அருகே சென்றபோது, என் கால்கள் தாமாகவே அதன் முன்னால் நின்றுவிட்டன. அந்தத் தனிமையான தெருவில் ஆரஞ்சு நிறத்தில் ஒளிர்விட்டுக் கொண்டிருந்த அக்கடையின் பெயர்ப் பலகையைப் பார்த்தபோது, அங்குக் காபி அருந்த வேண்டும் என்ற ஆசை எனக்குள் துளிர்விட்டது. நான் என் கைக்கடிகாரத்தைப் பார்த்தபோது, மணி எட்டாகி இருந்தது. நான் அக்கடையின் கதவைத் திறந்தேன். அது என்னை உள்ளே இழுத்துக் கொண்டதுபோலத் தோன்றியது.

அந்த இரவு நேரத்தில்கூட, அந்தக் காபிக்

கடை வழக்கம்போல ஜேஜே என்று இருந்தது. வாசலிலேயே, அங்கு ஒலித்துக் கொண்டிருந்த பியானோ இசையும், அங்குக் காற்றில் மிதந்து கொண்டிருந்த வாடிக்கையாளர்களின் உரையாடல்களின் சத்தமும் எனக்குக் கேட்டன.

எனக்கு மிகவும் பரிச்சயமான ஓர் உருவம் கல்லா மேடைக்கு அருகே அமர்ந்திருந்தது. குள்ளமாகவும், பருமனாகவும், வழுக்கைத் தலையுடனும் இருந்த அந்த உருவம் சாபுவைத் தவிர வேறு யாராகவும் இருக்க முடியாது. அவர் அக்கடையின் உரிமையாளருடன் ஓர் ஆழ்ந்த உரையாடலில் ஈடுபட்டிருந்தார். என்னைப் பார்த்தவுடன் அவர் என்னை நோக்கிக் கையசைத்து, தன் அருகே வந்து அமருமாறு எனக்கு சைகை செய்தார்.

நான் சென்று சாபுவுக்கு அருகே அமர்ந்தபோது, அக்கடையின் உரிமையாளர் அவருடைய வழமையான புன்னகையுடன் என்னை வரவேற்று, "ஹாய், டகாகோ, உன்னை மீண்டும் இங்குப் பார்ப்பது மகிழ்ச்சியாக இருக்கிறது," என்று கூறினார்.

நான் அவரை நோக்கிப் புன்னகை புரியவிருந்த நேரத்தில், சாபு, "டகாகோ, நீ இன்னும் அதிகமாகப் புன்னகை புரிய வேண்டும். இன்னும் அதிகமான தோழமையுடன் இரு. அதனால்தான் நீ இளைஞர்கள் மத்தியில் பிரபலமாக இல்லை," என்று கூறினார்.

அதைப் பற்றி அவர் கவலைப்படத் தேவையில்லை என்று நான் அவரிடம் கூறினேன்.

ஏதோ ஒரு நகைச்சுவையைக் கேட்டதுபோல அவர் கலகலவென்று சிரித்தார். "ஆனால், நீ சரியான கணத்தில்தான் வந்திருக்கிறாய். சற்று முன்புதான் நாங்கள் உன்னைப் பற்றிப் பேசிக் கொண்டிருந்தோம். மோமோக்கோ திரும்பி வந்துவிட்டார், இல்லையா? சட்டோரு அதை எளிதாக எடுத்துக் கொண்டிருக்கிறார். ஆனால், அதைப் பற்றி அவர் ஏன் என்னிடம் பேச மறுக்கிறார் என்பது தெரியவில்லை." அவருடைய குரலில் ஆர்வம் தொனித்தது.

கடை உரிமையாளர், சாபுவைக் கண்டிக்கும் விதமாக, "நாம் இதில் அளவுக்கதிகமாக மூக்கை

நுழைக்க வேண்டாம்," என்று கூறினார்.

"இது என்ன பெரிய விஷயமா? அத்துடன், மோமோக்கோ திரும்பி வந்திருப்பதை எனக்குச் சொன்னதே நீங்கள்தானே?" என்று கேட்டுவிட்டு, சாபு அவரிடம் போலிப் பிணக்கம் காட்டினார். அக்கடையில் எனக்குப் பிடித்த நபராக இருந்த டோமோ, கல்லூரிப் படிப்பை முடித்துவிட்டு ஒரு வேலை தேடிக் கொண்டதால், இங்குப் பார்த்து வந்த பகுதிநேர வேலையைவிட்டு விலகியிருந்தாள். நான் கேள்விப்பட்டவரை, டோமோவுக்கும் டகானோவுக்கும் இடையேயான 'நட்புறவு' தொடர்ந்து கொண்டிருந்தது.

கடை உரிமையாளர் ஒரு காபியை மென்மையாக என் முன்னால் வைத்தும் சாபு தொடர்ந்து புகார் கூறிக் கொண்டிருந்தார்.

அதற்கு அந்தக் கடை உரிமையாளர் என்னிடம், "நேற்று இரவு சாபு இங்கு வந்தபோது, இந்த விஷயத்தை நான் அவரிடம் உளறிவிட்டேன்," என்று மன்னிப்புக் கேட்கும் தொனியில் கூறினார். ஆனால், அது தொடர்பாகக் கூடுதல் விவரங்களை அறிந்து கொள்ள அவர் துடித்துக் கொண்டிருந்ததை அவருடைய கண்கள் வெளிப்படுத்தின.

"உங்கள் இருவருக்குமே மோமோக்கோவைத் தெரியும்தானே?"

"கண்டிப்பாக. நான் இந்தப் பகுதியில் பல ஆண்டுகளாகச் சுற்றிக் கொண்டிருந்திருக்கிறேன்," என்று சாபு பெருமையாகக் கூறினார்.

அப்போது அங்கு வந்த டகானோ, "திரு மோரிசாகி திருமணமானவரா? அவர் குறித்து நான் வைத்திருந்த பிம்பத்தோடு இது பொருந்தவில்லையே," என்று கூறினான். தன் இரு கைகளிலும் தட்டுகளையும் கைத்துண்டுகளையும் கொண்டு வந்திருந்த அவன் எங்களுடைய உரையாடலில் கலந்து கொண்டான்.

"அது உண்மைதான்," என்று சாபு கூறினார். "ஒருவரால் மற்றவர்களுடைய தனிப்பட்ட விவகாரங்களை அவ்வளவு எளிதில் தெரிந்து கொண்டுவிட முடியாது. ஒரு விதத்தில் பார்த்தால்,

மனைவியை இழந்தவர் என்று அவரை வர்ணிக்கலாம், அப்படித்தானே? ஆனால், அவர்கள் இருவரும் இளமையாக இருந்தபோது, உல்லாசமானதொரு காதல் ஜோடியாக வலம் வந்திருந்தனர்."

"ஆமாம். அது சரிதான்," என்று கடை உரிமையாளர் ஒத்தூதினார். "எது எப்படியோ, மோமோக்கோ இப்போதும் அழகாகவே இருக்கிறார். நான் சொல்வது சரிதானே? அவர் இங்கு வந்தபோது, 'இவ்வளவு நாள்களுக்குப் பிறகு உங்கள் கடையின் காபியைக் குடிப்பது எனக்குப் பெரும் மகிழ்ச்சி ஏற்படுத்துகிறது,' என்று கூறினார். அவர் நன்றாகச் செயல்பட்டுக் கொண்டிருப்பதுபோலத் தோன்றுகிறது."

சாபு குறுக்கிட்டு, "நீங்கள் எளிதாக ஏமாந்துவிடக்கூடியவர். அவர் உங்களிடம் முகஸ்துதி செய்திருக்கிறார். என்னிடம் கேட்டால், பல ஆண்டுகளாகக் காணாமல் போய்விட்டு இப்போது திடீரென்று வந்திருக்கும் அவர், இதுபோலக் கலகலப்பாகப் பழகித்தானே ஆக வேண்டும்? சட்டோரு அவரை உடனடியாகத் துரத்தியடித்திருக்க வேண்டும். என் மனைவி மட்டும் இப்படிச் செய்திருந்தால், நான் அவளைக் கொன்று புதைத்திருப்பேன்," என்று கூறினார். இப்படிக் கூறியபோது, உணர்ச்சி மிகுதியால் அவருடைய முகம் சிவந்துவிட்டது.

"சாபு, இத்துடன் நிறுத்திக் கொள்ளுங்கள். நீங்கள் நாகரிகமின்றிப் பேசுகிறீர்கள். வீடு கொள்ளாமல் நீங்கள் வாங்கி வைத்துள்ள புத்தகங்களை ஒழித்துக் கட்டுமாறு உங்கள் மனைவி கூறுகின்றபோதெல்லாம், கண்களில் நீர் மல்க அவரைக் கையெடுத்துக் கும்பிடுகின்ற நபர்தானே நீங்கள்?"

அதைக் கேட்டவுடன் நானும் டகானோவும் வாய்விட்டுச் சிரித்துவிட்டோம்.

"ஹே! நிறுத்திக் கொள்ளுங்கள். எதற்காகச் சிரிக்கிறாய், டகானோ? வேலைக்குத் திரும்பு!"

"மன்னித்துக் கொள்ளுங்கள், மன்னித்துக் கொள்ளுங்கள்!" என்று கூறிவிட்டு, டகானோ அங்கிருந்து வேகமாகக் கடையின் பின்பக்கமாக ஓடினான். சாபு

அவனை நோக்கி ஒரு கைத்துண்டை எறிந்தார்.

"உங்களுக்குக் கோபம் என்றால், அதை என் ஊழியர்கள்மீது காட்டாதீர்கள்," என்று எரிச்சலடைந்த முகத்துடன் கடை உரிமையாளர் சாபுவைப் பார்த்துக் கூறினார்.

"நீங்கள்தானே எப்போதும் அவனை விரட்டிக் கொண்டிருப்பீர்கள்?"

"நான் அதை அவன்மீதான பாசத்தின் காரணமாகச் செய்கிறேன்," என்று கடை உரிமையாளர் உண்மையுடன் கூறினார். "ஆனால், உங்களுடைய மனைவிமீது நீங்கள் கொண்டுள்ள உணர்ச்சி என்ன தெரியுமா? பயம்."

"நீங்கள் எப்போதுமே ஒரு போக்கிரி. ஆமாம், நான் கோபமாகத்தான் உள்ளேன். நான் கடுமையாக எரிச்சலடைந்துள்ளேன். நான் சட்டோருவுக்காக மோமோக்கோவிடம் சற்றுக் கடுமையாகப் பேசினால் என்ன? அந்த மடையன் அவரிடம் ஒருபோதும் எதையும் கூறப் போவதில்லை."

"ஹே, அடுத்தவர்கள் விஷயத்தில் மூக்கை நுழைப்பதை நீங்கள் முதலில் நிறுத்துங்கள்."

கடை உரிமையாளர் சாபுவைக் கடிந்து கொண்டார். இவ்வளவுக்கும், சாபுவை உசுப்பேற்றிவிட்டிருந்தது அவர்தான்.

'ஆகா, இப்பகுதி எண்ணற்ற விசித்திரப் பிறவிகளால் நிறைந்திருக்கிறது போலும்' என்று நான் நினைத்துக் கொண்டேன். அந்த எண்ணம் என்னைப் புன்னகைக்க வைத்தது. ஆனால், சாபு திடீரென்று என்மீது பாயத் தொடங்கினார். "ஏய், டகாகோ, அப்படி இளிக்காதே. அது நன்றாக இல்லை."

*

அதைத் தொடர்ந்து சேவர் காபி கடையில் மற்றொரு சம்பவம் நடந்தது. ஒன்பது மணி வாக்கில் சாபு தன் புலம்பலை நிறுத்திவிட்டு அங்கிருந்து கிளம்பினார் (அவர் தாமதமாகச் சென்றால் அவருடைய மனைவி ஒருவேளை அவரை வீட்டுக்குள் விட மறுக்கலாம்).

நேரம் ஆக ஆக வாடிக்கையாளர்களின் எண்ணிக்கை குறையத் தொடங்கியது. எனக்கு மற்றொரு காபி கொண்டுவருமாறு கூறிவிட்டு, நான் படித்துக் கொண்டிருந்த புத்தகத்தை என் பையிலிருந்து எடுத்து அதைப் புரட்டினேன். அப்போதுதான் நான் ஒரு விஷயத்தைக் கவனித்தேன். எனக்குத் தெரிந்த ஒருவன் அக்கடையில் ஒரு சன்னலோரமாக அமர்ந்திருந்தான்.

ஒல்லியாக இருந்த அவன் தன் இருபதுகளின் இறுதியில் இருந்தான். அவன் சாம்பல் நிறத்தில் ஒரு பேன்ட்டும், வெளிர் நீல நிறத்தில் ஒரு சட்டையும் அணிந்திருந்தான். அவனுடைய தலைமுடி நேர்த்தியாகக் குட்டையாக வெட்டப்பட்டிருந்தது. அவனுடைய தோற்றம் பகட்டானதாக இருக்கவில்லை. ஆனால், அவனிடம் இருந்த நேர்த்தி ஒரு விதத்தில் வசீகரமாக இருந்தது. அவன் படித்துக் கொண்டிருந்த புத்தகம் விரிக்கப்பட்ட நிலையில் மேசைமீது கிடந்தது. அவன் விட்டேத்தியாகச் சன்னல் வழியாக வெளியே பார்த்துக் கொண்டிருந்தான். அவன் யாருக்காகவோ காத்துக் கொண்டிருந்ததைப்போலத் தோன்றியது.

அவன் யாராக இருக்கும் என்று யோசித்துக் கொண்டே நான் அவனை உற்றுப் பார்த்தபோது, நான் அவனைப் பார்த்துக் கொண்டிருந்ததை உணர்ந்தவன்போல, அவன் என் பக்கமாகத் தன் பார்வையைத் திருப்பினான்.

எங்களுடைய பார்வைகள் சந்தித்துக்கொண்டபோது, நாங்கள் இருவருமே வியப்படைந்தோம். அவன் என்னைப் பார்த்துவிட்டு, என் கையிலிருந்த புத்தகத்தின்மீது தன் பார்வையை ஓடவிட்டான். பின் அவன் மீண்டும் மீண்டும் என்மீதும் நான் வைத்திருந்த புத்தகத்தின்மீதும் தன் பார்வையைப் பல முறை ஓடவிட்டான். பின் எதையோ புரிந்து கொண்டவன்போலத் தன் தலையை ஆட்டினான். பின் மெதுவாக, என்னைப் பார்த்து, "ஹலோ," என்று கூறினான்.

அவனுடைய குரலைக் கேட்டபோதுதான், நான் அவனை அதற்கு முன்பு எங்குப் பார்த்திருந்தேன் என்பது என் நினைவுக்கு வந்தது. அதை நான் எப்படி

மறந்தேன்? மோரிசாகி புத்தகக் கடையில் வைத்து நான் அவனுக்குப் பல முறை புத்தகங்களை விற்றிருந்தேன். அந்தக் கடையின் வாடிக்கையாளர்களில் பலர் ஏடாகூடமானவர்களாக இருந்ததால்—சாபு அதில் முதலிடத்தை வகித்தார்—அவனைப்போல தான் உண்டு தன் வேலை உண்டு என்று இருந்தவர்களை நினைவில் வைத்துக் கொள்வது கடினம்தான். அதனால், அவனை அடையாளம் கண்டுகொள்ள எனக்குச் சற்றுத் தாமதமானது. லேசாக அசடு வழிய நான் அவனுக்குப் பதில் வணக்கம் கூறியபோது, நான் அவனை உற்றுப் பார்த்துக் கொண்டிருந்தது குறித்து நான் சங்கடம் அடைந்தேன்.

நான் பணிவாகக் குனிந்து அவனுக்கு வணக்கம் தெரிவித்துவிட்டு, "உங்களைப் பார்த்ததில் மிக்க மகிழ்ச்சி. பார்த்து நீண்ட நாள்கள் ஆகிவிட்டன," என்று கூறினேன். அதற்கு அவன், "ஓ, வழமையான குசல விசாரிப்புகள் தேவையில்லை," என்றான். அவன் அழகாகப் புன்னகைத்தான். அப்புன்னகை எவரையும் இயல்பு நிலைக்குக் கொண்டுவந்துவிடும்.

சரியாக அக்கணத்தில், என் காபியை ஒரு டிரேயில் ஏந்தியவாறு ஒரு சிப்பந்திப் பெண் என் மேசையருகே வந்தாள். அக்கணத்தில் அவள் துல்லியமாக எங்கள் இருவருக்கும் நடுவே நின்று கொண்டிருந்தாள். அடுத்து என்ன செய்வது என்ற குழப்பம் அவளிடம் தென்பட்டது. நானும் என்ன செய்வது என்று குழம்பினேன். வெட்க உணர்வு என்னை ஆட்கொண்டது.

இதைப் பார்த்த அவன், கூச்சத்துடன் எனக்கு அழைப்பு விடுத்தான். "இங்கு வந்து உட்காருங்களேன்."

"நீங்கள் வேறு யாருக்காவது காத்துக் கொண்டிருக்கிறீர்களா?" என்று நான் தயக்கத்துடன் கேட்டேன்.

"இக்கணத்தில் யாருக்காகவும் நான் காத்துக் கொண்டிருக்கவில்லை," என்று அவன் பதிலளித்தான்.

இதைக் கேட்டவுடன், அந்தச் சிப்பந்தி தான் இழந்திருந்த துணிச்சலை மீண்டும் பெற்றாள். அவளுடைய புன்னகையும் மீண்டும் வந்து அவளுடைய

உதட்டில் அமர்ந்து கொண்டது. "சரி, அப்படியானால், நான் உங்கள் காபியை இங்கே வைக்கிறேன்," என்று கூறி அதை அவனுடைய மேசையின்மீது வைத்தாள்.

"அப்படியானால், நான் அங்கேயே உட்கார்ந்து கொள்கிறேன்," என்று அவளிடம் கூறிவிட்டு, நான் அவனுடைய மேசைக்கு மாறினேன்.

பொதுவாக இது போன்ற சமயங்களில் என் மனம் தறிகெட்டு ஓடத் தொடங்கிவிடும். 'அவன் என்னை அவனுடைய மேசையில் அமர்ந்து காபி அருந்த அழைத்துள்ளான். அவனுக்கு உண்மையில் என்னுடன் பேசுகின்ற ஆர்வம் இல்லை. நான் அவனுடைய தனிமைக்கு இடையூறு செய்கிறேன்.' இப்படி நான் சிந்திக்கத் தொடங்கிவிட்டால், நான் அதற்காக மன்னிப்புக் கேட்க வேண்டிய தேவை உண்டாகிவிடும்.

நான் என்னுடைய புதிய இருக்கைக்கு இடம்பெயர்ந்தபோது, எவ்வளவு நேரம் வேண்டுமானாலும் எடுத்துக் கொள்ளுங்கள் என்று கூறிவிட்டு அந்தச் சிப்பந்தி எங்கள் இருவருக்கும் வணக்கம் செலுத்திவிட்டுச் சென்றாள். நாங்கள் இருவரும் அவள் செல்வதைப் பார்த்துவிட்டுப் பரஸ்பரம் எங்களுடைய பார்வையை ஒருவர் பக்கம் மற்றொருவர் திருப்பினோம்.

அமைதி.

இது என்னடா வம்பு என்று நினைத்துக் கொண்டு நான் என் இருக்கையில் நெளிந்தேன். பின் அவன் தனக்குத் தானே சிரித்துக் கொண்டான். நான் அவனை வெறுமனே உற்றுப் பார்த்தேன்.

"மன்னித்துக் கொள்ளுங்கள். இது ஏதோ பெற்றோர் பார்த்து வைக்கின்ற திருமண ஏற்பாடுபோலத் தோன்றுகிறது."

அவனுடைய புன்னகை என்னை வீழ்த்தியது. நான் குபுக்கென்று சிரித்துவிட்டேன்.

"நாம் இதுவரை முறைப்படி ஒருவரிடம் மற்றொருவர் அறிமுகம் செய்து கொள்ளவில்லை," என்று கூறிய அவன் தன் தொண்டையைச் செருமிக் கொண்டான். "என் பெயர் அகிரா. அகிரா வாடா."

தான் அருகிலிருந்த ஒரு பதிப்பகத்தில் வேலை செய்து வந்ததாகவும், அப்பதிப்பகம் பாடப்புத்தகங்களையும், படிப்பு தொடர்பான பிறவற்றையும் பதிப்பித்து வந்ததாகவும் அவன் தெரிவித்தான்.

என்னை நான் அறிமுகம் செய்து கொண்டவுடன், அவன் தன் தலையை ஆட்டியவாறு, "ஆமாம், டகாகோ! எப்போதும் உற்சாகத்துடன் வலம் வந்த அக்கடை உரிமையாளர் எப்போது பார்த்தாலும், 'டகாகோ! டகாகோ!' என்று சத்தமாகக் கத்திக் கொண்டே இருந்தது என் நினைவுக்கு வருகிறது," என்று கூறிச் சிரித்தான்.

நான் முகம் சிவக்க, "ஓ, அது என் மாமா," என்று முணுமுணுத்தேன்.

"உண்மையாகவா? ஒரு பழைய புத்தகக் கடை உரிமையாளரை உறவினராகக் கொண்டிருப்பது அருமை," என்று அகிரா உற்சாகமாகக் கூறினான். அவனுடைய குரலில் பொறாமை தொனித்தது. "நீங்கள் இனியும் அக்கடையில் வேலை பார்க்கவில்லை, சரிதானே?"

"ஆமாம். ஏதோ ஒரு காரணத்தினால் நான் சிறிது காலம் அங்கு வேலை பார்த்தேன். அதற்கு ஈடாக அங்கேயே தங்கிக் கொள்ள என் மாமா என்னை அனுமதித்தார். என்னுடைய 'பேட்டரியை' ரீசார்ஜ் செய்வதற்குப் போதுமான காலம் நான் அங்கிருந்தேன் என்று கூறுவது பொருத்தமாக இருக்கும்."

"நீங்கள் உங்களுடைய பேட்டரியை ரீசார்ஜ் செய்தீர்களா? அந்தக் கடையிலா?"

"ஆமாம்."

"எனக்கு அது பிடித்திருக்கிறது. பேட்டரியை ரீசார்ஜ் செய்தல்," என்று உற்சாகம் குறையாத குரலில் அகிரா கூறினான். "அதை ஒரு பழைய புத்தகக் கடையில் செய்வது என்பது ஆடம்பரமான ஒன்றாகத் தெரிகிறது. ஆகா! உங்களைப் பார்த்தால் எனக்குப் பொறாமையாக இருக்கிறது." பின் அவன், "நானாக இருந்தால், அந்த வேலையை நான் ஒருக்காலும் விட்டிருக்க மாட்டேன். நான் தொடர்ந்து என் பேட்டரியை ரீசார்ஜ் செய்து கொண்டே இருப்பேன்," என்று கூறினான்.

ஒரு பழைய புத்தகக் கடையில் வசிக்கின்ற யோசனை அவனுக்குள் ஏதோ ஒன்றைக் கிளறிவிட்டிருந்தது. அவன் நல்ல நகைச்சுவை உணர்ச்சி கொண்டவன் என்பதை நான் சிறிது நேரத்தில் கண்டுகொண்டேன்.

"ஆமாம், உங்கள் தோழி எப்படி இருக்கிறாள்? நான் உங்கள் இருவரையும் அடிக்கடி சேர்த்தே பார்த்திருக்கிறேன்," என்று நான் கேட்டேன்.

அகிரா பெரும்பாலும் அக்கடைக்குத் தனியாகத்தான் வருவான். சில சமயங்களில் ஒரு பெண்ணையும் உடனழைத்து வருவான். அவள் அவனைப்போலவே ஒல்லியாகவும் உயரமாகவும் இருந்தாள். அவர்கள் ஒரு நல்ல ஜோடியாகத் தெரிந்தனர். ஆனால், அவளுக்குப் புத்தகங்களில் பெரிதாக ஆர்வம் இருந்ததைப்போலத் தெரியவில்லை. அகிரா எப்போதும் உற்சாகம் கொப்பளிக்கும் முகத்துடன், கவனமாகப் புத்தகங்களை ஆராய்ந்து கொண்டிருப்பான். ஆனால், அப்பெண் சுவாரசியமற்று அங்கு வளைய வந்து கொண்டிருப்பாள். ஒரு கட்டத்தில் பொறுமையிழந்து, "இன்னுமா தேடிக் கொண்டிருக்கிறாய்?" என்று அவள் முனகுவாள். அகிரா அவளிடம், கெஞ்சாத குறையாக, "இன்னும் கொஞ்ச நேரம்தான்," என்று கூறுவான். "ஜோடியாக ஒரு பழைய புத்தகக் கடைக்குச் செல்வது ஓர் அபத்தமான யோசனை," என்று சாபு அடிக்கடி கூறுவார். ஆனால், அவர்களுக்கு இடையே நடக்கின்ற உரையாடல்களைப் பார்க்கின்றபோது, அவர்கள் எந்த அளவுக்கு நெருக்கமானவர்களாக இருந்தனர் என்பது புலப்படும். அது அழகாக இருந்ததாக நான் நினைத்தேன்.

"ஓ, அந்த நாள்கள் என் நினைவுக்கு வருகின்றன," என்று அகிரா கூறினான். பின் அவன் தன் குரலைத் தாழ்த்தியவாறு, "அந்தப் பெண் என்னைத் தூக்கியெறிந்துவிட்டுச் சென்றுவிட்டாள்," என்று கூறிவிட்டு, ஒரு வறட்டுச் சிரிப்பை வெளிப்படுத்தினான்.

நான் உடனடியாக, "என்னை மன்னித்துக் கொள்ளுங்கள்," என்று கூறினேன். அவனுடைய காலில் விழக்கூட நான் தயாராக இருந்தேன்.

"பரவாயில்லை. அதை நான் தப்பாக எடுத்துக்

கொள்ளவில்லை," என்று அவன் கூறினான். அது ஒன்றும் பெரிய விஷயமில்லை என்பதுபோல அவன் காட்டிக் கொண்டாலும், அவனுடைய கண்களில் ஒரு விதமான ஏக்கம் தெறித்தது.

என்னுடைய முதல் பேச்சிலேயே நான் ஒரு கண்ணிவெடிமீது காலை வைத்துவிட்டிருந்தேன். அதனால் நான் மிகவும் பதற்றமடைந்தேன். நான் பேச்சை மாற்ற வேறு ஒரு விஷயத்தைத் தேடினேன். அப்போது தற்செயலாக என் பார்வை அவனுடைய மேசைமீது கிடந்த புத்தகத்தின்மீது சென்றது.

"அது என்ன புத்தகம்?"

"ஓ, இதுவா? 'அப் த ஹில்' என்ற புத்தகம். உண்மையில் இதை நான் மோரிசாகி புத்தகக் கடையில், 'எதை எடுத்தாலும் நூறு யென்கள்' என்ற பகுதியில் வாங்கினேன்."

அகிரா அந்தப் புத்தகத்தைக் கையிலெடுத்து என்னிடம் காட்டினான். எங்கள் பேச்சு வேறு ஒரு விஷயத்திற்குத் தாவியிருந்ததைக் கண்டு நான் நிம்மதிப் பெருமூச்சு விட்டேன்.

"எனக்கு அந்தப் புத்தகத்தைப் பற்றித் தெரியாது. அது நன்றாக இருக்கிறதா?"

"சரியாகச் சொல்ல முடியவில்லை. இது சோகத்தில் முடியும் காதல் கதைகளில் ஒன்று. இந்நூலாசிரியர் இந்த ஒரு புத்தகத்தை மட்டுமே எழுதியிருக்கிறார். அவர் பிரபலமாகாமலேயே செத்தும் போனார். இதைப் படிக்கும்போது, பல இடங்கள் குளறுபடியாக இருப்பதாகவும், சில இடங்களில் ஏதோ ஒன்று விட்டுப் போயிருப்பதாகவும் உங்களுக்குத் தோன்றும். ஆனாலும், இதிலுள்ள ஏதோ ஒன்று என்னைக் கவர்ந்துள்ளது. இதை நான் ஏற்கனவே ஐந்து முறைக்கு மேல் படித்துவிட்டேன்."

அவன் பேசிக் கொண்டிருந்தபோது, அந்தப் புத்தகத்தின் அட்டையில் இடம் பெற்றிருந்த, ஒரு மலைச்சாலையைச் சித்தரித்த ஓர் ஓவியத்தை அவன் உற்றுப் பார்த்தான். அவன் அதைக் கனிவுடன் பார்த்துக் கொண்டிருந்த விதத்தைக் கண்டபோது, அந்தப் புத்தகத்தைப் படிக்க வேண்டும் என்ற ஆவல்

எனக்குள்ளும் எழுந்தது.

“நிஜமாகவா? ஐந்து முறை படித்தீர்களா? அப்படியானால், நானும் முயன்று பார்க்கப் போகிறேன்.”

“இதை என்னால் பரிந்துரைக்க முடியும் என்று எனக்குத் தோன்றவில்லை. நீங்கள் என்ன படித்துக் கொண்டிருக்கிறீர்கள், டகாகோ?”

நான் படித்துக் கொண்டிருந்த அந்தப் புத்தகத்தை நான் வெளியே எடுத்தவுடன் அவன், “ஓ, தருஹோ இனகாகியா? அவர் ஓர் அற்புதமான படைப்பாளி,” என்று கூறினான். அவன் என்னைப் பார்த்தபோது அவனுடைய கண்கள் மின்னின.

அவன் எங்களுடைய கடைக்கு அடிக்கடி வந்ததிலிருந்தே, புத்தகங்களைப் பற்றி என்னைவிட அவனுக்கு அதிகமாகத் தெரிந்திருக்க வேண்டும் என்பதை நான் ஊகித்திருக்க வேண்டும்.

“நான் ஒரு புத்தகக் கடையில் வேலை பார்த்து வந்தபோதிலும், எனக்குப் புத்தகங்களைப் பற்றிப் பெரிதாகத் தெரியாது. புத்தக வாசிப்பைப் பொறுத்தவரை நான் ஒரு கற்றுக்குட்டி.”

“உங்களுக்குப் புத்தகங்களைப் பற்றி நிறைய தெரியுமா, தெரியாதா என்பது முக்கியமன்று. அத்துடன், எனக்கும் புத்தகங்களைப் பற்றிப் பெரிதாகத் தெரியாது. புத்தகங்களைப் பொறுத்தவரை, அவை உங்கள்மீது எந்த அளவு தாக்கம் ஏற்படுத்துகின்றன என்பதுதான் முக்கியம் என்று நான் நினைக்கிறேன்.”

“நீங்கள் அப்படியா நினைக்கிறீர்கள்? என் மாமாவும் புத்தகங்களைப் பற்றி இப்படித்தான் சொல்வார்.”

“நான் உங்களுடைய கடைக்கு வரும்போதெல்லாம், நீங்கள் கல்லாவுக்குப் பின்னால் அமர்ந்து கொண்டு எதையாவது படித்துக் கொண்டிருப்பதைப் பார்த்துள்ளேன். நீங்கள் என்ன படித்துக் கொண்டிருப்பீர்கள் என்று அப்போது நான் யோசிப்பேன்.”

“உண்மையாகவா? என்னை மன்னித்துக் கொள்ளுங்கள். நான் ஒரு மோசமான கடை ஊழியர்.”

“இல்லையில்லை. நான் அந்த அர்த்தத்தில்

சொல்லவில்லை," என்று அகிரா கூறினான். பின் எதையோ நினைவுகூர்ந்தவனைப்போல அவன் சிறிது நேரம் என்னை உற்றுப் பார்த்தான். நீங்கள் அந்தக் கடையோடு கனகச்சிதமாகப் பொருந்தியிருந்தீர்கள். அதனால், உங்களைத் தொந்தரவு செய்யாமல் அப்படியே விட்டுவிட வேண்டும் என்றே நான் எண்ணினேன். ஒரு வண்ணத்துப் பூச்சி தன் கூட்டை உடைத்துக் கொண்டு வெளிவருகின்ற கணத்தைப் போன்ற ஒரு கணம் அது. அப்போது நீங்கள் மூச்சைப் பிடித்துக் கொண்டு மௌனமாக அதையே உற்றுப் பார்த்துக் கொண்டிருப்பீர்கள், அதைத் தொடர்ந்து பார்த்துக் கொண்டிருக்க ஆசைப்படுவீர்கள், இல்லையா? உண்மையைச் சொல்ல வேண்டுமென்றால், நீங்கள் என்மீது ஒரு பெரிய தாக்கம் ஏற்படுத்தியிருந்தீர்கள். அதனால், சற்று முன்பு நீங்கள் ஒரு புத்தகமும் கையுமாக உட்கார்ந்திருந்ததைப் பார்த்தவுடன், நான் உங்களை உடனடியாக அடையாளம் கண்டுகொண்டேன். 'இது அந்தப் புத்தகக் கடைப் பெண்ணல்லவா' என்று எனக்கு நானே கூறிக் கொண்டேன்."

நான் அறிந்திராத ஒருவரால் நான் அப்படிப் பார்க்கப்பட்டிருந்தேன் என்ற எண்ணம் எனக்குள் சங்கடம் ஏற்படுத்தியது. அந்நாள்களில் நான் உண்மையிலேயே என் கூட்டை உடைத்துக் கொண்டு வெளியே வரத் துடித்துக் கொண்டிருந்த ஒரு வண்ணத்துப் பூச்சியாகத்தான் இருந்தேன். நான் அந்தப் புத்தகங்களின் பக்கங்களைப் புரட்டிக் கொண்டிருந்தபோது, நான் பறப்பதற்கான வாய்ப்பு எப்போது வரும் என்று நான் காத்துக் கொண்டிருந்தேன். அதனால் அகிரா என்னை அப்படிப் பார்த்ததில் வியப்பில்லை என்ற முடிவுக்கு நான் வந்தேன். ஆனால், இப்போது நான் நன்றாகப் பறக்கக் கற்றுக் கொண்டிருந்தேனா என்பது கேள்விக்குறியே.

நான் அவனிடம் இவ்வாறு கூறினேன்: "அந்தக் கடைக்கு நான் செல்லாமல் இருந்திருந்தால், நான் இப்போதும் என் வாழ்க்கையைத் திக்குத்திசை தெரியாமல்தான் நடத்திக் கொண்டிருந்திருப்பேன்.

அக்கடையில் நான் ஏராளமான நபர்களைச் சந்தித்தேன், ஏராளமான விஷயங்களைக் கற்றுக் கொண்டேன். நான் அங்கு ஏராளமான புத்தகங்களைக் கண்டுபிடித்தேன். எனக்குள் மிகச் சிறிய அளவில் மதிப்புமிக்க ஏதோ ஒன்று இருக்கிறது என்பதை நான் ஒருவழியாகக் கற்றுக் கொண்டுள்ளதாக நான் உணர்கிறேன். அதனால்தான், மோரிசாகி புத்தகக் கடையில் நான் கழித்த நாள்களை என்னால் ஒருபோதும் மறக்க முடியாது." இப்போதுதான் நான் அவனிடம் முதன்முறையாகப் பேசிக் கொண்டிருந்தேன் என்றாலும், என்னாலேயே கட்டுப்படுத்த முடியாத நிலையில் என் வாயிலிருந்து வார்த்தைகள் வந்து கொட்டின.

நான் சொல்லிக் கொண்டிருந்ததை முகத்தில் ஒரு விதமான பிரமிப்புடன் அவன் கவனமாகக் கேட்டுக் கொண்டு, அவ்வப்போது தலையை ஆட்டிக் கொண்டிருந்தான். "ஓ, அதற்குப் பின்னால் இந்த அளவுக்கு விஷயங்கள் ஓடிக் கொண்டிருந்தனவா? அது பற்றி எனக்குத் துளிகூட யோசனை இருக்கவில்லை." அதை அவன் தீவிரத்துடன்தான் கூறியிருந்திருக்க வேண்டும் என்றாலும், அதை அவன் கூறிய விதம் சற்று வேடிக்கையாக இருந்தது.

அத்துடன், அது விநோதமாகவும் இருந்தது. நாங்கள் காலங்காலமாக நண்பர்களாக இருந்து வந்திருந்ததுபோலவும், அவனிடம் என்னால் எளிதாக மணிக்கணக்கில் பேசிக் கொண்டிருக்க முடியும் என்பதுபோலவும் நான் உணர்ந்தேன். அகிரா என்னுடைய பேச்சைத் தீவிரமாகக் கேட்டுக் கொண்டிருந்தபோதிலும், அவ்வப்போது பொருத்தமான எதையாவது கூறி என்னைச் சிரிக்க வைத்துக் கொண்டிருந்தான்.

அப்படித்தான் அன்று நாங்கள் நீண்ட நேரம் பேசிக் கொண்டிருந்தோம். சுவரில் மாட்டப்பட்டிருந்த கடிகாரத்தை நான் உற்று நோக்கியபோது, மணி கிட்டத்தட்டப் பதினொன்று ஆகியிருந்ததை நான் கண்டேன். நான் வியப்புடன், "இவர்கள் விரைவில் கடையை மூடிவிடுவார்கள்," என்று கூறினேன்.

“என்ன? அவ்வளவு நேரமாகிவிட்டதா?” என்று அவன் கேட்டபோது, அவனும் நேரம் கடந்துவிட்டிருந்ததைக் கவனிக்கவில்லை என்பது எனக்குப் புரிந்தது.

அவனுடைய வீடு அருகிலேயே இருந்தது. அதனால், அவர்கள் கடையை மூடும்வரை அவன் அங்கேயே இருப்பான் என்பதை நான் புரிந்து கொண்டேன். அதனால், அவன் புறப்படுவதற்குச் சற்று முன்னதாகவே கிளம்பிவிட நான் தீர்மானித்தேன்.

நாங்கள் விடைபெற்றுக் கொண்டபோது, “பெரும்பாலான இரவுகளில் நான் இங்கேதான் இருப்பேன். நாம் மீண்டும் சந்தித்துப் பேசலாம்,” என்று அவன் ஒரு புன்னகையுடன் கூறினான்.

நான் கல்லாவில் பணத்தைச் செலுத்திவிட்டு நிமிர்ந்தபோது, மேடைக்குப் பின்னால் இருந்த கடை உரிமையாளர் ஒரு விதமான குறுகுறுப்புடன் என்னைப் பார்த்தார். அவருடைய மனத்தில் என்ன எண்ணம் ஓடிக் கொண்டிருந்தது என்பதை என்னால் எளிதாக ஊகிக்க முடிந்தது. அதனால், நான் அவரை வேண்டுமென்றே உற்றுப் பார்த்தேன். மறுகணம், “எனக்கு ஏகப்பட்ட வேலை இருக்கிறது,” என்று முணுமுணுத்துவிட்டு, கடையின் பின்பக்கத்தை நோக்கி அவர் ஓடினார்.

நான் கடைக்கு வெளியே வந்த பிறகு, அகிரா தன் கன்னத்தில் கை வைத்தவாறு சன்னல் வழியாக வெளியே பார்த்துக் கொண்டிருந்தான். அவன் என்னைப் பார்த்துக் கொண்டிருக்கக்கூடும் என்ற நினைப்பில் நான் அவனை நோக்கிக் குனிந்து வணக்கம் தெரிவித்தேன். ஆனால் அவன் என்னைக் கவனித்ததுபோலத் தெரியவில்லை. நான் திரும்பி இரயில் நிலையத்தை நோக்கி நடக்கத் தொடங்கினேன். விநோதமாக என் உடல் லேசாகியிருந்ததைப்போல நான் உணர்ந்தேன். என் கால்கள் நிலத்திற்கு மேலே மிதந்து கொண்டிருந்தன.

‘என்னவொரு விசித்திரம்,’ என்று நான் எனக்குள் முணுமுணுத்துக் கொண்டேன்.

நான் நிமிர்ந்து பார்த்தபோது, மேலே பௌர்ணமிக்கு முந்தைய நாள் நிலவு இரவு வானில் மிதந்து கொண்டிருந்தது.

5

“நாம் இருவர் மட்டும் ஓர் உல்லாசப் பயணம் மேற்கொள்ளலாம்.”

பல ஆண்டுகளுக்குப் பிறகு திரும்பி வந்திருந்த மோமோக்கோவை நான் முதன்முதலாகச் சந்தித்து இரண்டு வாரங்களுக்குப் பிறகு, அவள் திடீரென்று என்னிடம் இக்கேள்வியைக் கேட்டு என்னை ஆச்சரியப்படுத்தினாள்.

அவள் தன் கண்கள் பளபளக்க, “ஓகுடாமாவில் ஓர் அருமையான இடம் இருக்கிறது,” என்று தெரிவித்தாள்.

அது எனக்குச் சற்றுக் கவலையை ஏற்படுத்தினாலும், நான் சரியென்று தலையாட்டினேன்.

“அங்கு ஒரு பெரிய மலை இருக்கிறது. அதன் உச்சியில் வரலாற்று முக்கியத்துவம் வாய்ந்த ஒரு கோவில் இருக்கிறது. சுத்தமான காற்று வீசுகின்ற அங்கிருந்து பார்த்தால் அற்புதமாக இருக்கும். அந்த மலையில் ஓர் அழகான சத்திரம் இருக்கிறது. அங்கு நாம் தங்கிக் கொள்ளலாம். பெண்களின் பிரத்தியேகப் பயணம். என்ன சொல்கிறாய்?”

நாங்கள் இருவர் மட்டும் தனியாக ஒரு பயணம் மேற்கொள்வதை நான் கற்பனை செய்ய முயன்றபோது, அது எனக்கு அசௌகரிய உணர்வைக் கொடுத்தது. நான் அதற்குச் சம்மதம் தெரிவிக்க வேண்டும் என்று

என் அத்தை என் கைகளைப் பிடித்துக் கொண்டாள். இப்பயணத்தை மேற்கொள்ள அவள் எனக்கு அளவுக்கதிகமாக அழுத்தம் கொடுத்ததாக எனக்குத் தோன்றியது.

எங்களுடைய மறுசந்திப்புக்கும் அவளுடைய இந்த அழைப்புக்கும் இடையே இருந்த இரண்டு வாரங்களில், நான் புத்தகக் கடைக்கு அடிக்கடி விஜயம் செய்தேன். என் மாமாவுக்காக மோமோக்கோவை உளவு பார்ப்பதற்காகத்தான் நான் அங்குச் சென்றேன். அப்போது பெரும்பாலும், என் மாமா கடையை மூடிவிட்டுக் கிளம்பிக் கொண்டிருப்பார். மோமோக்கோ மாடியில் இருப்பாள்.

நான் அங்குச் சென்றபோதெல்லாம், மோமோக்கோ என் வருகை குறித்து மகிழ்ச்சி கொண்டாள். அவள் எனக்குத் தன் கையால் சமைத்துப் போட்டாள். நான் அங்கு வசித்து வந்தபோது, அங்கிருந்த சமையலறை மிகச் சிறியதாக இருந்ததாக நினைத்ததால், எனக்கு அங்குச் சமைக்கப் பிடிக்கவில்லை. ஆனால், மோமோக்கோ, ஹிஜிகி கடற்பாசி, டோஃபுவுடன்கூடிய மாட்டுக் கறி, ஆக்டபஸ், டாய்கோன் பயறு, கானாங்கெளுத்தி மீன் வறுவல், மிசோ சூப் என்று விதவிதமான உணவுப் பதார்த்தங்களை அங்குச் சமைத்தாள். என் நாக்கு வீட்டுச் சமையலுக்காக ஏங்கிக் கொண்டிருந்ததால், நான் அவளுடைய உணவைச் சாப்பிடுவதற்காகவே அங்குச் செல்லத் தொடங்கினேன். நான் என்னுடைய அலுவலகத்தில் மதிய உணவு இடைவேளையின்போது அவளைத் தொலைபேசியில் அழைத்தால், அவள் ஒரு புது மணப்பெண்போல, “இன்று நான் உனக்கு என்ன சமைக்கட்டும்?” என்று கேட்பாள். நானும் மகிழ்ச்சியுடன், அப்போது என்ன தோன்றுகிறதோ அதைச் சமைக்குமாறு அவளிடம் கூறுவேன்.

தொடக்கத்தில், அது தன்னுடைய விருந்து என்று அவள் கூறி வந்ததால், நான் ஒன்றும் சொல்லவில்லை. ஆனால், சில தினங்களுக்குப் பிறகு, சமையல் பொருள்களுக்கு ஆகும் செலவை ஆளுக்குப் பாதியாகப் பிரித்துக் கொள்ளலாம் என்று நான் அவளிடம்

கூறினேன்.

அதற்கு அவளும், "சரி," என்று மகிழ்ச்சியாகச் சம்மதித்தாள்.

ஒரு நாள், அவள் சமைத்து வைத்திருந்த உணவை அங்கிருந்த சிறு சாப்பாட்டு மேசையில் அமர்ந்து நாங்கள் சாப்பிட்டுக் கொண்டிருந்தபோது, நான் அவளிடம், "மோமோக்கோ, நீங்கள் சமைக்கின்ற எல்லாமே மிகவும் ருசியாக இருக்கிறது," என்று உளப்பூர்வமாகக் கூறினேன்.

"நீ எதைச் சாப்பிட்டாலும் உற்சாகத்துடன் சாப்பிடுகிறாய். அதனால், அவை ருசியாக இருக்கின்றன," என்று என் அத்தை பதிலளித்தாள். அவள் வழக்கம்போல, நான் சாப்பிட்ட அளவைப்போல இரண்டு மடங்கு சாப்பிட்டாள். அவளுடைய சிறிய வயிற்றுக்குள் எப்படி அவளால் இவ்வளவு உணவை அடைக்க முடிந்தது என்பது எனக்கு ஒரு புதிராகவே இருந்தது.

மேசையிலிருந்த முள்ளங்கியைக் கடித்தவாறு, நான் அவளிடம், "ஆனால், உங்கள் சமையல் உண்மையிலேயே ருசியாக இருக்கிறது," என்று கூறினேன்.

"நீ சமைப்பதில்லையா?"

"நான் ஓரளவு சமைப்பேன். ஆனால், பெரும்பாலும், பாஸ்தா போன்றவற்றைத்தான் நான் சமைப்பேன். நான் இதுபோலச் சமைப்பதில்லை."

"விரிவாகச் சமைப்பது ஒரு பிரச்சனை என்று நீ நினைக்கிறாயா?"

என் ஆண் நண்பர்களுக்கு வகை வகையாகச் சமைத்துப் போட்ட அனுபவம் எனக்கு இருக்கவில்லை என்பது உண்மைதான். வேறு ஒருவருக்குச் சமைத்துப் போடுவது என்ற யோசனையே எனக்கு அசௌகரியமூட்டியதால், இக்கட்டம்வரை நான் அதைத் தவிர்த்து வந்திருந்தேன். முதலில் எனக்கு அப்படிப்பட்ட உறவுகளும் பெரிதாக இருந்ததில்லை.

"ஆண்களைக் கையாள்வது எளிது. அவர்கள் யாராக வேண்டுமானாலும் இருக்கட்டும். அவர்களை எளிதாக உணவின் மூலம் மயக்கிவிடலாம்," என்று அவள் சிரித்தவாறே கூறினாள். "நான் உனக்குக் கற்றுக் கொடுக்கிறேன். நீ வெறுமனே ஞாபகம் வைத்திருந்தால்

போதும்.” நல்ல சமையல் குறித்து ஆண்கள் எப்படி உணர்வார்கள் என்பது எனக்குத் தெரியாது. ஆனால், மோமோக்கோ என்னை வென்றெடுக்க முயன்றாள் என்றுதான் எனக்குத் தோன்றியது.

ஆனாலும், நான் என் மாமாவின் வேண்டுகோளை முழுமையாக மறந்திருக்கவில்லை. நான் அவளைப் பேச வைக்க முயன்றேன். ஆனால், மோமோக்கோ எப்போதும் என் கேள்விகளுக்குப் பதிலளிக்காமல் மழுப்பினாள். நான் அவளிடம் ஆர்வத்துடன் ஏதாவது கேட்டால், “ஓ, எனக்குத் தெரியவில்லை,” என்றே அவள் பதிலளித்தாள். நான் அவளை எப்படி மடக்கப் பார்த்தாலும், ஒரு விலாங்கு மீனைப்போல அவள் நழுவிவிடுவாள். அவள் எப்போதுமே ஒரு விஷயத்திலிருந்து மற்றொரு விஷயத்திற்குத் தாவுகின்ற இயல்பைக் கொண்டிருந்ததால், இக்கேள்விகளுக்கும் பதிலளிக்காமல் வேறு விஷயங்களுக்கு அவளால் எளிதாகத் தாவ முடிந்தது. என் முன்னால் பல உணவு வகைகள் பரத்தி வைக்கப்படுகின்றபோது, நான் ஒரு மோன நிலையை அடைந்து, வேறு எதைப் பற்றியும் கேட்க மறந்துவிடுவேன். ஒவ்வொரு முறையும் இப்படித்தான் காரியங்கள் நடைபெற்றன. அதனால், அந்த விஷயத்தைப் பொறுத்தவரை, பெரிய அளவில் முன்னேற்றம் எதுவும் ஏற்பட்டிருக்கவில்லை.

ஆனாலும், அவளைப் பற்றிய சில விஷயங்களை நான் அறிந்து கொண்டேன். (அவள் குடித்துவிட்டால், அவள் தன்னைச் சுற்றி எழுப்பி வைத்துள்ள தற்காப்பு வளையத்தைச் சற்றுத் தளர்த்திக் கொள்வாள். அதிகமான விஷயங்களை என்னிடம் கூறுவாள். அதனால், நான் அவளை அதிகமாகக் குடிக்க மறைமுகமாக வற்புறுத்துவேன்.) அவள் தன் பெற்றோரைத் தன் சிறு வயதிலேயே இழந்துவிட்டிருந்ததால், நைகாட்டா என்ற இடத்திலிருந்த அவளுடைய மாமாவும் அத்தையும்தான் அவளை வளர்த்தனர். நடுநிலைப் பள்ளிப் படிப்புக்குப் பிறகு, அவள் ஒரு சிறிய தொழிற்சாலையில் வேலை பார்த்தாள். தன்னுடைய இருபத்தொன்றாம் வயதில் அவள் தனியாக டோக்கியோவுக்குக் கிளம்பிச்

சென்றுவிட்டாள். அங்கு இருந்தபோது, வளர்ந்து வந்த ஒரு புகைப்படக் கலைஞனை அவள் காதலித்தாள் (அது நிஜமா என்று என்னை நானே கேட்டுக் கொண்டேன்).

அவளுடைய காதலன் வேலை தேடிப் பாரீஸுக்குச் சென்றதால், அவன் பின்னால் அவளும் பாரீஸுக்குச் சென்றாள். ஆனால், அதைப் பற்றித் தன் காதலனுடன் கலந்து பேசாமல், அங்குச் செல்வதென்று அவளே தன்னிச்சையாக முடிவு செய்திருந்தாள். அது ஒரு துணிச்சலான முடிவு என்பதில் சந்தேகமில்லை. ஆனால், அது மோமோக்கோவின் இயல்போடு கனகச்சிதமாகப் பொருந்தியது.

"அப்போது நான் ஒரு பருவப் பெண். எனக்கு நிறைய விஷயங்கள் தெரியாது. நான் அவனைப் பற்றி மட்டும்தான் நினைத்தேன். அவனுக்கு ஏற்கனவே திருமணமாகி இருந்தது என்பதையும், அவனுடைய மனைவியும் குழந்தைகளும் ஜப்பானில் வசித்து வந்தனர் என்பதையும் பின்னர்தான் நான் தெரிந்து கொண்டேன். அதனால், அந்தக் காதல் முடிவுக்கு வந்துவிட்டது. நான் எப்போதும் எனக்கென்று ஒரு குடும்பத்தை அமைத்துக் கொள்ள விரும்பியிருந்தாலும், அதற்காக மற்றொரு கூட்டைக் கலைக்க நான் விரும்பவில்லை... அது நியாயமற்றதாக எனக்குத் தோன்றியது." அக்கதையை அவள் சொன்னபோது, அவளுடைய பார்வை எங்கோ தொலைதூரத்தில் நிலைகுத்தியிருந்தது.

அதனால் அவள் தன் காதல் உறவை முறித்துக் கொண்டாள். அது அவளுடைய இதயத்தை நொறுக்கிவிட்டது. அப்போதுதான் அவள் எதேச்சையாக என் மாமாவைச் சந்தித்திருக்கிறாள். முதலில், அக்கறையுடன் கவனித்துக் கொள்ளப்பட வேண்டிய ஒரு நபராகத்தான் அவள் என் மாமாவைப் பார்த்திருக்கிறாள். அதனால், அவள் என் மாமாவுக்குச் சில விஷயங்களில் உதவியிருக்கிறாள். ஆனால், விரைவிலேயே அவர்கள் இருவரும் காதல் வயப்பட்டனர்.

"இதை நீங்கள் சொல்லாமலிருந்தால், என்னால் இதைப் பற்றி அறிந்திருக்க முடியாது," என்று நான் அவளிடம் கூறினேன். அவளுடைய பின்கதை எனக்குப்

பிரமிப்பூட்டியது.

"என் கடந்தகாலம் குறித்து உன் மாமாவுக்குப் பொறாமை உண்டு. அதனால், அதைப் பற்றிப் பேச அவர் விரும்புவதில்லை," என்று என் அத்தை தன் தோள்களைக் குலுக்கியவாறு கூறினாள்.

இதற்கிடையே, நான் ஏன் அடிக்கடி அங்கு வந்து கொண்டிருந்தேன் என்பதை அவள் ஊகித்துவிட்டிருந்தாள். நாங்கள் வழக்கம்போல ஒன்றாக அமர்ந்து சாப்பிட்டுக் கொண்டிருந்தபோது அது நிகழ்ந்தது. நாங்கள் சாப்பிட்டு முடித்துவிட்டு ஒன்றாக அமர்ந்து சாகு பீர் அருந்திக் கொண்டிருந்தபோது, அவள் திடீரென்று, ஒரு பெரும் புன்னகையுடன், "டகாகோ, உன் மாமாதான் இதைச் செய்யுமாறு உன்னிடம் கேட்டுக் கொண்டார், இல்லையா?" என்று கேட்டாள்.

"நீங்கள் சொல்வது எனக்குப் புரியவில்லையே?" என்று நான் கேட்டேன். உள்ளூக்குள் நான் வெகுவாகப் பதறிப் போயிருந்தாலும், என் நாடகத்தைத் தொடர்ந்து நடத்த நான் முயன்றேன். ஆனால், அது பலிக்கவில்லை. அவள் தன் கையை நீட்டி என் கன்னத்தைக் கிள்ளியபோது, அவள் மிகவும் மகிழ்ச்சியாகக் காணப்பட்டாள்.

"அவருடைய எண்ணவோட்டத்தை என்னால் புரிந்து கொள்ள முடிகிறது. ஆனால், இதை என்னிடம் சொல். நான் உன்னை அசௌகரியப்படுத்துகிறேனா?"

அவள் என் கன்னத்தைப் பலமாகக் கிள்ளிக் கொண்டிருந்தபோது, என் இதயம் படபடவென அடித்துக் கொண்டது. எப்படியோ அவள் என் நாடகத்தைக் கண்டுபிடித்துவிட்டிருந்தாள். அவளுடன் சேர்ந்து இருப்பதை என்னின் ஒரு பகுதி விரும்பவில்லை என்பது உண்மைதான். ஆனால், அதற்காக நான் அவளை வெறுக்கவில்லை. ஆனால், யாராவது கேட்டால், நான் அவளை நேசித்ததாகக் கூறுகின்ற இக்கட்டிற்கு நான் ஆளாகியிருந்திருப்பேன். அப்படித்தான் நான் உணர்ந்தேன். அதே சமயம், அவளுடைய சமையல் பற்றி யாராவது கேட்டால், துளிகூடத் தயக்கமின்றி, நான் அதை மிகவும் விரும்பியதாகக் கூறியிருப்பேன்.

உண்மையைக் கூற வேண்டுமென்றால், அவளைப்

பற்றி அறிந்து கொள்வது கடினமாக இருந்தது. என் மாமாவின் கதையும் கிட்டத்தட்ட இதேதான். அவரைப் பொறுத்தமட்டில், அவர் தொடர்பான சில விஷயங்கள் எனக்குப் பிடிபடவில்லை. ஆனால், என் அத்தையின் கதை முற்றிலும் வேறு. நான் எவ்வளவுதான் முயன்றாலும் எங்களுக்கு இடையே இருந்த இடைவெளியை என்னால் ஒருபோதும் இட்டு நிரப்ப முடியாது என்ற உணர்வு எனக்கு இருந்தது. சில நேரங்களில், நாங்கள் இருவரும் ஒரு நதியின் எதிரெதிர்க் கரைகளில் நின்று கொண்டிருந்ததைப்போலவும், எங்களுக்கு இடையே ஒரு பெரும் இடைவெளி இருந்ததைப்போலவும் நான் உணர்ந்தேன்.

“அதனால் பரவாயில்லை, டகாகோ. ஏனெனில், எனக்கு உன்னை மிகவும் பிடிக்கும். உன்னால் பொய் சொல்ல முடியாது. உன்னைப் போன்ற அழகானதோர் ஆத்மாவை நான் கொண்டிருந்தால் எவ்வளவு நன்றாக இருக்கும் என்று நான் ஆசைப்படுகிறேன்.”

“கண்டிப்பாக என்னிடம் அழகான ஆத்மா இல்லை.”

அவள் என்னைச் சீண்டியதாகவே நான் நினைத்தேன். அது என்னைப் புண்படுத்தியது.

ஆனால், தான் அதை உண்மையுடன் கூறியதாக அவள் தெரிவித்தாள். “நான் எப்போதும் ஏராளமாகப் பொய் சொல்வேன்,” என்று அவள் கூறியபோது, அதில் ஒரு தனிமையுணர்வு வெளிப்பட்டது. ஒரு கணம் அவள் தன் தலையைத் தொங்கப் போட்டுக் கொண்டாள்.

அக்கணத்தில் அவளுடைய முகபாவம் வெளிப்படுத்தியதை நான் கவனிக்கத் தவறவில்லை. என் அத்தை உண்மையில் என்ன விதமாக உணர்ந்து கொண்டிருந்தாளோ, முதன்முறையாக நான் அதற்கு வெகு நெருக்கமாகச் சென்றிருந்ததாக நான் உணர்ந்தேன்.

ஆனால், அது ஒரு கணம் மட்டுமே நீடித்தது.

உடனே அவளுடைய முகம் மறுபடியும் பிரகாசிக்கத் தொடங்கியது. அவள் மீண்டும் அவளுடைய இயல்பு நிலைக்குத் திரும்பினாள், பேச்சை மாற்றினாள். அப்போதுதான் அவள் அந்த யோசனையைத் தெரிவித்தாள். “நாம் இருவர் மட்டும் ஓர் உல்லாசப்

பயணம் மேற்கொண்டால் என்ன? இலையுதிர்காலம் இப்போதுதான் தலைதூக்கியிருக்கிறது. அதனால், அங்குக் கூட்டம் குறைவாக இருக்கும். நாம் சாவகாசமாக அங்கு நேரத்தைச் செலவிடலாம். இப்போது நீ உன் வேலையில் மிகவும் மும்முரமாக இருக்கிறாயா?" இப்படி அவள் மேலும் மேலும் பேசி எனக்கு அழுத்தம் கொடுத்தாள்.

"இல்லையில்லை. என் நிறுவனம் நீக்குப்போக்கான ஒன்றுதான்."

"அப்படியானால், நாம் போகலாமா?"

"உம்... வந்து..."

முதலில் நான் அதை மறுத்துவிடலாம் என்று நினைத்தேன். ஆனால், அவளுடைய முகபாவனை என்னைக் கவலைக்கு உள்ளாக்கியது. அதனால், இறுதியில் நான் அதற்கு ஒத்துக் கொண்டேன். "சரி. நாம் போகலாம்."

என்னால் அதை விளக்க முடியவில்லை. ஆனால், நான் ஏதோ ஒன்றை உணர்ந்தேன். அதை ஒரு முன்னுணர்தல் என்று கூற முடியாது. அதை என்னால் வார்த்தைகளில் வடிக்க முடியவில்லை. ஆனால், அவளுடைய முகத்தில் நான் பார்த்த ஏதோ ஒன்றை நான் அலட்சியப்படுத்தக்கூடாது என்ற உணர்வு எனக்கு ஏற்பட்டது.

*

அந்தப் பயணம் குறித்த உரையாடல் நிகழ்வதற்கு முன்பு நான் இரண்டு முறை அகிராவை சேவர் காபி கடையில் சந்தித்தேன். இரண்டு முறையும் நான் மோமோக்கோவைப் பார்த்துவிட்டு வீடு திரும்பும் வழியில் அக்கடைக்குச் சென்றேன். அந்த இரண்டு முறையும் அவன் அங்கே இருந்தான். தான் அங்கே அடிக்கடி வந்ததாக அவன் என்னிடம் கூறியிருந்தது உண்மைதான். முன்பு அவன் உட்கார்ந்திருந்த அதே சன்னலோர மேசையருகே அமர்ந்து கொண்டு, முன்பைப்போலவே வெளியே வெறித்துப் பார்த்துக் கொண்டிருந்தான்.

உண்மையில் அகிராவைப் பார்ப்பதற்காகத்தான் நான் அங்குச் சென்றேனா என்பதை உறுதியாகச் சொல்ல முடியாது. நான் குறிப்பாக எதையும் எதிர்பார்த்து அங்குச் சென்றேன் என்று நான் நினைக்கவில்லை. ஆனால், அகிரா அங்கு அமர்ந்திருந்ததைக் கண்டதும், என்னை அறியாமலேயே, "ஓ!" என்று எனக்கு நானே கூறிக் கொண்டேன்.

நான் அவனுக்கு ஹலோ சொன்னபோது, ஏதோ ஒரு கனவிலிருந்து விழித்தவன்போல அவனுடைய தோள்கள் குலுங்கின. என்னிடம் ஏதோ ஒன்றை உறுதிப்படுத்திக் கொள்பவன்போல அவன் சுமார் ஐந்து நொடிகள் என்னையே உற்றுப் பார்த்தான். பிறகு அவன் புன்னகைத்துவிட்டு, "ஹலோ," என்றான்.

அவன் என்னை அவனுடைய மேசையிலேயே அமருமாறு கேட்டுக் கொண்டதைப்போல எனக்குப் பட்டதால், நான் அவனுக்கு எதிரே சென்று அமர்ந்தேன். பின் நாங்கள் பேசத் தொடங்கினோம். பெரிதாக ஒன்றுமில்லை. சாதாரணமான விஷயங்களைப் பற்றி நாங்கள் பேசிக் கொண்டிருந்தோம். ஆனால், அவனுடன் உரையாடியதே என்னைச் சௌகரியமாக உணர வைத்தது. ஒரு முறை நாங்கள் அந்தக் கடை மூடுவதற்கு முன்பாக ஒன்றாக அங்கிருந்து கிளம்பி, அருகிலிருந்த அரண்மனைக்கு நடந்து சென்றோம்.

"நாம் மீண்டும் விரைவில் சந்திக்கலாம்."

"சரி, நான் போய் வருகிறேன்."

நாங்கள் இன்னும் எங்களுடைய தொலைபேசி எண்களைப் பரிமாறிக் கொண்டிருக்கவில்லை என்றபோதிலும், நாங்கள் மீண்டும் சந்திப்போம் என்பது உறுதியில்லை என்றபோதிலும், நாங்கள் அப்படித்தான் விடைபெற்றுக் கொண்டோம்.

அந்த இரவுக்குப் பின்னர், நான் மூன்றாவது முறையாக அந்தக் காபி கடைக்குச் சென்றேன். ஆனால், இம்முறை அகிரா அங்கு இருக்கவில்லை. அவன் அங்குக் கண்டிப்பாக இருப்பான் என்று நான் எதிர்பார்த்திருப்பதற்கு எந்த முகாந்திரமும் இல்லை என்பதை நான் அறிந்திருந்தேன். ஆனாலும், அவன் என்

காலை வாரிவிட்டிருந்ததுபோல நான் உணர்ந்தேன். நான் அங்கு வீணாக வந்திருந்ததைப்போலப் பட்டது. ஆனால், நான் வரும்போதெல்லாம் அவன் அங்கு இருந்தால்தான் அது விநோதமானதாக இருந்திருக்கும் என்று நினைத்து என்னை நான் தேற்றிக் கொண்டேன்.

அன்று நான் மேடையருகே அமர்ந்து கொண்டு, கடை உரிமையாளரிடம், சுற்றி வளைத்து அகிராவைப் பற்றிக் கேட்டேன்.

நான் அவனுடன் பேசிக் கொண்டிருந்ததை அவர் பார்த்திருக்கிறார். அதனால், அவர் அவனை நினைவில் வைத்திருந்தார்.

"அவன் ஓர் அமைதியான வாடிக்கையாளன். இப்போதெல்லாம், இருட்டிவிட்டால் அவன் தவறாமல் இங்கு வந்துவிடுகிறான். இதற்கு முன்பு அவன் தினந்தோறும் வந்து கொண்டிருந்தானா என்பது எனக்கு நினைவில்லை."

"அவன் அமைதியானவன் அல்லன். அவன் பிறரிடம் அதிகமாகப் பேச மாட்டான், அவ்வளவுதான்," என்று நான் கடை உரிமையாளரை மென்மையாகத் திருத்தினேன்.

அப்போது திடுதிடுப்பென்று அங்கு வந்த டகானோ, தன்னுடைய அபத்தமானதொரு யோசனையை முன்வைத்தான். "அவன் இங்கு டகாகோவைப் பார்ப்பதற்காகத்தானே வருகிறான். இங்கே பின்னாலிருந்து பார்த்தால் அவர்கள் பொருத்தமானதொரு ஜோடியாகத்தான் தெரிகின்றனர்."

நான் ஒரு கணம் வாயைப் பிளந்தவாறு அவனைப் பார்த்துக் கொண்டிருந்தேன். பின் நான் அதைக் கடுமையாக மறுத்தேன். "இது அபத்தமாக இருக்கிறது."

"ஏய், என்மீது கோபப்படாதே!"

"நீ தேவையில்லாமல் இதில் உன் மூக்கை நுழைக்காதே," என்று கடை உரிமையாளர் அவனைக் கடிந்து கொண்டார்.

"மன்னித்துக் கொள்ளுங்கள்," என்று கத்திவிட்டு அவன் அங்கிருந்து ஓடிவிட்டான்.

நான் காபி கோப்பையை என் உதட்டருகே கொண்டு

சென்றபோது, டகானோ கூறியதை என் மனத்தில் அசைபோட்டேன். 'அப்படி இருக்க வாய்ப்பில்லை.' என்று எனக்கு நானே கூறிக் கொண்டேன். டகானோ கூறியது தவறாகத்தான் இருக்க வேண்டும்.

ஆனால்... அது ஒருவேளை உண்மையாக இருந்தால்?

அகிரா ஒரு நல்ல மனிதன். அவன் நயமாகவும் தோழமையாகவும் பழகினான். அவனிடம் நல்ல நகைச்சுவை உணர்வு இருந்தது. அவனுக்குப் புத்தகங்களைப் பற்றி நிறைய தெரிந்திருந்தது. அவன் ஒருபோதும் தற்பெருமை பேசியதில்லை, தன்னுடைய சொந்த நகைச்சுவைகளுக்கு அபத்தமாக நகைக்கவில்லை. அவனுடைய ஆளுமையால் ஏராளமான பெண்கள் அவனை நோக்கிக் கவர்ந்திழுக்கப்படுவார்கள் என்பது உறுதி.

ஆமாம், நான் எப்படி?

நான் அந்தக் கேள்வியை அசைபோட்டுக் கொண்டிருந்தபோதுதான், கடை உரிமையாளர் என்னையே உற்றுப் பார்த்துக் கொண்டிருந்ததை நான் உணர்ந்தேன்.

அதனால் நான் அவரிடம் சற்றுக் கடுமையாக, "பிறரை வெறித்துப் பார்க்கின்ற உங்களுடைய பழக்கத்தை நீங்கள் மறுபரிசீலனை செய்ய வேண்டும். குறிப்பாகப் பெண்களிடம். இதற்காக அவர்கள் உங்களை வெறுப்பார்கள்," என்று கூறினேன்.

அதைக் கேட்டு அவர் பலமான ஒரு சிரிப்பை உதிர்த்துவிட்டு, தன் கடையின் பின்பக்கமாக ஓடிவிட்டார்.

என் மனத்தில் தோன்றிய கேள்வி குறித்துச் சிந்திக்கின்ற ஆசை என்னைவிட்டு அகன்றுவிட்டிருந்தது. அதனால், நான் படித்துக் கொண்டிருந்த புத்தகத்தை நான் வெளியே எடுத்தேன். அது அகிரா படித்துக் கொண்டிருந்த அதே 'அப் த ஹில்' என்ற புத்தகம்தான். நான் அன்று மோமோக்கோவைப் பார்க்க வந்தபோது தற்செயலாக அந்தப் புத்தகத்தைக் கடையில் பார்த்தேன்.

நான் அப்புத்தகத்தை எடுத்ததைப் பார்த்த என் மாமா, என்னிடம், "அது ஒன்றும் சிறப்பான

புத்தகமில்லை," என்று அவராகவே முன்வந்து கூறினார்.

"பரவாயில்லை," என்று கூறிவிட்டு, என் மாமாவிடம் நூறு யென்களைக் கொடுத்துவிட்டு நான் அப்புத்தகத்தைப் பெற்றுக் கொண்டேன்.

அது சுமார் இருநூறு பக்கங்களைக் கொண்ட ஒரு சிறிய நாவல். அன்று இரவு நான் முதலில் அதை சேவர் கடையில் வைத்துப் படிக்கத் தொடங்கினேன். பின் வீட்டுக்கு வந்ததும் அன்று இரவே அதை முழுவதுமாகப் படித்து முடித்துவிட்டேன்.

அகிரா கூறியிருந்ததைப்போலவே அது ஒரு சோகக் கதை.

இரண்டாம் உலகப் போர் முடிவுக்கு வந்தவுடன், ஜப்பான் தன்னை மறுநிர்மாணம் செய்து கொண்டிருந்த காலகட்டத்தில், டோக்கியோவில் கதை நடப்பதாக அதில் சித்தரிக்கப்பட்டிருந்தது. அதன் முக்கியப் பாத்திரம் மட்சுகோரோ இடா என்ற, வெற்றி பெற்றிராத ஓர் எழுத்தாளன். அவன் உகியோ என்ற ஓர் அழகான பெண்ணைச் சந்திக்கிறான். அவள் மலையின் மேலுள்ள ஒரு நவீன காபிக் கடையில் வேலை பார்க்கிறாள். அவனைப் பொறுத்தவரை, அது கண்டதும் காதல். முதலில் அவள் அவனைத் தீவிரமாக எடுத்துக் கொள்ளவில்லை. ஆனால், இடா தினந்தோறும் அக்கடைக்குச் செல்கிறான். அவளைத் தான் காதலிப்பதாக அவளிடம் அவன் கூறுகிறான். அவள் அவனுடைய காதலை ஏற்றுக் கொள்கிறாள். அதைத் தொடர்ந்து அவர்கள் என்றென்றும் மகிழ்ச்சியாக வாழ்ந்து கொண்டிருந்தார்கள் என்று கதை தொடர்வதற்குப் பதிலாக, அக்கதையில் ஒரு திருப்புமுனை வரும். அவளுடைய அப்பாவின் கடனை அடைப்பதற்காக ஒரு செல்வந்தரின் மகனை மணக்க அவள் நிர்ப்பந்திக்கப்படுவாள். கேள்விக்குறியுடன் இருந்த வருங்காலத்தைக் கொண்டிருந்த இடா, அத்திருமணத்தைத் தடுத்து நிறுத்துகின்ற நிலையில் இல்லை.

விரக்தி உணர்வாலும் தனிமை உணர்வாலும் வாடும் இடா, தொடர்ந்து பல நாவல்களை எழுதுகிறான். தான்

பிரபலமான ஒருவனாக மாறினால், உகியோவைத் தன்னால் அடைய முடியும் என்பதற்காகத்தான் அவன் எழுதிக் குவிக்கிறான். இறுதியில் அவன் தன்னுடைய ஐம்பதுகளின் இறுதியில் இருக்கும்போது, அவனுடைய கனவு நனவாகிறது, அவன் ஒரு பிரபலமான எழுத்தாளராக ஆகிறான். ஆனால், அப்போதுதான் அவன், உகியோ ஒரு தொற்றுநோய்க்குப் பலியாகிவிட்டிருந்தாள் என்ற அவலமான உண்மையைத் தெரிந்து கொள்கிறான்.

அதற்குப் பிறகு, மது, மாது மற்றும் போதை வஸ்துகளில் அவன் தன்னை மூழ்கடித்துக் கொள்கிறான். அவனுடைய உடல் நலிவடைகிறது. ஆனால், அவனால் ஒரு கணம்கூட உகியோவை மறக்க முடியவில்லை. அவர்கள் சந்தித்துக் கொண்ட அதே கடைக்கு அவன் மறுபடியும் தினந்தோறும் செல்கிறான். ஒரு நாள் அந்தக் காபி கடையிலிருந்து அவன் திரும்பும்போது, வழியில் இரத்த வாந்தி எடுத்து அவன் மயங்கி விழுகிறான். அவனுக்கு நினைவு தப்பும் தருணத்தில்கூட அவனுடைய இதயம் உகியோவின் நினைவுகளால் நிறைந்திருக்கிறது.

இடாவின் ஒற்றைக் கவனக்குவிப்பு என்னை வெகுவாகப் பாதித்தது. புத்தகத்தைப் படித்து முடித்தவுடன் என் இதயம் மௌனமாயிற்று. என் கண்களிலிருந்து கொட்டத் தொடங்கிய கண்ணீர் என் கன்னத்தின் வழியாக உருண்டோடி என் கையிலிருந்த புத்தகத்தின் பக்கங்களில் தெறித்து அதில் கறை ஏற்படுத்தியது.

அதற்குப் பின் நான் என் பாயில் படுத்துத் தூங்க முயற்சித்தபோது, அகிராவிடம் ஓர் அழகான காதலுணர்வுப் பக்கம் இருந்தது எனக்குப் புலப்பட்டது.

அன்று இரவு நான் கண்ட கனவில், அக்கதையில் வந்த காபிக் கடை உரிமையாளராக இருந்த நான், இடாவுடன் சென்றுவிடும்படி உகியோவின் தோளைப் பிடித்து உலுக்கிக் கொண்டிருந்தேன்.

6

“நீ எதற்காக அவளுடன் அப்பயணத்தை மேற்கொள்ள வேண்டும்?”

நாங்கள் கிளம்பவிருந்த முதல் நாள் மாலையில் என் மாமா என்னைத் தொலைபேசியில் அழைத்து இவ்வாறு கேட்டார். அப்போது நான் என் அலுவலகத்தில் இருந்தேன். அலுவலகத்திலிருந்த மற்ற அனைவரும் ஏற்கனவே வீட்டுக்குச் சென்றுவிட்டிருந்தனர். எங்கள் பயணம் குறித்து அப்போதுதான் தான் மோமோக்கோவிடமிருந்து கேள்விப்பட்டதாக என் மாமா தெரிவித்தார். “அவள் என்ன நினைத்துக் கொண்டிருக்கிறாள் என்பதைத் தெரிந்து கொள்ள நான் உன் உதவியை நாடியது என்னவோ உண்மைதான். ஆனால், அதற்காக நீ இந்த அளவுக்குச் செல்ல வேண்டியதில்லை.”

“நாங்கள் பேசிக் கொண்டிருந்தபோது இது தற்செயலாக அமைந்துவிட்டது,” என்று நான் பொத்தம் பொதுவாகக் கூறினேன். அது எப்படி நிகழ்ந்தது என்று விரிவாக எடுத்துரைக்கின்ற மனநிலையில் அப்போது நான் இருக்கவில்லை.

“அவளைப் பற்றி எனக்கு நன்றாகத் தெரியும். நீ அவளுடன் வரும்படி அவள் உனக்குக் கண்டிப்பாக அழுத்தம் கொடுத்திருப்பாள்,” என்று என் மாமா

கூறினார். அவருடைய குரலில் கவலை தொனித்தது.

“இல்லை, அப்படியெல்லாம் இல்லை.”

“எனக்கு இது பிடிக்கவில்லை.” என் மாமாவின் குரலில் கவலை இன்னும் மறையவில்லை.

அவரை உற்சாகப்படுத்தும் விதமாக, நான் அவரிடம், “நான் அங்கிருந்து உங்களுக்குப் பரிசுப் பொருள் ஒன்றை வாங்கி வருகிறேன்,” என்று கூறினேன்.

“டகாகோ, உனக்குச் சரியென்று பட்டால், செய். அதற்கு மேல் நான் ஒன்றும் சொல்லப் போவதில்லை,” என்று அவர் தயக்கத்துடன் தன் நிலைப்பாட்டிலிருந்து பின்வாங்கினார். “அப்புறம், சாபு மீண்டும் மீண்டும் கடைக்கு வந்து, தான் மோமோக்கோவைப் பார்க்க விரும்புவதாகக் கூறுகிறார். என்ன நடக்கிறது?”

சேவர் காபி கடையில் நடைபெற்றக் கூத்து என் நினைவுக்கு வந்தது. நான் சிரித்தேன்.

“அவர் மோமோக்கோவைப் பார்த்து அவளிடம் நான்கு வார்த்தைகள் கேட்க வேண்டும் என்று ஆசைப்படுகிறார்.”

“என்ன?” மறுமுனையில் என் மாமா எந்த அளவுக்கு ஆச்சரியம் அடைந்திருப்பார் என்பதை அவருடைய குரலிலிருந்தே என்னால் ஊகிக்க முடிந்தது. “மோமோக்கோ அவர் சொல்வதைக் கேட்டு அதற்கு இணங்குவதுபோல நடிப்பாள். பின் அவரை முகஸ்துதியால் குளிப்பாட்டுவாள். அவரும் தான் ஏதோ சாதித்துவிட்டதைப்போல மகிழ்ச்சியாக வீடு திரும்புவார். அவரைப் போன்றவர்களை அவள் எளிதாக விழுங்கி ஏப்பம் விட்டுவிடுவாள்.”

என்னால் அந்த மொத்தக் காட்சியையும் என் மனத்தில் பார்க்க முடிந்தது.

“நீங்கள் சொல்வது சரிதான்.”

“நீ சந்தேகமே படாதே. பெரும்பாலும் மோமோக்கோ மதிய உணவு வேளைகளில்தான் வெளியே செல்வாள். அதனால், சாபு வருகின்றபோது அவள் இருப்பதில்லை. இது சாபுவை மேலும் கோபப்படுத்துகிறது.”

“அப்படியா?”

“அவள் எங்கே போகிறாள் என்று நான்

ஜாடைமாடையாகக் கேட்டால்கூட அவள் அதற்கு ஒழுங்கான பதில் கூறுவதில்லை.”

இப்போது வியப்படைவது என் முறையாக இருந்தது. “அவள் ஒன்றும் சின்னப் பாப்பா இல்லை. அவள் மீண்டும் வீட்டுக்குத் திரும்பிவிடுகிறாள், இல்லையா? பிறகென்ன பிரச்சனை?”

“நீ சொல்வது சரிதான்... அப்புறம், உனக்கு விருப்பம் இல்லையென்றால், நீ அவளுடன் இப்பயணத்தை மேற்கொள்ளத் தேவையில்லை. அவள் ஏன் உன்னைத் தனியாக அழைத்துச் செல்கிறாள் என்பது எனக்குத் தெரியவில்லை.” இப்படியே மேலும் சில நிமிடங்கள் புலம்பிவிட்டு அவர் தொலைபேசி இணைப்பைத் துண்டித்தார்.

*

அன்று இரவு, வேலை முடிந்த பிறகு, நான் மீண்டும் சேவர் காபி கடைக்குச் செல்லத் தீர்மானித்தேன். நான் அலுவலகத்திலிருந்து கிளம்பியபோதே ஒன்பது மணி ஆகியிருந்தது. எனக்கு நேரடியாக வீட்டுக்குச் செல்ல மனமிருக்கவில்லை. அதனால் நான் அங்குச் சென்றேன். அகிரா வழக்கமாக அமரும் இடத்தில் இப்போது இரண்டு பெண்கள் அமர்ந்திருந்தனர்.

நான் ஒரு மேசையருகே அமர்ந்து, எங்களுடைய பயணத்திற்காக வாங்கியிருந்த, சனேட்சு முஷானோகோஜியின் ‘ஃபிரெண்ட்ஷிப்’ என்ற நாவலைப் படிக்கத் தொடங்கினேன். ஆனால், என்னால் அதில் கவனம் செலுத்த முடியவில்லை. அப்படிச் செய்வது என் நோக்கமாக இல்லாதிருந்தபோதிலும், ஒவ்வொரு முறை அந்தக் கடைக்குள் யார் நுழைந்தாலும், அது ஒருவேளை அகிராவாக இருக்குமோ என்ற நப்பாசையில் நான் ஏறிட்டுப் பார்த்தேன்.

நான் அப்புத்தகத்தில் இருபது பக்கங்களை மட்டுமே முடித்திருந்தபோது, அகிரா நிஜமாகவே அங்கு வந்தான். நான் இலேசாக வணங்கி அவனை வரவேற்றேன். நான் சற்றுப் பதற்றம் அடைந்திருந்தேன். அவன் மெதுவாக

நடந்து, நான் அமர்ந்திருந்த இடத்திற்கு வந்தான். நான் அவனைத் தூரத்தில் பார்த்தபோது, எனக்குள் ஒரு விநோதமான உணர்வு எழுந்தது. அவன் வழக்கம்போல உற்சாகமாக இருக்கவில்லை.

அவன் வந்து உட்கார்ந்த பிறகு, நான் அவனிடம், "நிறைய வேலையா?" என்று கேட்டேன்.

"இல்லை. மாறாக, வேலை மந்தமாக இருக்கிறது," என்று அவன் பதிலளித்தான். இதைச் சொல்லியபோது அவன் புன்னகைத்தாலும், அவனுடைய முகம் வாடியிருந்ததை என்னால் காண முடிந்தது.

நாங்கள் சில கணங்கள் மௌனமாக இருந்தோம். பொதுவாக, நான் எங்கள் உரையாடலின் நடுவே விழுகின்ற இடைவெளி குறித்துப் பெரிதாக அலட்டிக் கொள்ள மாட்டேன். ஆனால், ஏதோ ஒரு காரணத்தால், காற்றில் ஒரு விதமான இறுக்கம் இருந்ததுபோல நான் உணர்ந்தேன். டகானோ கூறியது எனக்குத் திடீரென்று நினைவுக்கு வந்தது. அதற்குப் பிறகு, உரையாடலைத் தொடங்குவது இன்னும் கடினமாயிற்று.

அவனிடம் பகிர்ந்து கொள்வதற்குத் திடீரென்று எனக்கு ஒரு நல்ல விஷயம் நினைவுக்கு வந்தது. "நான் 'அப் த ஹில்' நூலைப் படித்துவிட்டேன்."

அகிரா அது குறித்துப் பெரிதாக ஆர்வம் காட்டவில்லை. "ஓ, அப்படியா?" என்று மட்டும் அவன் முணுமுணுத்தான். இது குறித்து அவன் மகிழ்ச்சியடைவான் என்று நான் சுயநலமாக எதிர்பார்த்திருந்தேன். என் எதிர்பார்ப்பு பொய்த்துப் போயிருந்தது குறித்து நான் ஏமாற்றமடைந்தேன்.

"அது புளித்துப் போன ஒரு கதை, அப்படித்தானே?" என்று அகிரா கேட்டான்.

"இல்லையில்லை. எனக்கு அது பிடித்திருந்தது."

"ஆனால், நீங்கள் காதலிக்கும் ஒருவருக்காக இறக்கும்வரை காத்துக் கொண்டிருப்பது என்பது? நிஜ வாழ்க்கையில் அதுபோல ஒருபோதும் நிகழாது."

"நீங்கள் அப்படியா நினைக்கிறீர்கள்?"

"ஆமாம், நான் அப்படித்தான் நினைக்கிறேன். நீங்கள் அப்படி இருந்தால், நீங்கள் காதலிக்கும்

நபரே உங்களுடைய செயல் மட்டமாக இருப்பதாகச் சொல்லிவிடுவார்."

"ஹூம்." அவன் ஏன் இப்படிப் பேசினான் என்பது எனக்குப் புரியவில்லை. ஆனால், அகிரா இந்த ரீதியிலேயே தொடர்ந்து பேசினான்.

"நானும் அவளும் முதலில் சந்தித்துக்கொண்டபோது, நான் அவளை இங்குக் கூட்டி வந்தேன். அவளுக்கு இந்த இடம் பிடித்திருந்தது. அதனால், அதற்குப் பிறகு, நானும் அவளும் இங்கு அடிக்கடி வந்தோம். அதனால்தான் நான் அவளிடம், 'நான் உனக்காக இங்குக் காத்துக் கொண்டிருப்பேன்,' என்று கூறினேன். 'நீ மனத்தை மாற்றிக் கொண்டால், நீ இங்கு வந்தால் என்னைச் சந்திக்கலாம்,' என்று நான் அவளிடம் கூறினேன். நேற்றைக்கு முன்தினம் அவள் தன் நிலையைத் தெளிவாக விளக்கி எனக்கு ஒரு மின்னஞ்சல் அனுப்பியிருந்தாள்: 'உங்களுடைய செயல் மட்டமாக இருக்கிறது.' "

அவனுடைய முந்தைய பிதற்றல்களுக்கு என்ன அர்த்தம் என்பது இப்போது எனக்குப் புரிந்துவிட்டது. 'ஓ, இதுதான் நடந்து கொண்டிருந்ததா? இதை மட்டும் அவன் முன்னரே சொல்லியிருந்தால்? அவன் எதற்காக அதை என்னிடம் சொல்ல வேண்டும்?'

அவன் இவ்வளவு காலமும், தன்னுடன் கடைக்கு அழைத்து வந்திருந்த அந்த அழகிய பெண்ணுக்காகத்தான் இங்குக் காத்துக் கொண்டிருந்திருக்கிறான். உகியோவுக்காக இடா காத்துக் கொண்டிருந்ததைப்போல. அதனால்தான், அவன் அந்த நாவலைப் பல முறை விழுந்து விழுந்து படித்திருக்கிறான்.

'என்ன கருமமடா இது!' நான் என் மனத்திற்குள் மீண்டும் மீண்டும் இந்த வார்த்தைகளைக் கூறினேன். அதற்காக நான் வருத்தமடைந்திருந்தேன் என்று கூற முடியாது. அவன் என்னை அந்த மாதிரியாக நினைத்திருக்க மாட்டான் என்று என் ஆழ்மனத்திற்குள் எப்போதுமே ஓர் எண்ணம் ஓடிக் கொண்டிருந்தது. இதற்காக நான் இவ்வளவு மெனக்கெட்டிருந்தது குறித்து நான் எண்ணியபோது, நான் ஒரு வடிகட்டிய

முட்டாளைப்போல உணர்ந்தேன்.

நாங்கள் வெகுநாள் பழகிய நண்பர்களைப்போலப் பேசிக் கொண்டிருந்ததாக நான் நினைத்தது? அது நிஜமன்று. அவன் நான் கூறியதை நாகரிகமாகக் கேட்டுக் கொண்டிருந்திருக்கிறான், அவ்வளவுதான். நான்தான் தப்புக்கணக்குப் போட்டுவிட்டு என்னைப் பற்றி உளறிக் கொட்டியிருக்கிறேன். இதை உணர்ந்து கொண்டபோது, எனக்குப் பெரும் குற்றவுணர்வு ஏற்பட்டது.

“என்னை மன்னித்துக் கொள்ளுங்கள். என்னுடையது ஒன்றும் சுவாரசியமான கதையில்லை,” என்று அகிரா மன்னிப்புக் கேட்கும் தொனியில் கூறினான். இவ்வளவு நேரமும் நான் தலை கவிழ்ந்த நிலையில் அமர்ந்திருந்ததை அவன் கவனித்திருந்திருக்க வேண்டும்.

நான் தலையை ஆட்டி மறுத்தவாறு, “இல்லையில்லை. இங்கு மன்னிப்புக் கேட்க வேண்டியவள் நான்தான்,” என்று கூறினேன்.

அதைக் கேட்டு வியப்படைந்த அகிரா, “என்ன சொல்கிறீர்கள்? டகாகோ, நீங்கள் எதற்காக மன்னிப்புக் கேட்க வேண்டும்?” என்று கேட்டான்.

“ஏனெனில்...”

“சொல்லுங்கள்.”

நான் அவனிடம் மேலும் மன்னிப்புக் கேட்க விரும்பினேன். ஆனால், அதே சமயம், அவன் என்னை ஒரு விசித்திரப் பிறவியாக நினைப்பதை நான் விரும்பவில்லை. அதனால், நான் அதற்கு மேல் பேசவில்லை. பேச்சை மாற்றியாக வேண்டும் என்று நான் நினைத்தேன். அதே சமயம், என் மனத்திற்குள் குமிழ்விட்டுக் கொண்டிருந்த கேள்விகளை அவனிடம் கேட்டாக வேண்டும் என்ற உந்துதலும் எனக்கு ஏற்பட்டது.

“நீங்கள் அவளைக் காதலித்தீர்கள், இல்லையா?” வார்த்தைகள் எப்படியோ வெளிவந்துவிட்டன. ஆனால், அடுத்த கணமே நான் அதற்காக வருந்தினேன்.

அகிரா இலேசாகப் புன்னகை செய்தான்.

“இந்த மொத்த விவகாரமும் மிகவும் சிறுபிள்ளைத்தனமானதாக இருந்தது என்ற கசப்பான

உண்மையை நான் ஒப்புக் கொண்டுதான் ஆக வேண்டும். அதே நேரத்தில், எனக்கு அவளுடைய நிலைமையும் புரிகிறது. முதலில், எனக்கும் அவளுக்கும் சேர்ந்து பிடித்திருந்த விஷயங்கள் எதுவும் இருக்கவில்லை. அதனால், எங்களுக்கு இடையே ஏதாவது நிகழ்வதற்கான வாய்ப்பு குறைவாகவே இருந்தது. ஆனால், நான்தான் இதில் தீவிரமாக இருந்தேன். அவளைக் காதலித்தேன். ஆனால், நாங்கள் இருவரும் முற்றிலும் வேறுபட்டவர்கள் என்பதையும், எங்களுக்கு ஒருக்காலும் ஒத்துப் போகாது என்பதையும், எங்கள் உறவை முறித்துக் கொண்டால்தான் நல்லது என்பதையும் நான் ஏனோ உணராமல் இருந்தேன். நான் என்னை உணர்ச்சிகளுக்கு ஆட்படாதவன் என்றுதான் நினைத்துக் கொண்டிருந்தேன். ஆனால், எனக்குள் உணர்ச்சிக் கொந்தளிப்பானதொரு பக்கம் இருந்து வந்திருந்ததை நான் பின்னர்தான் கண்டுபிடித்தேன். அது எனக்கே வியப்பாக இருந்தது."

அவன் தன்னுடைய சுயஅலசலைத் தவிர்த்திருந்திருக்கலாம். ஆனால், அவன் அப்படிச் செய்யாமல் இருந்ததற்கு, அவனும் ஒரு விநோதப் பிறவியாக இருந்ததுதான் காரணம்.

"நீங்கள் ஒரு நல்ல மனிதன் என்று நான் நினைக்கிறேன்," என்று கூறி நான் அவனை உற்சாகப்படுத்த முயன்றேன். அதைவிட மேம்பட்ட ஒன்று எனக்குத் தோன்றியிருந்தால் நன்றாக இருந்திருக்கும். ஆனால், வேறு எதுவும் எனக்குத் தோன்றவில்லை. ஆனால், அதை நான் மனப்பூர்வமாகவே சொன்னேன்.

"நன்றி. நான் நல்லவனோ இல்லையோ, நான் நாகரிகமானவன் என்று நான் நினைக்கிறேன்," என்று அவன் மெலிதாகச் சிரித்தவாறு கூறினான். "ஆனால், என்னிடம் பலர், 'நீ நல்லவன், ஆனால் சுவாரசியமானவன் அல்லன்,' என்று கூறியிருக்கிறார்கள்."

"அவள் உங்களிடம் குரூரமாக நடந்து கொண்டதாக நீங்கள் கருதவில்லையா?" என்று நான் கேட்டேன். எனக்கு அந்தப் பெண்மீது கோபம் ஏற்பட்டது. இவனிடம் இருந்த நல்ல தன்மையை அவள் புரிந்து

கொண்டிருக்கவில்லை என்று நான் நினைத்தேன்.

"இல்லை. ஏனெனில், நான் அவளுடன் ஒத்துப் போகிறேன். விஷயங்களை அவள் கச்சிதமாக அலசியிருந்த விதம் என்னைக் கவர்ந்தது. ஆனால், இது சுவாரசியமற்ற ஓர் உரையாடல். அதனால் நாம் இதை இத்துடன் விட்டுவிடலாம்." அகிரா பேச்சை மாற்ற விரும்பினான். சமீபத்தில் என் விஷயங்கள் எப்படிப் போய்க் கொண்டிருந்தன என்று அவன் என்னிடம் கேட்டான். ஆனால், என்னுடைய மனக்காயம் தீரவில்லை. அதனால், என்னால் உரையாடலில் பங்கேற்க முடியவில்லை.

அதற்குப் பிறகு உரையாடல் உற்சாகமாக இருக்கவில்லை. சற்று நேரம் பொறுத்துப் பார்த்துவிட்டு, நான் அவனிடம், "என்னை மன்னித்துக் கொள்ளுங்கள். நான் நாளை காலையில் சீக்கிரமாக எழுந்திருக்க வேண்டும்..." என்று கூறிவிட்டு என் இருக்கையைவிட்டு எழுந்தேன்.

"அப்படியா?" என்று கேட்டுவிட்டு அகிரா என்னை வெறுமையாகப் பார்த்தான்.

நான் அங்கிருந்து கிளம்ப முற்பட்டபோது, கடை உரிமையாளர், கதவுக்கு அருகேயிருந்து, "டகாகோ, வீட்டுக்குப் போகிறாயா?" என்று கேட்டார்.

"ஆமாம்," என்று மட்டும் கூறிவிட்டு நான் அங்கிருந்து வெளியேறினேன்.

நான் ஓர் இருண்ட மனநிலையில் இருந்தேன். அதைக் கடை உரிமையாளரும் உணர்ந்திருக்க வேண்டும். சிறிது காலத்திற்கு அங்கு வருகின்ற உத்தேசம் எனக்கு இருக்கவில்லை.

நான் நடக்க நடக்க என் மனநிலை மேலும் மோசமடைந்து கொண்டிருந்தது. நான் முப்பதுக்கும் மேற்பட்ட முறை ஆயாசப் பெருமூச்சுவிட்டிருக்க வேண்டும். நான் இரயில் ஏறிய பிறகுதான், நான் படித்துக் கொண்டிருந்த புத்தகத்தை அந்தக் காபிக் கடையில் விட்டுவிட்டு வந்திருந்தது என் நினைவுக்கு வந்தது.

7

நான் மோமோக்கோவை ஷின்ஜுகு இரயில் நிலையத்தில் காலை பத்து மணிக்குச் சந்தித்தேன்.

அப்போது வானம் சற்று மேகமூட்டமாக இருந்தது. ஆனால், மதியத்திற்குப் பிறகு வானம் தெளிவாகிவிடும் என்று வானிலை அறிவிப்பு கூறியிருந்தது.

இந்தப் பயணத்திற்காக நான் என்னுடைய விடுமுறைக்கால விடுப்பைப் பயன்படுத்தியிருந்தேன். அதனால், நான் வீட்டைவிட்டுக் கிளம்புவதற்கு முன்பாக, என்னை நானே ஊக்குவிக்கும் விதமாக, ‘கடந்த இரவு உன்னைப் பாதிக்க அனுமதிக்காதே’ என்று மீண்டும் மீண்டும் கூறிக் கொண்டேன்.

மக்கள் கூட்டம் நிரம்பி வழிந்த அந்த இரயில் நிலையத்தின் நுழைவாயிலில் மோமோக்கோ நின்று கொண்டிருந்தாள். அவள் ஒரு சிறிய முதுகுப் பையைத் தவிர வேறு எதையும் தன்னுடன் எடுத்து வரவில்லை. அவளைப் பார்த்தால் ஒரு பயணத்திற்குச் செல்பவளைப்போலத் தோன்றவில்லை. அவள் தன் தலைமுடியைப் பின்னால் இழுத்துக் கட்டி ஒரு கொண்டை போட்டிருந்தாள். அவள் கருப்பு நிறத்தில் ஒரு டிராக் பேன்ட்டும், பச்சை நிறத்தில் தலைவரை மூடுகின்ற ஒரு ஹுட்டியும் அணிந்திருந்தாள். உருவத்தில் அவள் சிறியவளாக இருந்ததால், தூரத்திலிருந்து

பார்த்தபோது, பள்ளிச் சுற்றுலாவுக்குச் செல்லவிருந்த ஒரு மாணவியைப்போல அவள் தோன்றினாள்.

என்னுடைய உடையைப் பார்த்ததும் மோமோக்கோ தன் புருவத்தை நெறித்தாள். "என்ன உடை இது. மலையேறப் போகின்ற ஒருத்தியைப்போல நீ ஆடை அணிந்திருக்கவில்லையே," என்று அவள் கேட்டாள். நீண்டகாலத்திற்குப் பிறகு நான் இப்போதுதான் ஒரு நெடுந்தூரப் பயணம் மேற்கொள்ளவிருந்தேன். தள்ளுபடி விலையில் நான் வாங்கியிருந்த ஓர் உடையை நான் அணிந்திருந்தேன்.

என் நிலையை விவரிக்கும் விதமாக, "நான் காலில் ஸ்னீக்கர்ஸ் அணிந்திருக்கிறேன்," என்று நான் கூறினேன். "அத்துடன், என் பையில் மலையேறுவதற்கு ஏற்ற ஆடைகள் இருக்கின்றன."

"நீ இந்த அளவுக்கு எடுத்து வந்திருக்க வேண்டியதில்லை," என்று மோமோக்கோ கூறினாள்.

நான் என் வாயை மூடிக் கொண்டேன். இந்தப் பயணத்தை எந்த அளவுக்கு நான் ஆவலுடன் எதிர்பார்த்திருந்தேன் என்பது எனக்கு உறைத்தபோது, நான் சற்று நெளிந்தேன். மோமோக்கோ தொடர்ந்து பேசினாள். "இளையவர்கள் இப்படித்தான் இருப்பர். நீங்கள் எப்போதும் தேவைக்கு அதிகமான பொருள்களைச் சுமந்து திரிகிறீர்கள்."

"வயதான பிறகு உங்களிடம் குறைவாக இருக்குமா?" என்று நான் எதிர்க்கேள்வி போட்டேன்.

"டகாகோ, உனக்கு வேண்டுமானால் இது சரிப்பட்டு வரலாம். ஆனால், என்னைப் பொறுத்தவரை, என்னைப் பிடித்திழுக்கின்ற எதையும் நான் விரும்புவதில்லை."

அதை ஏற்றுக் கொண்ட நான், "நீங்கள் சொல்வதில் அர்த்தமிருக்கிறது," என்று கூறினேன்.

"எது எப்படியோ, இன்று நீ வந்ததற்கு நன்றி," என்று கூறிய அவள், தொடர்ந்து, "நம்முடைய மூன்று-நாள் பயணம் சிறப்பாக அமையட்டுமாக," என்று கூறி, நாடகத்தனமாகத் தன் உடலை வளைத்து வணக்கம் போட்டாள்.

நானும் பதிலுக்குக் குனிந்து வணங்கி, "நான்தான்

உங்களுக்கு நன்றி சொல்ல வேண்டும்," என்று கூறினேன்.

நாங்கள் இரண்டு இரயில்கள் மாறினோம். நான் டோக்கியோவிற்கு வந்து கிட்டத்தட்ட ஐந்து ஆண்டுகள் ஆகியிருந்தபோதிலும், இத்திசையில் இதுதான் நான் மேற்கொண்டிருந்த முதல் பயணம். பாதித் தூரம் எங்கள் பெட்டியில் கூட்டமே இருக்கவில்லை. எங்களுக்கு எதிரே இருந்த இருக்கையில் ஒரு பள்ளி மாணவன் அமர்ந்திருந்தான். அளவுக்கதிகமாகத் தூங்கி எழுந்தவன்போல அவன் காணப்பட்டான். அவன் தன் கால்களால் தாளம் போட்டவாறு, தொங்கிப் போன முகத்துடன் இருந்தான். மொத்த உலகின்மீதும் அவன் கோபம் கொண்டிருந்ததைப்போலத் தோன்றியது.

மோமோக்கோ தன் இருக்கையில் அமர்ந்து கொண்டு, ஏதோ ஒரு பாட்டை முணுமுணுத்துக் கொண்டு, சன்னல் வழியாக வெளியே வேடிக்கை பார்க்கத் தொடங்கினாள். அதற்கு முந்தைய நாள் நான் அதிகாலைவரை தூங்கியிருக்கவேயில்லை. ஒன்று மாற்றி ஒன்று என்று பல எண்ணங்கள் என் மனத்தில் தோன்றிக் கொண்டேயிருந்தன. அதனால், இப்போது நான் சற்று நேரத்திலேயே நன்றாகத் தூங்கிப் போனேன்.

சிறிது நேரம் கழித்து நான் கண்விழித்தபோது, எதிரே இருந்த பள்ளி மாணவனைக் காணவில்லை. அவன் கோபத்துடனேயே பள்ளிக்குச் சென்றிருப்பான்போல.

நான் சன்னல் வழியாக வெளியே எட்டிப் பார்த்தேன். மேகங்கள் மறைந்து, வானம் முழுக்க நீலமாக மாறியிருந்தது. கட்டடங்களின் எண்ணிக்கை குறைந்து நெல் வயல்கள் அதிகரிக்கத் தொடங்கின. தூரத்தில் தெரிந்த மலைகள் பெரிதாகிக் கொண்டே வந்தன.

நான் என் கண்களைக் கசக்கியவாறு, "அற்புதம்," என்று கூறினேன்.

மோமோக்கோ ஒரு பெரிய புன்னகையுடன், "இதற்கே இப்படி என்றால்? அடுத்து வரவிருப்பதைப் பார்த்தால் நீ என்ன சொல்வாய்?" என்றாள்.

நாங்கள் மைடேக் என்ற இரயில் நிலையத்தில் இறங்கினோம். இப்போது மலைகள் எங்களுக்கு

முன்னால் நின்று கொண்டிருந்தன. நீல வானம் அதற்குப் பின்னால் ஒளிந்து கொண்டது. அங்கு நடுநாயகமாக ஒரு பெரிய மலை பிரம்மாண்டமாக நின்று கொண்டிருந்தது. இலையுதிர்காலம் இன்னும் முழுமையாக வந்திருக்கவில்லை என்பதால், மரத்தின் இலைகளின் நிறம் இன்னும் மாறியிருக்கவில்லை. அதனால், அந்த மலை இன்னும் கரும்பச்சை நிறத்தில்தான் இருந்தது. அங்கே உச்சியில் எங்கோ ஒரு சத்திரம் இருந்தது. அதை நோக்கித்தான் நாங்கள் பயணப்படவிருந்தோம்.

என் முன் விரிந்த காட்சியைப் பார்த்தவாறே, நான், “நாம் நகரின் மையத்திலிருந்து வெகு தூரத்தில் இல்லை. ஆனாலும், நாம் வெகுதூரம் வந்துவிட்டதுபோல இருக்கிறதே,” என்று முணுமுணுத்தேன். நான் ஆழமாக ஒரு முறை மூச்சிழுத்து, என் நுரையீரல்களை சுத்தமான, புத்துணர்ச்சி ஊட்டுகின்ற காற்றால் நிரப்பினேன். நகருக்கு அருகே இன்னும் இவ்வளவு பசுமை விட்டு வைக்கப்பட்டிருந்தது எனக்கு ஆச்சரியம் ஏற்படுத்தியது.

“இன்னும் சில பத்தாண்டுகளில், நகரம் இவற்றை விழுங்கி இந்த இடத்தைக் கட்டடங்களால் நிறைத்துவிடும்,” என்று மோமோக்கோ கூறினாள்.

அது, டோப்போ குனிக்கிடாவின் புத்தகம் ஒன்றில் இடம்பெற்றிருந்த, ‘முசாஷினோ’ என்ற சிறுகதையை எனக்கு நினைவுபடுத்தியது. இருபதாம் நூற்றாண்டின் தொடக்கத்தில், டோப்போ உயிருடன் இருந்தபோது முசாஷினோவுக்கு அருகே இருந்த இடம் ஒரு வனப் பகுதியாக இருந்தது. அங்கு நீங்கள் தொலைந்து போனால், வெளியே வருவது கடினம். இன்று அது டோக்கியோவின் மற்றொரு புறநகர்ப் பகுதி. உங்களுடைய தலையைக் கிறுகிறுக்கச் செய்யும் அளவுக்குக் காலம் படுவேகமாக உருண்டோடிக் கொண்டிருக்கிறது.

இரயில் நிலையத்திற்கு வெளியே இருந்த, அந்த மலையின் பாதித் தூரம்வரை கொண்டு சேர்க்கின்ற பேருந்துகள் புறப்பட்ட இடத்திற்கு நாங்கள் வந்து சேர்ந்தோம். அந்த இரயிலில் வந்திருந்த இரண்டு பயணக் குழுக்கள் அங்கு நின்று கொண்டிருந்த இரண்டு பேருந்துகளில் ஏற்கனவே ஏறி அமர்ந்திருந்தன.

அதில் இடம்பெற்றிருந்தவர்கள் அனைவரும் முதியவர்களாக இருந்தனர். அவர்கள் அனைவரையும் எது ஒன்று சேர்த்திருந்தது என்பது ஒரு புதிர்தான். அந்தக் குழுவிலிருந்த ஒரு முதிய பெண்மணி எங்களைப் பார்த்தவுடன், “ஓ, அம்மா-மகள் சேர்ந்து பயணப்பட்டுள்ளீர்களா?” என்று கேட்டாள்.

“ஆமாம்,” என்று மோமோக்கோ ஒரு புன்னகையுடன் கூறினாள்.

நாங்கள் ஒன்றும் அம்மா-மகள் இல்லையே என்று நான் நினைத்துக் கொண்டேன். எங்களுடைய உறவை விவரிப்பதற்குச் சிறிது நேரம் பிடிக்கும் என்பதால், நானும் அது சரி என்பதுபோலத் தலையாட்டினேன். என் முகபாவம், ‘இது என் அம்மா, நான் அவளுடைய மகள்,’ என்று அறிவித்தது.

நாங்கள் அந்தப் பேருந்தில் ஏறியதும், மூன்று தொடக்கப் பள்ளி மாணவர்கள் எங்களிடம் பேசத் தொடங்கினர். அவர்கள் சுற்றுலாப் பயணிகளுக்குப் பழக்கப்பட்டிருக்கவேண்டும். அதனால், எங்களைக்கண்டு அவர்கள் கூச்சமடையவில்லை. மோமோக்கோவுக்குக் குழந்தைகள் என்றால் பிடிக்கும்போலத் தோன்றியது. அவள் ஒரு பெரிய புன்னகையுடன் அக்குழந்தைகளோடு அரட்டையடிக்கத் தொடங்கினாள். “நீங்கள் எந்த வகுப்பில் படிக்கிறீர்கள்?” என்று அவள் அவர்களிடம் வினவினாள்.

அவர்கள் அனைவரும் உற்சாகத்துடன் ஒரே குரலில், “முதலாம் வகுப்பு,” என்று உரக்கக் கூறினர்.

அவர்களுடைய குடும்பங்கள் மலைமீதிருந்த சத்திரங்களை நடத்தி வந்ததாகவும், அதனால் அவர்கள் தினந்தோறும் பள்ளிக்குச் செல்வதற்கு மலையிலிருந்து இறங்கி வர வேண்டியிருந்ததாகவும் அவர்கள் தெரிவித்தனர்.

“அது கஷ்டமாக இருக்குமே,” என்று நான் கூறினேன். அனைத்துச் சுற்றுலாப் பயணிகளும் அதைத்தான் அவர்களிடம் கூறியிருந்திருப்பர்.

“அப்படித்தான் நினைக்கிறேன்,” என்று அவர்களில் மூத்தவன்போல இருந்தவன் பதிலளித்தான்.

நாங்கள் இறங்க வேண்டிய இடம் வந்ததும் எங்களுடன் இறங்கிய அந்தக் குழந்தைகள், "வாருங்கள், வாருங்கள்," என்று கத்திக் கொண்டே எங்களுக்கு முன்னால் வேகமாக ஓடினர். பின்னால் வந்து கொண்டிருந்த எனக்கு மூச்சு வாங்கியது. மோமோக்கோ திரும்பி என்னை உற்றுப் பார்த்தாள்.

"இனிதான் கடினமான ஏற்றம் இருக்கப் போகிறது. இதற்கே நீ இப்படி முனகினால், உன்னை வைத்துக் கொண்டு நான் என்ன செய்வது?" என்று அவள் என்னைச் சீண்டினாள்.

அதைக் கேட்டு அந்தக் குழந்தைகள் சிரித்தனர். "அம்மணி, நீங்கள் ஒருக்காலும் உச்சியை அடையப் போவதில்லை. நகரத்தில் வாழ்ந்து வந்தால் இப்படித்தான்," என்று அவர்களில் ஒரு குழந்தை கூறினான். அதைக் கேட்டு அனைத்துக் குழந்தைகளும் மீண்டும் சிரித்தனர்.

பின்னால் வந்து கொண்டிருந்த நான், "உண்மையில் நான் கிராமப் பகுதியில் வளர்ந்தவள்," என்று தன்னிலை விளக்கம் கொடுத்தேன். எல்லோரும் வெகு முன்னால் போய்க் கொண்டிருந்ததால் நான் கூறியது எவர் காதிலும் விழவில்லை. மோமோக்கோ மட்டும் எப்படி இப்படிக் கட்டுக்கோப்பான உடலுடன் இருந்தாள்? இவ்வளவுக்கும் எனக்கும் அவளுக்கும், பிறர் அம்மா-மகள் என்று நினைக்கும் அளவுக்கு வயது வித்தியாசம் இருந்தது. நான் குறைவான பொருள்களைக் கொண்டு வந்திருக்க வேண்டும் என்று என்னை நானே நொந்து கொண்டேன்.

நாங்கள் ஒருவழியாக, கம்பிகளின் மூலம் மலை உச்சிக்கு மக்களை அழைத்துச் செல்கின்ற இழுவை ஊர்தி புறப்படும் இடத்திற்கு வந்து சேர்ந்தோம். அங்கிருந்த கடை ஒன்றில் தேநீர் வாங்கி வைத்திருந்த என் அத்தை அதை என்னிடம் நீட்டினாள்.

நான் அதை வாங்கி நன்றியுடன் ஒரே மடக்கில் குடித்தேன்.

*

அந்த இழுவை ஊர்தி எங்களைக் கொண்டு சென்று, மலையுச்சிக்குச் சற்றுக் கீழே இறக்கிவிட்டது. அங்கு நாங்கள் அக்குழந்தைகளிடம் விடைபெற்றுக் கொண்டு, மிச்சமிருந்த மலைமீது ஏறத் தொடங்கினோம். நாங்கள் ஏற்கனவே கடல் மட்டத்திலிருந்து ஆயிரம் மீட்டர் உயரத்தில் இருந்தோம். ஒரு மணி நேரத்திற்கு முன்புதான் நாங்கள் அதன் அடிவாரத்தில் இருந்தோம் என்பது நம்புவதற்குக் கடினமாக இருந்தது.

அந்தப் பாதையில் ஆங்காங்கே பல சத்திரங்களுக்கான விளம்பரப் பலகைகள் இடம்பெற்றிருந்தன. "நம்முடைய சத்திரம் மறுகோடியில் இருக்கிறது. அதை அடைவதற்கு நாம் நாற்பது நிமிடங்கள் நடக்க வேண்டும்," என்று மோமோக்கோ சர்வசாதாரணமாகக் கூறினாள்.

"என்ன? நாற்பது நிமிடங்களா?" என்று நான் முனகினேன்.

"ஆனால், அங்குக் காட்சி அற்புதமாக இருக்கும்," என்று கூறி மோமோக்கோ என் கன்னத்தில் கிள்ளினாள்.

அந்தப் பாதையில் சில இடங்களில் செங்குத்தான படிகள் இருந்தன. சில இடங்கள் சாய்வாக இருந்தன. வழியில் ஒரே ஒரு சிறு கடையும், ஓய்வெடுப்பதற்கு ஒரே ஓர் இடமும் மட்டும்தான் இருந்தன. அங்கிருந்த மற்ற அனைத்தும் சத்திரங்களாகவோ அல்லது தனிப்பட்ட வீடுகளாகவோ இருந்தன. மலையுச்சியிலிருந்து திரும்பிக் கொண்டிருந்தவர்கள் எங்களைக் கடந்து சென்றபோதெல்லாம், ஓர் உற்சாகமான குரலில் ஹலோ என்று கூறிச் சென்றனர்.

ஒவ்வொரு முறையும் நானும் மோமோக்கோவும் பதிலுக்கு ஓர் உற்சாகமான குரலில் ஹலோ என்று சொன்னோம். நாங்கள் அங்குப் பார்த்தவர்களில் பெரும்பாலானோர் முதியவர்கள். ஒரு சில இளம் ஜோடிகளையும், கல்லூரி மாணவர்கள் குழு ஒன்றையும் நாங்கள் சந்தித்தோம். அங்கிருந்த இளைய தலைமுறையினரில் பெரும்பாலானோர் சாதாரணமான ஆடைகளையே அணிந்திருந்ததைக் கண்டபோது நான் சற்று நிம்மதி அடைந்தேன்.

இறுதியில், நாங்கள் தேடி வந்த சத்திரம் எங்கள்

கண்களுக்குப் பட்டது. அக்கட்டடத்தில் எனக்குக் கடுமையாக மூச்சு வாங்கிக் கொண்டிருந்தது. மோமோக்கோவும் சற்றுச் சோர்வடைந்திருந்தாள். அவள் தன் முன்நெற்றியில் வழிந்து கொண்டிருந்த வியர்வையைத் தன் கையில் வைத்திருந்த ஒரு சிறு துவாலையால் துடைத்தபடி, “நாம் ஒருவழியாக வந்து சேர்ந்துவிட்டோம்,” என்று அறிவித்தாள்.

மரத்தால் ஆன அக்கட்டடம் ஒரு சிதிலமடைந்த நிலையில் இருந்ததுபோலத் தோற்றமளித்தது. அது மூன்று மாடிகளைக் கொண்டிருந்தது. அதன் பின்பகுதி ஒரு மலைமுகட்டுடன் இடித்துக் கொண்டிருந்தது. அங்கு ஓர் ஓரமாக ஒரு டிராக்டர், ஒரு சைக்கிள், சில மரக்கட்டைகள் ஆகியவை இருந்தன. அது எந்தவிதத்திலும் பகட்டான ஒன்றாகத் தோன்றவில்லை. கொஞ்சம் கடினமான வார்த்தைகளில் அதை விவரிக்க வேண்டுமென்றால், குப்பைகளைக் கொட்டுகின்ற இடம்போல இருந்தது அது என்று கூறலாம்.

கதவைத் திறந்து உள்ளே சென்ற மோமோக்கோ, “இங்கு யாராவது இருக்கிறீர்களா?” என்று சத்தமாகக் கேட்டாள். உள்ளேயிருந்து யாரோ ஓடி வந்த சத்தம் கேட்டது. சற்று நேரத்தில் எங்கள் முன்னால் ஓர் இளம்பெண் வந்து நின்றாள்.

அவள் தொளதொளவென்று ஒரு ஜீன்ஸூம் ஒரு ஸ்வெட்ஷர்ட்டும் அணிந்திருந்தாள். அவளுக்கு சுமார் இருபது வயது இருக்கும்.

அந்தப் பெண் மோமோக்கோவைப் பார்த்து இங்கிதமின்றி, “ஹே, நீங்கள்தான் மோமோக்கோவா?” என்று கேட்டாள். பொதுவாக, தங்கள் இடத்தில் தங்க வருகின்ற வாடிக்கையாளர்களிடம் எவரும் அப்படிக் கேட்க மாட்டார்கள்.

“பார்த்து வெகு நாள்களாகிவிட்டன, ஹாரு. எப்படி இருக்கிறாய்?” என்று மோமோக்கோ அவளிடம் கேட்டாள்.

“இது யார்? உங்களுடைய மகளா? உங்களுக்குக் குழந்தைகள் இருக்கின்றனரா?”

என் அத்தை அப்பெண்ணிடம் நான்தான்

அவளுடைய மகள் என்று கூறுவதற்குள் நான் முந்திக் கொண்டு, “நான் மோமோக்கோவின் மருமகள். என் பெயர் டகாகோ,” என்று என்னை நானே ஹாருவிடம் அறிமுகம் செய்து கொண்டேன்.

ஹாரு சற்றுக் கரடுமுரடாக நடந்து கொண்டாலும், கெட்ட எண்ணங்கள் கொண்டவளாக இருக்கவில்லை.

ஹாரு என் பக்கம் திரும்பி, “உங்களைப் பார்த்ததில் சந்தோஷம்,” என்று கூறி குனிந்து வணங்கினாள்.

மீண்டும் உள்ளேயிருந்து காலடிச் சத்தம் கேட்டது. இம்முறை, ஐம்பதுகளில் இருந்த ஒரு பெண்மணி எங்களை நோக்கி மெதுவாக நடந்து வந்தாள். ஓர் ஏப்ரன், ஓவரால் ஆகியவற்றை அணிந்திருந்த அவள், தலையில் ஒரு ஸ்கார்ஃப் கட்டியிருந்தாள்.

“ஓ, மோமோக்கோவா? நீங்கள் சீக்கிரம் வந்துவிட்டீர்கள்,” என்று கூறிய அப்பெண்மணி, தோழமைமிக்க ஒரு புன்னகையைத் தன் முகத்தில் படரவிட்டாள். அவள் விடுவிடுவென்று பேசினாலும், பிறரைக் கவனித்துக் கொள்வதில் விருப்பம் கொண்டிருந்தவளைப்போலத் தோன்றினாள்.

“உங்களை மீண்டும் சந்தித்ததில் மகிழ்ச்சி,” என்று மோமோக்கோ அப்பெண்மணியிடம் கூறிவிட்டு, குனிந்து அவளை வணங்கினாள். அப்பெண்மணி அந்தச் சத்திரத்தின் உரிமையாளராக இருக்க வேண்டும் என்று நான் ஊகித்துக் கொண்டேன்.

“ஹே, மோமோக்கோ. நீங்கள் இங்கு மீண்டும் வேலை பார்க்க வந்துள்ளீர்களா?” என்று ஹாரு கேட்டாள்.

“இல்லை, ஹாரு. மோமோக்கோ இப்போது ஒரு விருந்தினராக வந்திருக்கிறார்,” என்று அப்பெண்மணி பதிலளித்தாள்.

“ஓ, அப்படியா?”

அவர்களுக்கு இடையே நடைபெற்ற உரையாடலை நான் உன்னிப்பாகக் கவனித்துக் கொண்டிருந்ததைப் பார்த்த மோமோக்கோ, என் காதில், “நான் சட்டோருவைவிட்டு வந்தபோது, சிறிது காலத்திற்கு இங்குத் தங்கியிருந்தேன். அப்போது, இந்தச் சத்திர உரிமையாளர் எனக்கு வேலை கொடுத்தார்,” என்று

கிசுகிசுத்தாள்.

"ஓ, அப்படியா விஷயம்?" என்று நான் சத்தமாகப் பதிலளித்தேன்.

"ஆமாம்," என்று மோமோக்கோ விட்டேத்தியாகக் கூறினாள்.

சத்திர உரிமையாளர் எங்களை எங்களுடைய அறைக்கு அழைத்துச் சென்றாள். அப்போது இரண்டு மணிதான் ஆகியிருந்தது. அதனால், நாங்கள்தான் முதல் விருந்தாளிகளாக இருந்தோம். கட்டடத்தின் உட்பகுதியும் வெளியே இருந்ததைப்போலவே மோசமான நிலையிலேயே இருந்தது. எல்லா இடங்களிலும் சாமான்கள் மண்டிக் கிடந்தன. வரவேற்பறையில் பத்திரிகைகள், ஒரு பழைய தொலைக்காட்சிப் பெட்டி, ஒரு கித்தார் போன்றவை இருந்தன. போகிற வழியில் நான் சமையலறைக்குள் எட்டிப் பார்த்தபோது, அது அலங்கோலமாக இருந்ததைக் கண்டேன். சில குளியலறைகள் படுமோசமாக இருந்தன. கோடை விடுமுறையின்போது இந்த இடம் மாணவர்களால் நிரம்பி வழியக்கூடும். அங்கிருந்த மற்றச் சத்திரங்களும் இதேபோலத்தான் இருந்தனவா என்பது எனக்குத் தெரியாது. ஆனால், இங்கு எதுவுமே தொழில்நேர்த்தியுடன் இருக்கவில்லை.

அப்பெண்மணி ஒரு மூலையிலிருந்த அறைக்கு எங்களை அழைத்துச் சென்றாள். அதிலிருந்து வெளியே பார்த்தபோது இந்த மலைப்பகுதி நன்றாகத் தெரிந்தது. அதில் பத்துப் பாய்கள் விரிக்கப் போதுமான இடம் இருந்தது. எங்கள் இருவருக்கும் அந்த அறை தாராளமாகப் போதும்.

சன்னலுக்கு வெளியே பசுமை சூழ்ந்திருந்தது. மரங்கள் காற்றில் மெதுவாக அசைந்து கொண்டிருந்தன. அவ்வப்போது ஏதாவது ஒரு பறவையின் கீச்சொலி கேட்டது. தூரத்தில் இருந்த மலைப்பகுதிகளைப் பனிமூட்டம் சூழ்ந்திருந்தது. நீல வானில் மேகங்கள் தவழ்ந்து கொண்டிருந்தன. அவற்றை நான் பார்த்துக் கொண்டிருந்தபோது, எவ்வளவு நேரம் கடந்திருந்தது என்பதை என்னால் உணர முடியவில்லை.

நான் சற்று நேரம் சன்னலருகே அமர்ந்து கொண்டு வெளியே வேடிக்கை பார்த்தேன். எனக்கருகே இருந்து கொண்டு வெளியே பார்த்துக் கொண்டிருந்த மோமோக்கோ, அவளுடைய இயல்புக்கு மாறாக அமைதியாக இருந்தாள். நான் அனுபவித்துக் கொண்டிருந்த அதே உணர்ச்சிகளை அவளும் அனுபவித்துக் கொண்டிருக்கலாம். இந்த இடத்தில் வாழ்ந்து கொண்டு, இங்கேயே வேலை செய்வது எப்படி இருக்கும் என்று நான் யோசித்துக் கொண்டிருந்தேன். அதை நான் மகிழ்ச்சியுடன் இரசிப்பேன் என்று எனக்குத் தோன்றியதைக் கண்டு நான் வியந்தேன்.

பின் திடீரென்று கதவு பலமாகத் தட்டப்பட்டச் சத்தம் கேட்டது. அதைத் தொடர்ந்து ஹாரு உள்ளே வந்தாள். “இப்போதே இரவில் நன்றாகக் குளிரத் தொடங்கிவிட்டது,” என்று அறிவித்துவிட்டு, அவள் தன் இரு கைகளாலும் தூக்கி வந்திருந்த ஒரு கனமான ஸ்டவ்வைச் சத்தமாக அறையின் ஒரு மூலையில் வைத்தாள்.

நான் அவளிடம், “நன்றி,” என்றேன்.

“அனுபவியுங்கள்,” என்று கூறிவிட்டு அவள் வெளியேறினாள்.

“அத்தை, நீங்கள் எவ்வளவு காலம் இங்கு வேலை பார்த்தீர்கள்?” என்று நான் கேட்டேன்.

அவள் தன் தலையை ஒரு பக்கமாகத் திருப்பி யோசித்தாள். பின், “சுமார் மூன்று ஆண்டுகள்,” என்று அவள் கூறினாள்.

“அதற்குப் பிறகு நீங்கள் என்ன செய்தீர்கள்?”

“பல வேலைகளைச் செய்தேன். மக்கள் மன உறுதியுடன் இருந்தால் எந்த இடத்தில் வேண்டுமானாலும் அவர்களால் வசிக்க முடியும்.”

அவள் விஷயத்தில் அது கண்டிப்பாக உண்மை. எந்த இடத்தில் வேண்டுமானாலும் வசிக்கின்ற அளவுக்கு அவள் சற்று முரட்டுத்தனமானவளாக இருந்தாள்.

திடீரென்று துள்ளி எழுந்த அவள், “இரவுச் சாப்பாட்டுக்கு முன்பாக நாம் சிறிது நேரம் வெளியே நடந்துவிட்டு வரலாமா?” என்று கேட்டாள்.

உண்மையான மலையேற்றத்தை நாங்கள் அடுத்த நாளுக்குத் தள்ளிப் போட்டிருந்தோம். அதனால், இன்று கோவிலுக்குச் செல்லலாம் என்று நாங்கள் தீர்மானித்தோம். அந்தக் கோவில் அச்சத்திரத்திற்கு வெகு அருகே இருந்ததாக மோமோக்கோ தெரிவித்தாள். நாங்கள் வெளியே வந்து அங்கிருந்த ஒரு சிறிய பரிசுப் பொருள் கடையையும், ஓர் உணவகத்தையும் தாண்டி வந்து அத்தெருவின் முனையைத் திரும்பியதும் கோவிலின் நுழைவாயில் தெரிந்தது. நாங்கள் அங்கே குனிந்து வணங்கிவிட்டு, அங்கிருந்த சிலருடன் சேர்ந்து உள்ளே நுழைந்தோம்.

அக்கோவில் நான் எதிர்பார்த்திருந்ததைவிடப் பெரிதாக இருந்தது. முக்கிய சந்நிதானத்திற்குச் செல்கின்ற பாதை நெடுகிலும் இருபுறமும், கற்களால் ஆன எண்ணற்ற நினைவுத் தூண்கள் நெருக்கமாக அணிவகுத்து நின்றன. ஒரு தூணில் அக்கோவிலின் வரலாறு எழுதப்பட்டிருந்தது. நான் அதைப் படித்தேன். மூல சந்நிதானம் 1,200 ஆண்டுகளுக்கு முன்பு நிறுவப்பட்டிருந்தது. மத்திய காலகட்டத்திலிருந்து, இந்த இடம், அப்பிராந்தியத்திலேயே மிகவும் புனிதமான மலைப்பகுதியாகக் கருதப்பட்டு வந்துள்ளது. பக்தர்கள் பல நூற்றாண்டுகளாக இக்கோவிலுக்குச் சாரைசாரையாக வந்துள்ளனர்.

அக்கோவில் இவ்வளவு பழமையானது என்பதை அறிந்து நான் வியப்படைந்தேன். போக்குவரத்து வசதிகள் இல்லாத அந்தக் காலத்தில் இதை வந்தடைவதற்கு அவர்களுக்குச் சில வாரங்கள் பிடித்திருக்கும். அப்போது அது அவர்களுக்கு இன்னும் முக்கியமான ஒன்றாக இருந்திருக்கும். கடவுள் நம்பிக்கையற்றவளான எனக்குக்கூட அது அடக்கத்தைக் கற்றுக் கொடுத்தது.

நாங்கள் முக்கிய சந்நிதானத்திற்குச் செல்வதற்காகக் கற்படிக்கட்டுகளில் ஏறினோம். வழியில் காட்டுப் பூக்கள் செழிப்பாகப் பூத்துக் கிடந்தன. படிகள் முடிவே இல்லாததுபோல நீண்டு கொண்டே சென்றன. அவற்றில் ஏற நாங்கள் கஷ்டப்பட்டோம். எங்களுடன் வந்திருந்த பிற சுற்றுலாப் பயணிகளும் மூச்சிரைக்க அப்படிகளில்

ஏறிக் கொண்டிருந்தனர். இறுதியில், நாங்கள் தொழுகின்ற இடத்தின் முன்னால் வந்து நின்றபோது, எனக்கு மூச்சு வாங்கிக் கொண்டிருந்தது.

நான் எப்படியோ சமாளித்துக் கொண்டேன். நாங்கள் சில நாணயங்களை அங்கிருந்த உண்டியலில் போட்டோம். பின் இருகரம் கூப்பி வணங்கினோம்.

நான் முடித்தவுடன், என் அத்தையின் பக்கம் திரும்பிப் பார்த்தேன். அவள் இன்னும் பிரார்த்தனை செய்து கொண்டிருந்தாள். அவளுடைய முகம் மிகவும் தீவிரமாக இருந்தது.

அவள் தன் கண்களைத் திறந்தபோது நான் அவளிடம், "நீங்கள் என்ன பிரார்த்தனை செய்தீர்கள்?" என்று கேட்டேன்.

"ஒன்றுமில்லை," என்று அவள் பதிலளித்தாள்.

"ஆனால், உங்களைப் பார்த்தபோது நீங்கள் படுதீவிரமாகப் பிரார்த்தனை செய்து கொண்டிருந்ததுபோலத் தோன்றியது."

"கோவில்கள் என்பவை ஏதாவது வேண்டிப் பிரார்த்தனை செய்வதற்கான இடங்களல்ல. நன்றி தெரிவிப்பதற்கான இடம் அது. 'என்னை எப்போதும் கண்காணித்துக் கொண்டிருப்பதற்காக உனக்கு நன்றி,' என்று கடவுளிடம் கூறுகின்ற இடம் அது."

"ஐயய்யோ, இப்போதுதான் நான் கடவுளிடம் பயபக்தியுடன் எனக்கொன்று வேண்டும் என்று கேட்டேன்."

"நீ என்ன கேட்டாய்?"

"நல்ல ஆரோக்கியம் வேண்டும் என்றும், நான் பணமில்லாமல் நடுத் தெருவில் நின்றுவிடக்கூடாது என்றும் நான் கேட்டேன்."

அதைக் கேட்டு மோமோக்கோ சிரித்தாள். என் பிரார்த்தனை என்னோடு கச்சிதமாக ஒத்துப் போனதாக அவள் தெரிவித்தாள். நாங்கள் பிரகாரம் சுற்றி வந்தோம். பின் நாங்கள் அந்த இடத்தைச் சுற்றிப் பார்த்தோம். பின் மோமோக்கோ என்னிடம் இவ்வாறு கூறினாள்: "நான் சட்டோருவைவிட்டுப் பிரிந்து வந்தபோது, நான் இந்தக் கோவிலுக்கு வந்தேன். அதனால்தான் அருகிலிருந்த

சத்திரத்தில் தங்கினேன். எனக்கு வேறு போக்கிடம் எதுவும் இருக்கவில்லை. அதனால், நான் தங்கியிருந்த சத்திரத்திலேயே எனக்கு வேலை கொடுப்பார்களா என்று நான் கேட்டேன். அங்கேயே தங்கிக் கொள்ளவும் நான் அனுமதி பெற்றேன். அப்போது அந்தப் பெண்மணி தன் கணவரை இழந்திருந்தாள். அதனால், அவர்களுக்கு ஒரு கை தேவைப்பட்டது. அப்போது அவர்களுக்கு ஹாருவும் இருக்கவில்லை. ஆனாலும், என்னைப் போன்ற ஓர் அந்நியரை வேலைக்கு வைத்துக் கொள்ள அவள் முன்வந்தாள். அவளுடைய பெருந்தன்மைதான் அதற்குக் காரணம்."

மோமோக்கோவின் பேச்சு ஒரு விநோதமான விதத்தில் என்னைக் கவர்ந்தது.

நாங்கள் அங்கிருந்து கிளம்புவதற்கு முன்பாக, மீண்டும் ஒரு முறை வணங்கினோம். முதன்மைச் சந்நிதானம் மாலைச் சூரியனின் ஒளியில் தகதகவென மின்னியது. பின் நாங்கள் எங்களுடைய சத்திரத்திற்குத் திரும்பினோம்.

நான் வியர்வையைப் போக்கிக் கொள்வதற்காக ஒரு குளியல் போட்டேன். நான் என் பாயில் படுத்துக் கொண்டு, மோமோக்கோ தன் குளியலை முடிப்பதற்காகக் காத்துக் கொண்டிருந்தபோது, என்னை அறியாமலேயே நான் சற்றுக் கண்ணயர்ந்துவிட்டேன். மோமோக்கோ என்னை எழுப்பியபோது இரவு உணவு வேளை கடந்துவிட்டிருந்தது.

நான் என் கனவுலகில் சஞ்சரித்துக் கொண்டிருந்தபோது, மேலும் இரண்டு குழுவினர் அங்குத் தங்குவதற்காக வந்தனர். ஒரு குழு, ஒரே குடும்பத்தைச் சேர்ந்த மூன்று தலைமுறையைச் சேர்ந்தவர்களை உள்ளடக்கியிருந்தது. மற்றொரு குழு, இரண்டு நடுத்தர வயது ஆண்களை உள்ளடக்கியிருந்தது. நாங்கள் உணவருந்தும் அறைக்குச் சென்றபோது, அங்கிருந்த அந்த ஆண்கள் இருவரும் ஏற்கனவே நன்றாகக் குடித்திருந்தனர். எங்களைப் பார்த்ததும் மிகச் சத்தமாக, "மன்னித்துக் கொள்ளுங்கள். நாங்கள் ஏற்கனவே தொடங்கிவிட்டோம்," என்று அவர்கள்

கூறினர்.

அங்குச் சாப்பிடுவதற்கு, என்னைத் திக்குமுக்காட வைக்கும் அளவுக்கு ஏகப்பட்டப் பதார்த்தங்கள் இருந்தன.

சூப் அருந்தி, அரிசி உணவைச் சாப்பிட்டதுமே எனக்கு வயிறு நிறைந்துவிட்டது. அதனால், நான் அத்துடன் நிறுத்திக் கொண்டேன். அந்த இருவரும் மலையேறுவதில் ஆர்வம் கொண்டவர்கள். இந்த மலையில் அவர்கள் ஏற்கனவே பல முறை ஏறியிருந்தனர். அவர்கள் போதையில் இருந்தபோதிலும், இங்குப் பார்க்க வேண்டிய முக்கியமான இடங்கள் குறித்தத் தகவல்களை அவர்கள் எங்களிடம் பகிர்ந்து கொண்டனர்.

அந்தக் குடும்பம் தங்களுடைய பேரன் ஒருவனின் திருமணத்திற்கு முன்பாக அங்கு ஒன்றுகூடிக் கொண்டாடுவதற்காக அங்கு வந்திருந்தது. பாட்டி தன்னுடைய எண்பதுகளின் இறுதியில் இருந்தார். அவர் ஒரு சக்கரநாற்காலியில் பவனி வந்தார். அதனால், அவரை அவருடைய சக்கரநாற்காலியில் வைத்து அச்சத்திரம்வரை அவர்கள் தள்ளி வந்திருந்தனர்.

"இது என்னுடைய கடைசிப் பயணம்," என்று அந்தப் பாட்டி முணுமுணுத்தார்.

"உங்களுக்கு அப்படி என்ன வயதாகிவிட்டது? நீங்கள் இங்கு இன்னும் பல பயணங்களை மேற்கொள்வீர்கள்," என்று மோமோக்கோ அந்தப் பாட்டியிடம் கூறினாள்.

அந்த இரண்டு குழுவினரும் படுக்கச் சென்ற பிறகு, மோமோக்கோ அந்தச் சத்திர உரிமையாளருடன் நீண்ட நேரம் பேசிக் கொண்டிருந்தாள். அதனால், நான் முன்னதாகவே எங்களுடைய அறைக்குச் சென்றுவிட்டேன்.

நான் அறைக்குத் திரும்பிய பிறகு, அன்று முழுவதும் மோமோக்கோ எப்படி நடந்து கொண்டாள் என்று நான் யோசித்துப் பார்த்தேன். அந்தப் பயணம் குறித்த என்னுடைய கவலை அனைத்தும் என்னுடைய கற்பனை மட்டுமே என்ற முடிவுக்கு நான் வந்தேன். அவள் மிகவும் மகிழ்ச்சியாக இருந்தாள். இங்கு வேலை பார்த்திருந்த காரணத்தால் இந்த இடம் குறித்து அவளுக்குச் சில

மலரும் நினைவுகள் இருந்திருக்கலாம்.

நான் இந்த இடத்திற்கு ஒரு தவறான யோசனையுடன் வந்திருந்தேன். ஹிடாகியுடனான என் உறவைப்போல, விஷயங்களைக் கிரகித்துக் கொள்வதற்கு எனக்கு நீண்ட நாள் ஆகிறது என்ற முடிவுக்கு நான் வந்தேன். அதனால், இந்த இடத்தை நான் இரசித்து அனுபவிப்பதில் தவறொன்றும் இல்லை. மோமோக்கோவுக்காக நான் காத்துக் கொண்டிருந்தபோது, நான் அப்படித்தான் எண்ணிக் கொண்டிருந்தேன்.

*

மோமோக்கோ எங்கள் அறைக்கு வந்தபோது, "நாம் நாளை அதிகாலையிலேயே கிளம்ப வேண்டும் என்பதால், நாம் உடனே தூங்கிவிடலாம்," என்று கூறிவிட்டுப் போர்வைக்குள் சுருண்டு கொண்டாள்.

அன்று பகலில் நான் முட்டாள்தனமாக இரண்டு முறை ஏற்கனவே தூங்கிவிட்டிருந்ததால், என்னால் உடனடியாகத் தூங்க முடியவில்லை.

மோமோக்கோ படுத்த அடுத்தக் கணம் தூங்கிவிட்டாள். அவள் அவ்வப்போது குறட்டைவிட்டுக் கொண்டிருந்தாலும், அமைதியாகத் தூங்கினாள்.

நான் கொட்டக் கொட்ட விழித்துக் கொண்டிருந்தபோது, நான் படித்துக் கொண்டிருந்த புத்தகத்தை நான் சேவர் காபி கடையிலேயே விட்டுவிட்டு வந்திருந்தது குறித்து வருந்தினேன். அதற்கு அடுத்தக் கணம் அகிராவின் முகம் என் மனத்தில் தோன்றியது.

அவன் இப்போது என்ன செய்து கொண்டிருப்பான்? அவன் தன் வீட்டில் தூங்கிக் கொண்டிருப்பான். ஆனால், நானோ, ஓர் அந்நிய இடத்தில் தூக்கம் வராமல் புரண்டு கொண்டிருந்தேன். நான் தனிமையாக உணர்ந்தேன். எனக்கு அவனைத் தேடியது. அவனுடைய தொலைபேசி எண்ணைக் கேட்டுப் பெற்றிருந்தால் ஒன்றும் குடிமுழுகிப் போயிருந்திருக்காது. இனி நான் அவனை மீண்டும் ஒருபோதும் சந்திக்க முடியாமல் போகலாம். அவன் மீண்டும் ஒருபோதும் அந்தக் காபிக்

கடையின் பக்கம் தலை வைத்துக்கூடப் படுக்காமல் இருக்கலாம். இப்போது காலம் கடந்துவிட்டிருந்தது. பின்வருத்தம் கொள்வதைத் தவிர வேறு எதுவும் செய்ய முடியாத நிலையில் நான் இருந்தேன்.

அதைப் பற்றி நான் யோசிக்க யோசிக்க என் தூக்கம் இன்னும் தள்ளிக் கொண்டே போனது. அதனால், நான் என் அறையிலிருந்து நழுவினேன். மொத்தச் சத்திரமும் தூங்கிக் கொண்டிருந்தது. ஹாலின் மூலையிலிருந்த ஓர் அறையிலிருந்து வெளிச்சக் கீற்று வந்து கொண்டிருந்தது. நான் பாதம் பதியாமல் சென்று அந்த அறைக்குள் திருட்டுத்தனமாக எட்டிப் பார்த்தேன். அங்கே ஹாரு ஒரு கணினியின் முன் அமர்ந்திருந்தாள். கோவிலில் பிரார்த்தனை செய்து கொண்டிருந்தபோது மோமோக்கோவின் முகம் எந்த அளவு தீவிரத்தன்மையுடன் இருந்ததோ, அதே தீவிரத்தன்மை ஹாருவின் முகத்தில் வெளிப்பட்டுக் கொண்டிருந்தது.

நான் வந்த சுவடு தெரியாமல் அங்கிருந்து நழுவ முற்பட்டபோது, அவள் என்னைக் கவனித்துவிட்டாள். என்னிடம், "என்னவாயிற்று? ஏதாவது பிரச்சனையா?" என்று அவள் கேட்டாள்.

"என்னால் தூங்க முடியவில்லை," என்று நான் கூறினேன்.

"அப்படியெனில், நீங்கள் வெளியே காலார நடந்து வாருங்கள். வானம் தெளிவாக இருக்கிறது. நட்சத்திரங்கள் பார்க்க அற்புதமாக இருக்கும்," என்று கூறி வாசலை நோக்கி அவள் சைகை செய்தாள்.

"சரி," என்று நான் அவளிடம் கூறினேன்.

நான் அந்தக் கதவு வழியாக வெளியே செல்லவிருந்த சமயத்தில், "ஒரு நிமிடம் பொறுங்கள். வெளியே இருட்டாக இருக்கிறது. இந்த நேரத்தில் ஒரு பெண் தனியாகச் செல்வது ஆபத்தானது," என்று கூறிவிட்டு, அவள் ஒரு டார்ச் லைட்டை எடுத்துக் கொண்டு என்னுடன் வந்தாள்.

நாங்கள் வாசற்கதவை மெதுவாகத் திறந்து கொண்டு முற்றத்திற்கு வந்தோம். அப்போது அக்டோபர்

மாதம்தான் என்றாலும் மலைப்பகுதி என்பதால் குளிராக இருந்தது. எங்கள் மூச்சுக்காற்று புகைபோல வெளியேறிக் கொண்டிருந்தது. நான் அண்ணாந்து பார்த்தபோது, நட்சத்திரங்கள் வழக்கத்தைவிட இன்னும் தாழ்வாக இருந்ததைப்போலத் தோன்றின. அந்த நட்சத்திரக் கூட்டங்களை நகரத்தில் என்னால் பார்த்திருக்க முடியாது. அவை மலை நெடுகிலும் கண் சிமிட்டிக் கொண்டிருந்தன.

நானும் ஹாருவும் கோவிலை நோக்கி மெதுவாக நடக்கத் தொடங்கினோம். எல்லோரும் தூங்கிக் கொண்டிருந்தனர். ஒரு விளக்குகூட எங்கும் எரியவில்லை. எங்கள் செருப்புச் சத்தம் மட்டுமே அங்குக் கேட்டுக் கொண்டிருந்த ஒரே ஒலியாக இருந்தது.

“நான் உங்களையும் என்னுடன் இழுத்து வந்ததற்கு என்னை மன்னித்துவிடுங்கள்,” என்று நான் அவளிடம் கூறினேன்.

“கவலைப்படாதீர்கள். நான் இணையதில் எதையோ பார்த்துக் கொண்டிருந்தேன், அவ்வளவுதான்,” என்று கூறிய ஹாரு, தன் பாக்கெட்டிலிருந்து ஒரு சிகரெட்டை எடுத்துப் பற்ற வைத்தாள். பின் அவள் இருட்டைப் பார்த்தவாறு சிகரெட் புகையை வெளியே விட்டாள்.

“ஹாரு, எப்போதிருந்து நீங்கள் இங்கே வேலை பார்த்து வருகிறீர்கள்?”

“உயர்நிலைப் பள்ளிப் படிப்பை முடித்ததிலிருந்து. என் எஜமானி என் உறவினர்தான்.”

“ஓ, அப்படியா?”

“இங்கு இருக்கின்ற அனைவரும் கிட்டத்தட்ட அப்படித்தான். அவர்கள் தங்களுடைய சத்திரங்களைத் தங்களுடைய குடும்ப உறுப்பினர்கள் மற்றும் உறவினர்களின் உதவியுடன் நடத்தி வருவர். அத்துடன், பள்ளி விடுமுறைகளின்போது, மாணவர்கள் பகுதிநேர வேலை பார்க்க வருவர். மோமோக்கோ போன்று வேலைக்கு வருபவர்கள் அபூர்வம்.”

“இந்த வேலை சுவாரசியமானதா?”

“உறுதியாகச் சொல்ல முடியாது. நான் இதுவரை இந்த ஒரு வேலையைத்தான் பார்த்திருக்கிறேன். மாணவர்கள்

கோடை விடுமுறைக்கு வருகின்றபோது இந்த இடம் மிகவும் சுறுசுறுப்பாகிவிடும். இச்சமயத்தில் இந்த இடம் சற்றுத் தனிமையாக இருக்கும். நீங்கள் இருவரும் ஏன் சேர்ந்து வந்துள்ளீர்கள்? உங்கள் இருவரையும் பார்த்தால், அவ்வளவு நெருக்கமாக இருப்பதுபோலத் தெரியவில்லையே." ஆனால், அதற்கான பதில் குறித்து அவள் கவலைப்பட்டதுபோலத் தெரியவில்லை.

"எனக்குத் தெரியவில்லை. நாங்கள் கிளம்புவதற்கு முன்பு, என் அத்தை என்னிடம் ஏதோ சொல்ல விரும்பியதுபோல நான் உணர்ந்தேன். ஆனால், இப்போது அது என்னுடைய கற்பனை மட்டுமே என்று தோன்றுகிறது."

"ஹூம்... இப்போது நீங்கள் அதைப் பற்றிக் குறிப்பிட்டதால், இது என் நினைவுக்கு வருகிறது. அவர் இங்கு வேலை பார்த்துக் கொண்டிருந்தபோது, அவர் எப்போதும் ஓர் இருண்ட மனநிலையில்தான் இருந்தார். ஆனால், இப்போது அவர் மிகவும் உற்சாகமான ஒரு மனநிலையில் இருப்பதைக் கண்டு நான் வியப்படைந்துள்ளேன்."

"உண்மையாகவா?"

"ஆமாம். இறுதியில் அவர் சற்று உற்சாகமாக இருந்தார். ஆனால், நான் இங்கு முதலில் வேலைக்கு வந்தபோது அவர் அரிதாகவே பேசுவார். அவரைக் கண்டால் எனக்குச் சற்றுப் பயமாக இருக்கும்."

நான் மோமோக்கோவை அப்படிக் கற்பனை செய்து பார்க்க முயன்றேன். என்னால் முடியவில்லை.

"எனக்குப் பிடிபடவில்லை." அவள் தன் சிகரெட்டை அணைத்துவிட்டுக் கோவில் வாசலுக்கு அருகேயிருந்த ஓர் ஆஷ்டிரேயில் அதைப் போட்டாள்.

ஓர் எரிநட்சத்திரம் வானின் குறுக்காக ஓடி மறைந்தது. அப்போது ஹாரு பலமாகத் தும்மினாள்.

"நாம் திரும்பிச் செல்லலாமா?"

ஹாரு புன்னகைத்தவாறு, "சரி," என்று கூறினாள்.

8

அடுத்த நாள் காலையில் படுக்கையிலிருந்து என்னால் எழுந்திருக்கவே முடியவில்லை. நான் போர்வையை இழுத்துப் போர்த்திக் கொண்டு தூங்க முயன்றேன். என் அத்தை மோமோக்கோ என் போர்வையை உருவ முயன்றபோதும், நான் அதைக் கெட்டியாகப் பிடித்துக் கொண்டேன்.

நான் இறுதியில் எழுந்தபோது மணி ஒன்பது ஆகியிருந்தது. நான் முகம் கழுவிவிட்டு என் அத்தையைத் தேடி அந்தச் சத்திரம் முழுவதும் அலைந்தேன்.

சத்திர உரிமையாளர் தன்னுடைய சிரிப்பை அடக்க முயற்சித்துக் கொண்டே, "மோமோக்கோ முற்றத்தில் இருக்கலாம்," என்று தெரிவித்தார்.

நான் முற்றத்திற்குச் சென்றபோது, என் அத்தை அங்கே காலைநேர வெயிலில் குளித்தவாறு முற்றத்தின் நடுவே நின்று கொண்டிருந்தாள். அவள் நேற்று இரவு அணிந்திருந்த அதே யுகாடா ஆடையை அணிந்திருந்தாள். ஆனால், அவள் ஒரு விநோதமான நிலையில் நின்று கொண்டிருந்தாள்.

"அத்தை, நீங்கள் என்ன செய்து கொண்டிருக்கிறீர்கள்?" என்று நான் கேட்டேன்.

அதற்கு அவள், "தாய்சீ," என்று பதிலளித்தாள். தான் அப்பயிற்சியைப் பல ஆண்டுகளாகக் கடைபிடித்து

வந்திருந்ததாக அவள் தெரிவித்தாள். "அது உடல் ஆரோக்கியத்திற்கு நல்லது. அத்துடன், அது ஒருவருடைய மனநிலையை மேம்படுத்தும். தூங்குமூஞ்சி, நீ என்னுடன் சேர்ந்து இதைச் செய்ய வருகிறாயா?"

இதை அவள் தினந்தோறும் காலையில் புத்தகக் கடை வாசலில் செய்து வந்தாளா என்ற கேள்வி என் மனத்தில் எழுந்தது. ஒரு நடுத்தர வயதுப் பெண், காலையில் நடு வீதியில் நின்று கொண்டு உடற்பயிற்சி செய்தால் அது எவ்வளவு நகைப்புக்கிடமாக இருக்கும் என்று நான் யோசித்துப் பார்த்தேன். என்னால் சிரிப்பை அடக்க முடியவில்லை.

காலை உணவுக்குப் பின்னர் நானும் மோமோக்கோவும் மலைநடைப் பயணத்திற்குக் கிளம்பினோம். இன்று நான் சரியான முன்தயாரிப்புடன் வந்திருந்தேன். எளிதாக மலையேறி இறங்குவதற்கு ஏற்ற ஆடையை நான் அணிந்திருந்தேன். எங்களுடைய சத்திரத்தில் தங்கியிருந்த மற்றவர்கள் அனைவரும் எப்போதோ கிளம்பிச் சென்றுவிட்டிருந்தனர். எங்களுக்குப் போதுமான நேரம் இருந்ததாக நான் மோமோக்கோவிடம் கூறியபோது, அவள் என்னை முறைத்துப் பார்த்தாள்.

நாங்கள் சத்திரத்திலிருந்து கிளம்பியபோது, அதன் உரிமையாளர் எங்களிடம், "மாலையில் சந்திக்கலாம்," என்று கூறினாள்.

அங்கிருந்த மலைநடைப் பாதையின் வழியாக இரண்டு மலைகளைக் கடந்து சென்றால் அங்கே அற்புதமான காட்சிகளைப் பார்க்க முடியும்.

மலையின் குளிர் நன்றாக இருந்தது. எங்களைச் சுற்றி தேவதாரு மரங்கள் வளர்ந்திருந்தன. அவற்றில் பல என்னைப்போல ஐந்து மடங்கு உயரம் இருந்தன. வழியில் தென்பட்டக் காட்டு மலர்களின் அழகைத் தரிசிப்பதற்காக நான் நின்றபோதெல்லாம், என் அத்தை அவற்றின் பெயர்களை எளிதாகக் கூறினாள். அவள் இங்கு ஒரு சில ஆண்டுகள் மட்டுமே வசித்து வந்திருந்தபோதிலும், அவள் ஏராளமான விஷயங்களை அறிந்து வைத்திருந்தாள். ஆனால் நானோ, பள்ளியில்

ஒரு முறை இதுபோன்ற பயணத்தில் கலந்து கொண்டிருந்ததோடு சரி. இப்படி விவரமறிந்த ஒரு வழிகாட்டியோடு மலையில் நடப்பது என்பது சுவாரசியமானது. வழியைத் தவறவிட்டுவிடுவோம் என்று நாம் பயப்படத் தேவையில்லை. நான் இப்போது ஒரு மகிழ்ச்சியான மனநிலையில் இருந்தேன். நான் பள்ளியில் கற்ற ஒரு பாடலை முணுமுணுத்துக் கொண்டு வந்தேன்.

ஆனால், அது வெறும் தொடக்கம் மட்டுமே. முதலில் தட்டையாகவும் அகலமாகவும் இருந்த பாதை, படிப்படியாகக் குறுகலாகவும் செங்குத்தாகவும் ஆகத் தொடங்கியது. அதற்குப் பிறகு நான் எந்தப் பாட்டையும் முணுமுணுக்கவில்லை. என்னிடம் வாலாட்டாதே என்று அந்த மலை எங்களை எச்சரித்ததுபோல எனக்குத் தோன்றியது. நான் ஒவ்வோர் அடியையும் கவனமாக எடுத்து வைக்க வேண்டியிருந்தது. கரணம் தப்பினால் மரணம் என்ற ரீதியில் அந்த மலைப்பாதை ஆபத்தானதாக ஆகிக் கொண்டிருந்தது.

பாதை மோசமாக இருந்ததாக மோமோக்கோ கருதவில்லை. அவள் சர்வசாதாரணமாக நடந்து சென்று கொண்டிருந்தாள். எங்களுக்கு இடையேயான இடைவெளி அதிகமானபோதெல்லாம், என் அத்தை, நான் வரும்வரை மேலே நகராமல் ஓரிடத்திலேயே நின்றாள்.

“அத்தை, நாம் சற்று மெதுவாகப் போகலாமே,” என்று நான் கெஞ்சினேன்.

அதற்கு அவள், “நேரப் பிரச்சனைக்கு யார் காரணம்?” என்று கேள்வி எழுப்பினாள். “இப்போது நாம் வேகமாகச் செல்லாவிட்டால், இருட்டுவதற்குள் நம்மால் சத்திரத்திற்குத் திரும்ப முடியாது. மலையில் இரவு கும்மிருட்டாக இருக்கும் என்பது உனக்குத் தெரியுமா?”

அதற்கு என்னிடம் பதிலேதும் இருக்கவில்லை.

“இன்னும் சற்று நேரத்தில் நாம் ஓய்வெடுக்கலாம். இப்போது தொடர்ந்து நடந்து வா,” என்று மோமோக்கோ என்னை உற்சாகப்படுத்துவதற்காகக் கூறினாள். பின்

அவள் விறுவிறுவென்று நடந்தாள்.

நண்பகலுக்குப் பிறகு, நாங்கள் ஒரு சிற்றோடைக்கு அருகே சிறிது நேரம் ஓய்வெடுத்தோம். சத்திர உரிமையாளர் கட்டிக் கொடுத்திருந்த உணவை அங்கே வைத்து நாங்கள் உண்டோம். அந்த நீரோடையின் சத்தமும், மரங்களின் இடைவெளிகளின் வழியாக அந்த நீரில் பிரதிபலித்துக் கொண்டிருந்த சூரிய ஒளியும் என்னை ஆசுவாசப்படுத்தின. நான் அந்தத் தூய்மையான மலைக் காற்றைப் பல முறை ஆழமாக சுவாசித்தேன். மோமோக்கோ எந்தப் பிரச்சனையும் இன்றி ஆசுவாசமாக இருந்தாள்.

“அத்தை, நீங்கள் நல்ல ஆரோக்கியமாக இருக்கிறீர்கள்.”

“டகாகோ, உன் வயதுக்கு உனக்கு ஆரோக்கியம் போதாது.”

அதைக் கேட்டு நான் சிரித்தேன். நான் அவளைச் சீண்டினேன். “நேற்று நாம் பார்த்த அந்த மூதாட்டியின் வயதிலும் நீங்கள் நல்ல ஆரோக்கியத்துடன்தான் இருப்பீர்கள்.”

அதைக் கேட்டு என் அத்தை சிரித்தாள். “அப்படி நிகழும் என்று நான் நினைக்கவில்லை. நான் நோய்வாய்ப்பட்டுள்ளேன். விரைவில் நான் சிதைந்து போய்விடுவேன்.”

“என்ன?”

“சரி. ஓய்வு முடிந்துவிட்டது. இன்னும் சிறிது தூரம்தான் போக வேண்டும். கிளம்பு,” என்று கூறிவிட்டு, அவள் துடிப்புடன் அங்கிருந்து நடக்கத் தொடங்கினாள்.

நோயா? மோமோக்கோ எப்படி நோய்வாய்ப்பட்டிருக்க முடியும்? அவளைப் பார்த்தால் ஒரு நோயாளியைப்போலத் தெரியவில்லையே...

மோமோக்கோ திரும்பிப் பார்த்தபோது, நான் இன்னும் அங்கேயே உட்கார்ந்திருந்ததை அவள் கண்டாள். “நீ இப்போது கிளம்பவில்லை என்றால், நான் உன்னை விட்டுவிட்டுச் சென்றுவிடுவேன்!” என்று அவள் கூறினாள். தூரத்தில் அவளுடைய உருவம் இன்னும் சிறியதாகத் தெரிந்தது. நான் உடனே எழுந்து

அவள் பின்னால் ஓடத் தொடங்கினேன்.

*

அதற்குப் பிறகு நாங்கள் எங்களுடைய நடையில் மட்டுமே கவனம் செலுத்தினோம். நாங்கள் எதுவும் பேசிக் கொள்ளவில்லை.

ஒரு கட்டத்தில் நாங்கள் ஒரு பாறையின்மீது மெதுவாக நடந்து கீழே இறங்கினோம். பின், ஒரு மலையைக் கிட்டத்தட்டப் பாதிச் சுற்றினோம். அதன் பிறகு நாங்கள் மறுபடியும் ஒரு செங்குத்தான பாதையில் பயணித்தோம். எங்கள் பாதையில் நாங்கள் மீண்டும் மீண்டும் ஏறிக் கொண்டும், இறங்கிக் கொண்டும் இருந்தோம். என் பாதங்கள் வலியால் முனகின.

பின் திடீரென்று வானம் எங்களுக்கு முன்னால் திறந்து, சிகரத்தைத் திரைவிலக்கிக் காட்டியது. சிகரத்தில் பார்வையாளர்களுக்கான பார்வை மேடை ஒன்று இருந்தது. செம்பழுப்பு நிறத்திலிருந்த அந்த மண் பகுதியில், ஆங்காங்கே சில பைன் மரங்கள் தென்பட்டன. அங்கு எங்களைத் தவிர இன்னும் ஒரே ஒரு நடுத்தர வயது நபர் மட்டுமே இருந்தார். அவர் விளிம்புக்கு அருகேயிருந்த ஒரு பெஞ்சில் அமர்ந்திருந்தார். அங்கு அமைதி கோலோச்சிக் கொண்டிருந்தது. நாங்களும் அதே பெஞ்சில் சற்றுத் தள்ளி அமர்ந்தோம். நேராக எங்களை நோக்கி வீசிய மெல்லிய காற்று எங்களுடைய தசைகளுக்கு ஒத்தடம் கொடுத்தது.

அந்த மலையுச்சியிலிருந்து நாங்கள் பார்த்த காட்சி அற்புதமாக இருந்தது. கண்ணுக்கு எட்டிய தூரம்வரை பச்சைப்பசேலென்று இருந்தது. எத்திசையில் பார்த்தாலும் அங்குப் பல சிகரங்கள் நெருக்கியடித்துக் கொண்டு நின்றன. தெளிவாகவும் பரந்தும் இருந்த வானம், தொட்டுவிடும் தூரத்தில் இருந்ததுபோலத் தெரிந்தது. அதை நான் நீண்ட நேரம் உற்றுப் பார்த்தால், அது என்னை அப்படியே விழுங்கிவிடும்போல இருந்தது.

கண்களை இடுக்கிப் பார்த்தால், டோக்கியோ நகரை என்னால் பார்க்க முடிந்தது. தூரத்தில் அது

ஒரு சிறு புள்ளியைப்போலக் காட்சியளித்தது. நாளை நான் மீண்டும் அந்தச் சிறு புள்ளியில்தான் என் வாழ்க்கையைத் தொடரவிருந்தேன் என்று நான் எண்ணிப் பார்த்துக் கொண்டேன். ஆனால், இங்கு இந்த மலையில் இருந்தபோது, அந்த வாழ்க்கை நிஜமானதுபோலத் தோன்றவில்லை. இங்கேயே தங்கி இந்த வாழ்க்கையை அனுபவித்தால் நன்றாக இருக்கும் என்று எனக்குத் தோன்றியது. மோமோக்கோ இங்கு முதன்முதலாக வந்தபோது அவளுக்கும் இதேபோலத் தோன்றியிருக்குமா என்று நான் யோசித்தேன்.

"அத்தை!"

"என்ன?"

"சட்டோரு மாமாவை விட்டுவிட்டுச் செல்ல எது உங்களைத் தூண்டியது?"

என் மாமா என்னிடம் கேட்டுக் கொண்டதற்காக நான் அவளிடம் இக்கேள்வியைக் கேட்கவில்லை. அதைத் தெரிந்து கொள்ள வேண்டும் என்ற விருப்பம் எனக்கே ஏற்பட்டிருந்தது. இம்முறை மோமோக்கோ அதற்குப் பதிலளிப்பாள் என்று நான் நம்பினேன். அப்படித்தான் எனக்குத் தோன்றியது.

"ஹூம்..." அவள் நேராகப் பார்த்தவாறு தலையை இலேசாக ஆட்டினாள். அவள் வாயைத் திறப்பதற்காக நான் காத்துக் கொண்டிருந்தேன். நானும் அவளைப்போலவே எதுவும் பேசாமல் எனக்கு நேராகப் பார்த்துக் கொண்டிருந்தேன். ஒரு மார்ட்டின் பறவை எங்களுடைய தலைக்கு மேலாகச் சத்தமின்றிப் பறந்து சென்றது.

"நீண்டகாலத்திற்கு முன்பு நான் காதலித்திருந்த ஒருவரைப் பற்றி நான் கூறினேன் இல்லையா?" இப்போதும் அவள் நேராகத்தான் பார்த்துக் கொண்டிருந்தாள்.

"ஆமாம்."

"நான் அவனுடன் இருந்தபோது நான் கருவுற்றேன். எனக்கு எப்போதும் குடும்பம், குட்டி என்று இருக்க வேண்டும் என்ற ஆசை இருந்தது. அதனால், அச்செய்தியை அறிந்து நான் மிகவும் மகிழ்ச்சியடைந்தேன்.

ஆனால், அவன் என் மகிழ்ச்சியைப் பங்கு போட்டுக் கொள்ளவில்லை. அதற்குக் காரணம், அவனுக்கு ஜப்பானில் ஏற்கனவே ஒரு மனைவியும் குழந்தையும் இருந்தனர் என்பதுதான். நான் முன்பே கூறியிருந்தபடி, அது எனக்குப் பின்னர்தான் தெரிய வந்தது."

ஒரு கணம் காற்று பலமாக வீசியது. அது சில மணற்துகள்களை எங்கள்மீது தெளித்துச் சென்றது. மறுகணம் எல்லாம் மீண்டும் அமைதியாயிற்று.

"அப்போது நான் உறுதியாக இருந்திருந்தால், குறைந்தபட்சம் என் குழந்தையையாவது நான் காப்பாற்றியிருந்திருக்கலாம். ஆனால், நான் அப்படி இருக்கவில்லை. என் செயல் வேறொருவருக்கு வலி ஏற்படுத்தினாலும் என்னால் மகிழ்ச்சியாக இருக்க முடியும் என்ற நம்பிக்கையோ அல்லது அதற்கு ஒரு விலையைக் கொடுத்துவிட்டு என் வாழ்க்கையை என் போக்கில் வாழ்கின்ற துணிச்சலோ எனக்கு இருக்கவில்லை. பின்னர் அது குறித்து நான் மிகுந்த வருத்தம் கொண்டேன், என் உயிரை மாய்த்துக் கொள்ளக்கூட நான் விரும்பினேன். ஆனால், அதற்குள் காலம் கடந்துவிட்டிருந்தது." அவள் ஓர் ஆயாசப் பெருமூச்சை விட்டுவிட்டு மெலிதாகப் புன்னகைத்தாள்.

"அதற்குப் பிறகு நான் சட்டோருவைச் சந்தித்தேன். நாங்கள் திருமணம் செய்து கொண்டோம். சட்டோரு குழந்தைகளைப் பெற்றுக் கொள்ள மிகவும் விரும்பினார். ஆனால், ஏதோ காரணத்தால் எங்களுக்குக் குழந்தை பாக்கியம் வாய்க்கவில்லை. பத்து ஆண்டுகள் கழித்து நான் கருவுற்றேன். சட்டோரு அது குறித்து மிகவும் மகிழ்ச்சியடைந்தார். நானும் பெருமகிழ்ச்சி அடைந்தேன். ஆனால், அக்குழந்தை பிறப்பதற்கு முன்பாகவே இறந்துவிட்டது. அதை நான் எனக்கு வழங்கப்பட்டத் தண்டனையாகவே பார்த்தேன். அதற்கு முன்பு எனக்குள் ஒரு குழந்தை இறக்க நான் அனுமதித்திருந்ததால்தான் நான் தண்டிக்கப்பட்டிருந்ததாக நான் நம்பினேன். இப்போது ஒரு குழந்தையைப் பெற்றெடுப்பதற்கு நான் தகுதியானவள் அல்லள் என்ற உணர்வு எனக்கு ஏற்பட்டது. என்னைத் தேற்ற சட்டோரு தன்னால்

ஆனவரை முயன்றார். அது அவருக்கும் கடினமாகத்தான் இருந்திருக்கும் என்பது உண்மைதான். அவர் மிகவும் அன்பானவர். அது உனக்கு ஏற்கனவே தெரிந்திருக்கும், சரிதானே?”

நான் தலையை ஆட்டினேன்.

“அதற்குப் பிறகு நான் எப்படியோ என்னைத் தேற்றிக் கொண்டேன். நாங்கள் இருவரும் சேர்ந்து கடினமாக உழைத்து மோரிசாகி புத்தகக் கடையைத் தூக்கி நிறுத்த முயன்றோம். சட்டோரு அக்குழந்தையைப் பற்றி தப்பித் தவறிக்கூடப் பேச்செடுத்துவிடாமல் கவனமாக இருந்தார். பின் அவர் அக்கடையை நடத்துவதில் மேலும் தீவிரமாக இறங்கிவிட்டார். எனக்கும் அந்தக் கடை பிடித்திருந்தது. சட்டோரு என்னை நேசித்ததைப்போலவே அவரை என்னாலும் நேசிக்க முடியும் என்று நான் நினைத்தேன். ஆனால், அது எனக்குப் போதுமானதாக இருக்கவில்லை. எவ்வளவு காலம் ஓடினாலும், அந்த சோகம் என்னைவிட்டு மறைய மறுத்தது. எனக்குள் ஒரு பெரிய குழி விழுந்திருந்ததைப்போல நான் அந்த உணர்வைத் தூக்கிச் சுமந்தேன். எனக்குள் இருந்த வெறுமை, காலப்போக்கில் குறைந்து மறைவதற்குப் பதிலாக நாளுக்கு நாள் அதிகரித்துக் கொண்டே போனது. இப்படிப்பட்ட உணர்வுடன் நான் அவருடன் சேர்ந்து இருப்பது அவருக்கு நான் இழைக்கும் நம்பிக்கைத் துரோகம் என்று நான் நினைத்தேன். விஷயங்கள் எந்த அளவுக்குப் போக நான் அனுமதித்திருந்தேன் என்பதை ஒரு நாள் நான் உணர்ந்தேன்.” என் அத்தை ஆழமாகப் பெருமூச்செறிந்தாள். அவள் என்னிடம் கூறிக் கொண்டிருந்த கதையை முடிப்பதற்காகத் தன் மூச்சை இழுத்துப் பிடித்துக் கொண்டிருந்ததைப்போல எனக்குத் தோன்றியது. “நான் செய்திருந்த சுயநலமான காரியத்திற்காக அவர் என்னைத் தாழ்வாகப் பார்க்க விரும்பினால், அது குறித்து நான் என்ன சொல்ல முடியும்? அவரோடு என்னால் வாதிட முடியாது. அதனால், இது குறித்து நான் அவருடன் பேசுவதற்குப் பயந்து கொண்டிருக்கிறேன். இதைக் கேட்டு நீ பெரும் அதிர்ச்சி அடைந்திருப்பதை என்னால் பார்க்க

முடிகிறது."

இதற்கு என்னால் எப்படி எதிர்வினையாற்ற முடியும்? என்ன சொல்வதென்று எனக்குத் தெரியவில்லை. வாழ்க்கையில் நான் இன்று இருக்கின்ற கட்டத்தில் இருந்து கொண்டு, என் அத்தை எந்த அளவுக்கு வலியை அனுபவித்திருந்தாள் என்பதைத் துல்லியமாகக் கற்பனை செய்வது சாத்தியமேயில்லை. அவளுடைய உணர்ச்சிகளின் தீவிரத்தை வேண்டுமானால் என்னால் புரிந்து கொள்ள முடியும். இது போன்ற ஒரு விஷயத்தில் நான் எதைச் சொன்னாலும் அது அர்த்தமற்றதாகவே இருக்கும். அதனால், நான் அவளருகே உட்கார்ந்து கொண்டு வெறுமனே என் தலையை மட்டும் ஆட்டினேன்.

சிறிது நேரத்திற்குப் பிறகு மோமோக்கோ மெதுவாக எழுந்தாள். "என் கதையைக் கூறி உனக்குச் சலிப்பு ஏற்படுத்தியதற்கு என்னை மன்னித்துவிடு. சரி, கிளம்பு. நாம் விரைந்து கீழே செல்லலாம்."

எங்களுக்கு எதிரேயிருந்த மலைமுகடுகளில் வெளிச்சம் குறையத் தொடங்கியிருந்ததை அப்போதுதான் நான் கவனித்தேன்.

*

நாங்கள் மலையுச்சியிலிருந்து கீழே இறங்கியபோது மோமோக்கோ படுவேகமாக நடந்து சென்றதால், அவள் எனக்கு வெகு முன்னால் செல்லத் தொடங்கினாள். என் மனத்திற்குள் ஏராளமான எண்ணங்கள் சுழன்று கொண்டிருந்ததால், வழி முழுவதும் நான் யோசித்தவாறே நடந்து சென்றேன். அதன் காரணமாக, நான் ஒரு சில இடங்களில் சறுக்கி விழுந்தேன்.

நாங்கள் சத்திரத்திற்குத் திரும்பியபோது, நான் கடுமையாகக் களைத்திருந்தேன். அச்சமயத்தில் ஏற்கனவே இருட்டியிருந்தது. மழையும் இலேசாகத் தூறத் தொடங்கியது. இரவுச் சாப்பாட்டிற்கு ஒரு மணி நேரம் இருந்ததால், நாங்கள் நேராகக் குளிக்கச் சென்றோம்.

நான் ஒரு மோன நிலையில் கூரையை வெறித்தவாறு

வெந்நீரில் நீண்ட நேரம் அமிழ்ந்திருந்தேன். அது ஒரு நீண்ட நாளாக அமைந்திருந்தது. குளியலறையிலிருந்து வெளியேறிய நீராவி சன்னல் வழியாக வெளியே சென்றபோது, வெளியேயிருந்த இருட்டு அதை அப்படியே வாரிச் சுருட்டிக் கொண்டது.

குளியலறைக் கதவு சத்தத்துடன் திறந்தபோது நான் வியப்படைந்தேன். நான் நிமிர்ந்து பார்த்தபோது, நீராவிப் புகை மூட்டத்திற்கு நடுவே என் அத்தை மோமோக்கோ முழு நிர்வாணமாக நின்று கொண்டிருந்தாள். ஆடைகள் எதுவும் இல்லாமல் இருந்ததால் அவளுடைய உருவம் இன்னும் சிறியதாகத் தென்பட்டது.

"நான் உள்ளே வரலாமா?"

"உம்... சரி... வாருங்கள்," என்று நான் கூறிக் கொண்டிருந்தபோதே, என் பதிலுக்காகக் காத்திராமல் அவள் உள்ளே நுழைந்துவிட்டாள்.

குளியல் தொட்டியிலிருந்த என்னை உற்றுப் பார்த்தவாறு, அவள், "நீ இளமையாக இருக்கிறாய், டகாகோ. உன் தோல் நன்றாகவும் மலர்ச்சியுடனும் இருக்கிறது," என்றாள்.

நான் தன்னிச்சையாக அவளுக்கு முதுகு காட்டியபடி திரும்பி, "நான் ஒன்றும் ஓர் இளம்பெண் அல்லள்," என்றேன்.

"இல்லையில்லை. நீ இளமைச் செழிப்புடன்தான் இருக்கிறாய். உன் கழுத்திலிருந்து மார்புவரை உள்ள வளைவு வசீகரமாக இருக்கிறது. உனக்கு வயதாகும்போது அது அந்த இடத்தில் காட்டிக் கொடுக்கத் தொடங்கும். ஆனால், உன் தோல் இன்னும் நன்றாகவும் வழவழப்பாகவும் இருக்கிறது. உன்னைப் பார்த்தால் எனக்குப் பொறாமையாக இருக்கிறது," என்று அவள் கூறினாள்.

"இது பாலியல் தொல்லை கொடுத்தலைப்போலத் தோன்றுகிறது," என்று நான் கூறினேன்.

அவள் பலமாகச் சிரித்தபடி, "ஓ, கவலைப்படாதே, டகாகோ," என்று கூறினாள். அவளுடைய சிரிப்புச் சத்தம் அந்தக் குளியலறைச் சுவர்களுக்குள் இனிமையாக எதிரொலித்தது.

அவள் உள்ளே நுழைந்தபோது, அவளுடைய வயிற்றின் குறுக்காக சுமார் பத்து சென்டிமீட்டர் நீளத்தில் அறுவை சிகிச்சைத் தழும்பு ஒன்று இருந்ததை நான் கவனித்திருந்தேன். அதை மறைக்க அவள் எந்த முயற்சியும் செய்யாதிருந்தபோதிலும், நான் ஏதோ பார்க்கக்கூடாததைப் பார்த்துவிட்டதாகவே கருதினேன். அதனால், நான் உடனடியாக என் பார்வையைத் திருப்பிக் கொண்டேன். அன்று காலையில், தனக்கு நிகழ்ந்திருந்த விஷயங்கள் குறித்தும், தனக்குள் தான் உணர்ந்த வெறுமை குறித்தும் அவள் கூறியிருந்தது அப்போது என் நினைவுக்கு வந்தது. என் தொண்டைக்குள் ஏதோ அடைத்துவிட்டதைப்போல எனக்குப் பேச்சே எழவில்லை.

அவள் ஷவரில் தன்னைச் சுத்தம் செய்து கொண்ட பிறகு, குளியல் தொட்டியில் எனக்கருகே தன்னை வெந்நீரில் அமிழ்த்திக் கொண்டு திருப்தியுடன் தன் கண்களை மூடிக் கொண்டாள். “ஆகா, இது நன்றாக இருக்கிறது,” என்று அவள் கூறினாள்.

நான் அவளுடைய முகத்தைப் பக்கவாட்டில் பார்த்தபோது, அவளை என் கரங்களுக்குள் எடுத்து அணைத்துக் கொள்ள வேண்டும் என்ற விநோதமான உணர்வு எனக்கு ஏற்பட்டது. நான் சன்னலைச் சுட்டிக்காட்டியவாறு, “அது என்ன?” என்று கேட்டேன். ஒரு கணம் அவளுடைய கவனம் சிதறியபோது நான் அவளை நோக்கிப் பாய்ந்தேன். ஆனால், நான் என்ன செய்யவிருந்தேன் என்பதை ஏற்கனவே உணர்ந்திருந்த மோமோக்கோ, மெதுவாக என்னிடமிருந்து நழுவினாள்.

“ஓ, நீ என்ன செய்கிறாய்?” என்று அவள் கத்தினாள்.

“ஒன்றுமில்லை,” என்று கூறி நான் சிரித்தேன். நீரை அவள்மீது வாரி இறைத்தவாறு, மெதுவாகவும் நிதானமாகவும், ஆடுகளைப் பராமரிக்கப் பயிற்றுவிக்கப்பட்டுள்ள நாய் ஒன்று அந்த ஆடுகளை ஓரங்கட்டுவதைப்போல நான் அவளைக் குளியல் தொட்டியின் ஒரு மூலையை நோக்கி ஒதுக்கினேன்.

“இது என்ன, டகாகோ? உன் கண்களில் ஒரு விநோதமான பார்வை தென்படுகிறதே.”

அவளுடைய குரலில் தென்பட்ட பயத்தை அலட்சியம் செய்தவாறு நான் மீண்டும் பாய்ந்தேன். பின் நான் என் கண்களை மூடியவாறு அவளை மென்மையாகப் பிடித்தேன். அவளுடைய தோள்கள் மிகச் சிறியவையாகவும் வெதுவெதுப்பாகவும் இருந்தன.

“சற்றுப் பொறு… நீ என்ன செய்ய…” அவள் வெறித்தனமாக என்னை எதிர்த்துப் போராடினாள். எல்லா இடங்களிலும் நீர் தெறித்தது. குளியல் தொட்டியில் அலைகள் தோன்றின. ஆனால், நான் என்னுடைய இறுக்கமான பிடியைத் தளர்த்தவில்லை.

இறுதியில் அவள் புரிந்து கொண்டு தன் எதிர்ப்பைக் கைவிட்டாள். அவளுடைய உடல் ஆசுவாசமடைந்தது. அவள் தன் தலையை என் தோளில் சாய்த்துக் கொண்டாள்.

அவள் என்மீது சாய்ந்தவாறு, “இதற்கு மேல் நான் போராடப் போவதில்லை. உனக்கு என்ன வேண்டும் என்பது எனக்குத் தெரியவில்லை, டகாகோ,” என்று கூறினாள்.

“நீங்கள் ஒழுங்காகக் கவனம் செலுத்தவில்லை.”

நாங்கள் இருவருமே பலமாகச் சிரித்தோம். அந்தக் குளியல் தொட்டியில் ஒருவரையொருவர் அணைத்தபடி நாங்கள் நீண்ட நேரம் அப்படியே கிடந்தோம்.

9

எங்களுடைய இரண்டாவது இரவு முதலாவது இரவைவிட அமைதியாக இருந்தது. முதல் நாள் அங்குத் தங்கியிருந்த விருந்தாளிகள் அனைவரும் அச்சத்திரத்தைக் காலி செய்துவிட்டுப் போய்விட்டிருந்தார்கள். அன்று புதிதாக ஓர் ஆணும் ஒரு பெண்ணும் வந்திருந்தனர். இரவு உணவின்போது அத்தம்பதியினர் தங்களுக்கிடையே மெதுவாகப் பேசிக் கொண்டிருந்தனர். நான் அவர்களை வெறுக்கத் தொடங்கினேன். அவர்கள் எதற்காக இதுபோன்ற ஒரு சத்திரத்திற்கு வர வேண்டும்? ஏதாவது ஓர் ஓட்டலுக்குப் போயிருந்திருக்கலாமே?

சத்திர உரிமையாளர் உணவுப் பதார்த்தங்கள் அடங்கிய ஒரு டிரேயுடன் உள்ளே நுழைந்தாள். பின் அந்த அறையின் நடுவிலிருந்த ஒரு பழைய தொலைக்காட்சிப் பெட்டியை அவள் ஆன் செய்தாள். அதில் ஒலிப் பிரச்சனை இருந்ததுபோலத் தோன்றியது. ஏனெனில், அதில் இடம்பெற்றிருந்த காட்சியில் தோன்றியவர்கள் சிரித்தபோது, அது விட்டு விட்டுக் கேட்டது. அச்சமயங்களில் அந்த அறை மேலும் அமைதியாயிற்று. அது எனக்குப் பிடிக்காததால், நான் எழுந்து சென்று தொலைக்காட்சியை அணைத்தேன்.

என் அத்தையும் நானும் எங்களுடைய அறைக்குத் திரும்பி, அருகருகே இருந்த பாயில் படுத்துக்

கொண்டோம். விளக்கை அணைத்தப் பிறகு அங்கு ஒரு பயங்கரமான அமைதி சூழ்ந்து கொண்டது. வெளியே மழையும் நின்றிருந்ததைப்போலத் தோன்றியது.

“நாம் நாளை காலையில் அவசரமாகக் கிளம்ப வேண்டாம்,” என்று என் அத்தை அமைதியாகக் கூறினாள்.

நான், “சரி,” என்று கூறினாலும், என் மனம் வேறு எங்கோ இருந்தது. நான் இருட்டில் கூரையை வெறித்துக் கொண்டிருந்தேன். ஒரு சிறு வெளிச்சம் இருந்தால்கூடத் தன்னால் தூங்க முடியாது என்று மோமோக்கோ முன்பு ஒரு முறை என்னிடம் கூறியிருந்தாள். அதனால், அறை கும்மிருட்டாக இருந்தது. ஆனால், நான் என் கண்களைத் திறந்து வைத்துக் கொண்டே இருந்ததால், அந்த அறையிலிருந்த பொருள்கள் மெதுவாக மங்கலாகத் தென்படத் தொடங்கின.

சில கணங்கள் கழித்து நான் ஒரு சன்னமான குரலில் மோமோக்கோவைக் கூப்பிட்டேன். “நீங்கள் விழித்திருக்கிறீர்களா?”

“ஆமாம்,” என்று அவள் உடனடியாகப் பதிலளித்தாள்.

நான் மோட்டுவளையைப் பார்த்தவாறு, “நாம் சிறிது நேரம் பேசலாமா?” என்று ஒரு மென்மையான குரலில் கேட்டேன்.

“சரி. நானும் பேசுகின்ற மனநிலையில்தான் இருக்கிறேன்.”

“நீங்கள் மதியம் கூறிய விஷயத்தைப் பற்றித்தான்...”

“எதைப் பற்றி?”

“நீங்கள் நோய்வாய்ப்பட்டிருப்பதைப் பற்றி...”

அவள் ஒரு கணம் இடைவெளி விட்டுவிட்டு, “ஓ, அதுவா?” என்றாள்.

“அது உண்மையிலேயே மோசமானதா?” நான் சற்று அவசரத்தனத்துடன் கேட்டேன். இருட்டில் என் குரல் ஜீவனற்று ஒலித்தது.

“ஆமாம். ஒரு விதத்தில் பார்த்தால் அது மோசமானதுதான். மிக மோசமானது. வேறு ஒரு விதத்தில் பார்த்தால் அது ஒன்றும் அவ்வளவு

மோசமானதில்லை.”

“எந்த அர்த்தத்தில்?”

“உம்...” என்று என் அத்தை இழுத்தாள். பின், “நான் என்ன அர்த்தத்தில் சொல்கிறேன் என்றால்... சிலர் விபத்து அல்லது திடீர் நோயால் எதிர்பாராத விதமாகச் சட்டென்று இறந்துவிடுகின்றனர். எவரிடமும் விடைபெற்றுச் செல்கின்ற வாய்ப்பு அவர்களுக்கு ஒருபோதும் கிடைப்பதில்லை. அவர்களோடு ஒப்பிடுகையில் நான் அதிர்ஷ்டசாலிதான். அதற்கு எனக்குப் போதுமான நேரம் இருக்கிறது.”

“அப்படியென்றால்...”

“இப்போதைக்குக் கவலைப்பட ஒன்றுமில்லை. நான் உடனே சாகப் போவதில்லை. சிறிது காலத்திற்கு முன்பு நான் ஒரு மருத்துவமனைக்குச் சென்றிருந்தேன். ஓர் அறுவை சிகிச்சை மூலம் அவர்கள் என் கருப்பையை நீக்கிவிட்டனர். பிறகு அவர்கள் பல்வேறு சோதனைகளைச் செய்தனர். இப்போது நான் அடிக்கடி மருத்துவமனைக்குச் சென்று கொண்டிருக்கிறேன். விரைவில் அவர்கள் என் தலைவிதியை நிர்ணயிப்பார்கள். அடுத்தச் சில ஆண்டுகளுக்கு நான் இது குறித்துக் கவனமாக இருக்க வேண்டும்.”

“அதனால்தான் நீங்கள் என் மாமாவிடம் திரும்பிச் சென்றீர்களா?”

“நான் நோய்வாய்ப்பட்டுள்ளேன் என்பதைத் தெரிந்து கொண்ட உடனேயே நான் அவரிடம் திரும்ப வேண்டும் என்று நான் தீர்மானிக்கவில்லை. முதலில் எனக்கு அப்படிப்பட்ட எண்ணமே வரவில்லை. பின் ஒரு நாள் நான் மருத்துவமனையில் இருந்தபோது எனக்கு ஒரு கனவு வந்தது. அது என்னை நிலைகுலைய வைத்துவிட்டது.”

“என்ன கனவு?”

நான் இருட்டில் என் அத்தையை நோக்கித் திரும்பினேன். அந்த இருட்டில் என்னால் அவளுடைய முகபாவத்தைத் தெரிந்து கொள்ள முடியவில்லை.

“அக்கனவில் நான் ஒரு படகில் இருந்தேன். அப்படகு துறைமுகத்திலிருந்து கிளம்பத் தயாராக இருந்தது.

இல்லையில்லை, நான்தான் அந்தப் படகாக இருந்தேன். எது எப்படியோ, நான் துடுப்பு வலித்துத் தொடுவானத்தை நோக்கிச் செல்லத் தொடங்கினேன். தொலைதூரம்வரை என்னால் தெளிவாகப் பார்க்க முடிந்தது. அந்த இடத்தை நான் அடைந்துவிட்டால் என்னால் மீண்டும் திரும்பி வர முடியாது என்பதை நான் அறிந்திருந்தேன். நான் திரும்பிப் பார்த்தபோது, துறைமுகத்தில் நின்று கொண்டிருந்த ஒருவர் என்னை நோக்கிக் கையசைத்துக் கொண்டிருந்ததை நான் கண்டேன். பார்த்த மாத்திரத்திலேயே அது சட்டோருதான் என்பதை நான் அடையாளம் கண்டுகொண்டேன். நாங்கள் மீண்டும் ஒருபோதும் சந்தித்துக் கொள்ள மாட்டோம் என்பதை நான் எனக்குள் உணர்ந்திருந்ததால் நான் என் சக்தி அனைத்தையும் சேகரித்து அவரை நோக்கிக் கையை ஆட்டினேன். ஆனால், அப்படகு படுவேகமாகச் சென்று கொண்டிருந்தது. சட்டோருவின் உருவம் வேகமாகச் சிறியதாக ஆகிக் கொண்டிருந்தது. சில கணங்களுக்குள், அவர் என் பார்வையிலிருந்து மறைந்துவிட்டார். நான் தனியாக ஒரு படகில் மிதந்து கொண்டிருந்தேன். இதுதான் என் கனவு.” மோமோக்கோ என் பக்கமாகத் திரும்பிக் கொண்டிருந்ததை அவள் தன் போர்வையை இழுத்தச் சத்தத்தை வைத்து நான் கண்டுபிடித்தேன். பின் அவள் ஒரு கணம் சிரித்தாள்.

“நான் அந்தக் கனவிலிருந்து விழித்தபோது, நான் அந்த மருத்துவமனையில் என் அறையில் இருந்தேன். நான் உடனே அழத் தொடங்கினேன். வெகுநேரம் நான் தேம்பித் தேம்பி அழுதேன். அது வெறும் கனவுதான் என்பதை நான் அறிந்திருந்தபோதிலும், என் கண்ணீர் நிற்கவே இல்லை. அதற்கு முன்பு நான் ஒருபோதும் அப்படி அழுததில்லை. நான் அரிதாகவே அழுவேன். ஆனால், அன்று நான் நிலைகுலைந்து போனேன். நான் பெரும் வருத்தத்தில் இருந்தேன். என்னால் தாங்கிக் கொள்ள முடியாத அளவுக்கு அது இருந்தது. சட்டோருவை மீண்டும் நான் பார்த்தாக வேண்டும் என்று அக்கணத்தில் நான் முடிவு செய்தேன். அதனால் என்ன விளைவுகள் ஏற்பட்டாலும் பரவாயில்லை என்று

நான் துணிந்துவிட்டேன். இது உனக்கு விநோதமாகப் படுகிறது, இல்லையா?"

"நான் அப்படி நினைக்கவில்லை." அவள் அப்போது எந்த அளவுக்குத் தனிமையை உணர்ந்திருப்பாள் என்று நான் கற்பனை செய்ய முயன்றேன். அப்படிப்பட்ட ஒன்றை அவள் எப்படித் தனியாகச் சமாளித்தாள் என்று நான் வியந்தேன்.

"அது கண்டிப்பாக விநோதம்தான்," என்று மோமோக்கோ கூறினாள். "ஆனால், அதனால்தான் நான் திரும்பி வந்தேன். ஆனால், அது குறித்து நான் இன்னும் அவமான உணர்வு கொண்டிருக்கிறேன்."

"சரி. ஆனால், உங்கள் நோய் குறித்து என் மாமாவிடம் பேச இன்னும் நீங்கள் திட்டமிட்டிருக்கவில்லை, அப்படித்தானே?"

"அப்படிப்பட்டத் திட்டம் எதுவும் இல்லை," என்று அவள் மறுத்தாள்.

"ஏன் அப்படி?"

"இச்சமயத்தில் நான் அவருக்கு ஒரு சுமையாக இருக்க விரும்பவில்லை."

"நீங்கள் நினைத்துக் கொண்டிருப்பதைக் காட்டிலும் அவர் வலிமையானவர்."

"நீ சொல்வது சரிதான். அவரால் இதைக் கையாள முடியும் என்பது உண்மைதான். பிரச்சனை அதுவன்று. இது அவருடைய உணர்ச்சிகள் தொடர்பானது. இதை என்னால் அவருக்குச் செய்ய முடியாது. நடந்திருந்த விஷயங்களைக் கணக்கில் எடுத்துக் கொண்டால், இது நியாயமாக இருக்காது."

"நீங்கள் இதை அவரிடம் சொல்ல முயற்சிக்காதவரை–" அப்போது மோமோக்கோ குறுக்கிட்டு, "அது உண்மையா இல்லையா என்பதைக் கண்டுபிடிக்க முடியாது," என்று முடித்தாள்.

"அவரை வந்து பார்க்கின்ற முடிவை எடுப்பதற்கு முன்பாகவே நான் இதை முடிவு செய்துவிட்டேன்."

"ஆனால்... ஆனால்... நீங்கள் என்னிடம் சொல்லிவிட்டீர்களே." என் குரல் வலுத்துக் கொண்டே வந்ததை நான் உணர்ந்தேன்.

“நான் யாராவது ஒருவரிடம் சொல்ல விரும்பினேன் என்று நான் நினைக்கிறேன்,” என்று மோமோக்கோ மென்மையாகக் கூறினாள். “யாரேனும் ஒருவரிடமாவது நான் மனம் திறந்து பேச விரும்பினேன்... இந்த உலகிலிருந்து விடைபெற்றுக் கொள்ளப் போவது குறித்து... நான் நோய்வாய்ப்பட்டிருப்பது குறித்து. அத்துடன், இதை நீ சட்டோருவிடம் கூறக்கூடாது என்று நான் உன்னைக் கேட்டுக் கொண்டால், நீ என்னுடைய இரகசியத்தைக் காப்பாய் என்று நான் நம்பினேன்.”

“அது வந்து...” நான் அழத் தொடங்கியதும் என் குரல் உடைந்தது. “இது நியாயமில்லை.”

“நீ கூறுவது சரிதான். இது நியாயமில்லைதான். என்னை மன்னித்துவிடு, டகாகோ. குளியல் தொட்டியில் வைத்து நீ என்னைக் கட்டி அணைத்துக் கொண்டபோது நான் மிகவும் மகிழ்ச்சியடைந்தேன். நான் நிஜமாகவே ஆனந்தமடைந்தேன். நீ உண்மையிலேயே ஓர் அன்பான பெண். அதனால், நானும் சட்டோருவும் உன்னை மிகவும் நேசிக்கிறோம்.”

என் கண்களிலிருந்து கண்ணீர் வழியத் தொடங்கியதால், நான் என் போர்வைக்குள் என்னைப் புதைத்துக் கொண்டேன். ‘இது நியாயமில்லை... இது நியாயமில்லை...’ என்ற வார்த்தைகளை நான் எனக்குள் மீண்டும் மீண்டும் கூறினேன். தன்னை மன்னித்துவிடும்படி மோமோக்கோ மீண்டும் மீண்டும் கூறினாள். நான் அந்த வார்த்தைகளைக் கூறிக் கொண்டே அப்படியே தூங்கிப் போனேன்.

*

அடுத்த நாள் நாங்கள் அங்கிருந்து கிளம்பியபோது, வானம் மப்பும் மந்தாரமுமாக இருந்தது. ஹாருவும் சத்திர உரிமையாளரும் எங்களை வழியனுப்பி வைத்தனர். நாங்கள் வந்தபோது செய்திருந்ததைப்போல, இப்போதும் மோமோக்கோ வாசலருகே நின்று குனிந்து அந்தச் சத்திர உரிமையாளரை வணங்கினாள். சத்திர உரிமையாளர் அதைக் கண்டு நகைத்து, அவளைத்

தடுத்து நிறுத்த முயன்றாள். ஆனால், மோமோக்கோ அதை வலியுறுத்தினாள். ஹாரு, “மீண்டும் பார்க்கலாம்,” என்று ஜாலியாகக் கூறிவிட்டு, கையசைத்து விடை கொடுத்தாள்.

காலையில் மோமோக்கோ மறுபடியும் ஓர் உற்சாகமான மனநிலைக்கு மாறியிருந்தாள். நாங்கள் அந்த மலையிலிருந்து கீழே இறங்கிக் கொண்டிருந்தபோது அவள் உற்சாகமாகப் பேசிக் கொண்டே வந்தாள். “அங்கே பார், அல்லி மலர்கள் பூத்துக் குலுங்குகின்றன... மரத்தின் இலைகள் பழுப்பு நிறத்திற்கு மாறத் தொடங்கிவிட்டன.” அவற்றுக்குப் பதிலளித்தபோது, என்னால் முடிந்த அளவு உற்சாகமாக இருக்க நான் முயன்றேன். வேறு என்ன செய்வதென்று எனக்குத் தெரியவில்லை.

அன்று மாலை நாங்கள் ஷின்ஜுகு இரயில் நிலையத்தில் பிரிந்து சென்றோம். எங்களைச் சுற்றி மக்கள் கூட்டம் நிரம்பி வழிந்தது. அதன் நுழைவாயிலில் மோமோக்கோ நின்று கொண்டு என்னை நோக்கிக் குனிந்து வணங்கினாள். “நன்றி, டகாகோ. நான் உன்னுடன் சேர்ந்து செலவழித்த நேரம் அருமையாக இருந்தது,” என்று கூறிவிட்டு அவள் ஒரு மந்தகாசப் புன்னகையை உதிர்த்தாள். அப்போது நான் துணிந்து அவளிடம் ஒரு கேள்வி கேட்டேன். “இப்போது நீங்கள் என்ன செய்யப் போகிறீர்கள்?”

“நான் மீண்டும் புத்தகக் கடைக்குப் போகப் போகிறேன்.”

“நான் அதைக் கேட்கவில்லை. அதற்குப் பிறகு நீங்கள் என்ன செய்யப் போகிறீர்கள்?”

“ஹும்...” என்று இழுத்த மோமோக்கோ, தன் கைகளைத் தன் மார்புக்குக் குறுக்கே கட்டிக் கொண்டாள். “நான் ஏதாவது ஒரு வழியைக் கண்டுபிடிப்பேன்,” என்று மட்டும் அவள் சொன்னாள். பின் அவள் வேகமாகத் திரும்பி, கூட்டத்தில் புகுந்து மறைந்துவிட்டாள்.

அவளுடைய சிறிய உருவம் கூட்டத்தில் கலந்து மறைந்து வெகுநேரம் ஆகியும் நான் அத்திசையை வெறித்துப் பார்த்துக் கொண்டு சிறிது நேரம் அப்படியே

நின்றேன். அடுத்து என்ன நடக்கும் என்று நான் கற்பனை செய்ய முயன்றேன். ஆனால், அவை உண்டாக்கிய உணர்ச்சிகள் என்னால் தாங்கிக் கொள்ள முடியாத அளவுக்கு இருந்தன.

10

என் மாமா இரண்டு நாள்களுக்குப் பிறகு மதியத்திற்குச் சற்று முன் என்னை அழைத்தார். அவருடைய எண்ணை நான் என்னுடைய அலைபேசியில் பார்த்தவுடன், என்ன நடந்திருக்கும் என்பதை என்னால் கற்பனை செய்ய முடிந்தது.

நான் அவருடைய அழைப்பை ஏற்றுக் கொண்டதும், “வேலையில் இருக்கும்போது உன்னைத் தொந்தரவு செய்வதற்கு மன்னிக்கவும்,” என்று அவர் தொடங்கினார். “உன் பெயரைத் தாங்கிய ஒரு கடிதம் நம் கடையில் உனக்காகக் காத்துக் கொண்டிருக்கிறது. நீ இங்கு வரும்போது அதைப் பெற்றுக் கொள்.”

நான் அதைக் கேட்டு ஒரு நீண்ட பெருமூச்சு விட்டேன். நான் என் அத்தையை அப்படியே போக அனுமதித்திருக்கக்கூடாது. ஆனால், இப்படித்தான் நிகழும் என்பதை நான் அறிந்திருந்தால்கூட என்னால் என்ன செய்திருக்க முடியும்?

மோமோக்கோ நியாயமாக நடந்து கொள்ளவில்லை. என் கரம் என் அலைபேசியை இறுக்கமாகப் பற்றியது. எனக்குள் கோபம் பொங்கியது.

நான் ஒன்றும் சொல்லாமல் இருந்ததால், நான் இன்னும் லைனில் இருந்தேனா என்பதை உறுதி செய்து கொள்வதற்காக, என் மாமா, “டகாகோ,” என்று

அழைத்தார்.

"நான் உடனே கிளம்பி வருகிறேன்."

"வேலை நேரத்திலா?" என்று என் மாமா கேட்டுக் கொண்டிருந்தபோதே நான் இணைப்பைத் துண்டித்திருந்தேன்.

நான் ஒரு இரயில் ஏறி ஜிம்போச்சோவுக்குச் சென்று கொண்டிருந்தபோது, 'இது நியாயமில்லை, இது நியாயமில்லை,' என்ற வார்த்தைகளை நான் எனக்குள்ளாகவே தொடர்ந்து முணுமுணுத்துக் கொண்டிருந்தேன். 'இது நியாயமில்லை. வளர்ந்தவர்கள் இப்படியா நடந்து கொள்வார்கள்?' என் அத்தையின் உணர்வை என்னால் ஓரளவு புரிந்து கொள்ள முடிந்தது. ஐந்து ஆண்டுகள் தலைமறைவாக இருந்துவிட்டு, தான் நோய்வாய்ப்பட்டிருந்ததாகக் கூறுவதற்காகத் திடீரென்று திரும்பி வருவதை என்னவென்று சொல்ல? ஒரு நெருடலான விஷயத்தைக் கூறுவதற்குத் தயக்கம் இருக்கத்தான் செய்யும் என்பதை என்னால் புரிந்து கொள்ள முடிந்தது. ஆனால், அவள் இன்னும் என் மாமாவை நேசிப்பது உண்மையாக இருக்குமெனில், அவரிடம் சொல்வதற்கு அந்த ஒரு காரணமே போதும். அவள் மீண்டும் என் மாமாவை விட்டுவிட்டுச் சென்றுவிட்டால் என் மாமாவின் கதி என்னவாகும்? கடந்த முறை சொல்லிக் கொள்ளாமல் சென்றிருந்ததே அவருடைய வாழ்க்கையைப் புரட்டிப் போட்டிருந்தது.

என் வாழ்வில் எப்போதும் என் பக்கம் என் மாமா இருந்ததைப்போல, நான் இதில் என் மாமாவின் பக்கம் இருந்தேன். அதனால்தான் மோமோக்கோ மீண்டும் மாயமாக மறைந்துவிட்டிருந்ததை என்னால் மன்னிக்க முடியவில்லை. எனக்குள் கோபம் தலைக்கேறிக் கொண்டிருந்தது. அதை என்னால் கட்டுப்படுத்த முடியவில்லை. முன் ஒருபோதும் இல்லாத அளவுக்கு நான் கோபமாக இருந்தேன். கோபத்தில் என் உடல் நடுங்கியது.

நான் மோரிசாகி புத்தகக் கடைக்குச் சென்றபோது, என் அத்தை விட்டுச் சென்றிருந்த குறிப்பை என் மாமா என்னிடம் காட்டினார்.

அதில், "நன்றி. உன்னைப் பார்த்துக் கொள்," என்று எழுதப்பட்டிருந்தது.

அதை நான் சுக்குநூறாகக் கிழித்துத் தரைமீது வீசினேன்.

அதைக் கண்டு வாயடைத்துப் போன என் மாமா என்னை வெறித்துப் பார்த்தார்.

"இது நியாயமில்லை. இது கோழைத்தனம். என்னால் அவளை நம்பவே முடியவில்லை. அவள் என்னிடம் அவளுடைய நல்ல பக்கத்தை மட்டுமே காட்டினாள். இப்போது அவள் மீண்டும் ஓடிவிட்டாள்."

"டகாகோ?" என் மாமா என்னைக் கவலையுடன் பார்த்தார். மீண்டும், "டகாகோ–" என்று அவர் அழைத்தார்.

நான் அவரைப் பேசவிடாமல் குறுக்கிட்டேன். நான் நிமிர்ந்து நின்று கொண்டு, "நான் அவளுக்குக் கொடுத்த வாக்கை நான் மீறுகிறேன். அது ஒரு வாக்குறுதிகூட இல்லை. தான் கூறுவதை நான் உங்களிடம் கூறக்கூடாது என்றுதான் அவள் என்னிடம் கேட்டுக் கொண்டாள்," என்றேன்.

"ஹ¬ம்."

அன்று இரவு, மோமோக்கோ என்னிடம் கூறியதன் சுருக்கத்தை நான் என் மாமாவிடம் கூறினேன். அவர் வாய் பிளந்தவாறு அப்படியே உட்கார்ந்துவிட்டார். இது அவருக்குப் பெரும் அதிர்ச்சியாக இருக்கும் என்பதை நான் நன்றாகவே அறிந்திருந்தேன். ஆனால், இதைத் தெரிந்து கொள்கின்ற உரிமை அவருக்கு இருந்தது. அத்துடன், அவரைத் தவிர வேறு எவராலும் மோமோக்கோவைத் தடுத்து நிறுத்த முடியாது.

ஆனாலும், என் மாமா பெரிதாக அதிர்ச்சியடையவில்லை. நான் எல்லாவற்றையும் சொல்லி முடித்தபோது, அவர் இலேசாகத் தன் தலையை ஆட்டி, "சரி," என்று கூறினார்.

"அப்படியானால், உங்களுக்கு இவ்விஷயங்கள் எல்லாம் ஏற்கனவே தெரியுமா?"

"இல்லை. சுத்தமாகத் தெரியாது."

"அப்படியானால்..."

அப்போது எழுந்து நின்ற என் மாமா, பெருமூச்செறிந்தவாறு மீண்டும் தன் நாற்காலியில் உட்கார முயன்றபோது, கிட்டத்தட்டக் கீழே விழுந்துவிட்டார். "அவள் மீண்டும் திரும்பி வந்தபோது, அதற்குக் கண்டிப்பாக ஏதாவது ஒரு முக்கியமான காரணம் இருக்கும் என்பதை நான் அறிந்திருந்தேன். நான் முன்பு உன்னிடம் கூறியிருந்தபடி, அவள் ஒரு முறை முடிவெடுத்துவிட்டால், அதிலிருந்து அவள் பின்வாங்க மாட்டாள். அதனால், அவ்வளவுக்குப் பிறகும் அவள் திரும்பி வந்திருக்கிறாள் என்றால்... அதனால்தான் நான் துளைத்துத் துளைத்து அவளிடம் கேள்விகள் கேட்கப் பயந்தேன். அதனால்தான் நான் உன்னிடம் அந்தக் கோரிக்கையை வைத்தேன். நான் எந்த அளவுக்கு முட்டாளாக இருந்திருக்கிறேன் என்று பார். நான் அவளிடம் நேரடியாகப் பேசாமல் இருந்ததால் வந்த வினை இது," என்று அவர் கூறியபோது, அவருடைய குரலின் தொனி, அவர் ஏற்கனவே நம்பிக்கை இழந்திருந்ததைக் காட்டியது.

நான் எழுந்து அவருக்கு அருகே சென்று, அவருடைய கண்களை நேருக்கு நேராகப் பார்த்து, "இன்னும் காலம் கடந்துவிடவில்லை. இம்முறை அவள் போக நீங்கள் அனுமதித்துவிட்டால், இனி அவளை உங்களால் ஒருபோதும் பார்க்க முடியாமல் போய்விடும். இது எப்படி முடியும் என்பது உங்களுக்குத் தெரியாவிட்டாலும், அவள் போவதை நீங்கள் அனுமதிக்கலாகாது. நான் என்ன சொல்ல வருகிறேன் என்பது உங்களுக்குப் புரிகிறதா? அவளைத் தடுத்து நிறுத்தக்கூடிய ஒரே ஆள் நீங்கள் மட்டும்தான்."

"சரி," என்று மட்டும் அவர் கூறினார். ஆனால், அவருடைய குரலில் சுரத்தே இருக்கவில்லை.

"அப்படியானால், உடனே கிளம்புங்கள், மாமா," என்று நான் என் குரலை உயர்த்தினேன். "எதிலிருந்தும் தப்பித்து ஓடாதே என்று நீங்கள் எனக்கு அறிவுரை கூறியிருந்தீர்களே, உங்களுக்கு நினைவிருக்கிறதா? அதை நீங்களும் மோமோக்கோவும் செய்தாலும் தப்புதான். நான் கடையைப் பார்த்துக் கொள்கிறேன். நீங்கள் போய்

அவளைத் தேடுங்கள்."

"ஆனால், அவளை எங்குத் தேடுவது என்பது எனக்குத் தெரியாதே," என்று அவர் கூறினார். மோமோக்கோவைத் தடுத்து நிறுத்துகின்ற சக்தி தனக்கு இல்லை என்பதுபோல அவருடைய பார்வை இருந்தது.

"உங்களுக்கு எதுவும் நினைவுக்கு வரவில்லையா? தான் செல்ல வேண்டும் என்று மோமோக்கோ முதலில் நினைக்கின்ற இடம் ஏதாவது ஒன்று இருக்குமல்லவா?" என்று நான் கேட்டேன்.

அவர் வாயடைத்துப் போய் ஒரு கணம் என்னை வெறித்துப் பார்த்தார்.

"இல்லை."

"அதெப்படி இல்லாமல் இருக்கும்? கண்டிப்பாக ஏதாவது ஓரிடம் இருந்தாக வேண்டும். மோமோக்கோ உங்கள் மனைவிதானே?"

"அது உண்மைதான். ஆனால்..."

"அவளுக்குப் பிடித்தமான ஓரிடம் குறித்து யோசித்துப் பாருங்கள்."

வெகுநேரம் என் மாமா என்னை வெறித்துப் பார்த்துக் கொண்டிருந்தார். பின் திடீரென்று, "ஓரிடம் இருக்கிறது. ஒருவேளை–இல்லை. அவள் போகக்கூடிய இடம் அதுவாகத்தான் இருக்க வேண்டும்," என்று அவர் கூறினார்.

"உங்களுக்குப் பிடிபட்டுவிட்டதா?"

"ஆமாம். இப்போது போனால் அவளைப் பிடித்துவிடலாம் என்று நான் நினைக்கிறேன்," என்று அவர் கூறினார்.

அவர் தன் நாற்காலியிலிருந்து பறப்பதுபோலப் பாய்ந்தெழுந்தார். "டகாகோ, எனக்காக நீ இன்னும் ஒரு காரியம் செய்ய வேண்டும்."

"எதுவாக இருந்தாலும் சொல்லுங்கள், மாமா. கண்டிப்பாகச் செய்கிறேன்."

"நீ இங்குச் செலவழிக்கும் நேரத்திற்கு நான் உனக்குப் பணம் கொடுக்கப் போவதில்லை."

"அதற்கு இதுவா நேரம், மாமா?" என்று நான் அவரிடம் கத்தினேன். ஒருவழியாக என் மாமா,

அவரை நான் பின்னாலிருந்து எட்டி உதைத்தாற்போல அங்கிருந்து படுவேகமாக வெளியே சென்றார்.

இம்முறை அவரால் சரியான நேரத்தில் மோமோக்கோவைத் தடுத்து நிறுத்திவிட முடியும் என்று நான் நம்பினேன்.

என் மாமா சாகுரா தெரு வழியாக வேகமாகச் சென்றதை நான் கடை வாசலில் நின்று கொண்டு பார்த்துக் கொண்டிருந்தேன். அவருடைய உருவம் படிப்படியாகச் சின்னதாக ஆகிக் கொண்டிருந்தது. அவருக்கு முதுகு வலி இருந்ததால், அவர் ஆங்காங்கே நின்று தன் விரலால் தன் முதுகை நீவிவிட்டுக் கொண்டே சென்று கொண்டிருந்தார்.

என் மாமா என் பார்வையிலிருந்து மறைந்ததும், நான் சற்று நேரம் அங்கேயே நின்று கொண்டு, அக்கட்டடங்களுக்கு நடுவே இலேசாகத் தெரிந்த வானத்தை வெறித்துப் பார்த்தேன். நான் சில தினங்களுக்கு முன்பு மலையில் பார்த்திருந்த அதே வானம்தான் அது.

"என்னவாயிற்று? கடை திறந்துதானே இருக்கிறது?" என்று கேட்டுக் கொண்டே நடுத்தர வயது நபர் ஒருவர் கடையின் முன் வந்து நின்றார். அவர் என்னை ஒரு முறை விநோதமாகப் பார்த்துவிட்டுக் கடைக்குள் நுழைந்தார்.

நானும் அவருக்குப் பின்னால் கடைக்குள் நுழைந்தேன். "மோரிசாகி புத்தகக் கடை உங்களை வரவேற்கிறது," என்று நான் அவரிடம் கூறினேன். நான் என் பங்கைச் செய்துவிட்டேன். இனி என் மாமா பாடு.

நான் கல்லாவுக்கு அருகே என்னுடைய பழைய இடத்தில் உட்கார்ந்து கொண்டு, என் மாமாவும் மோமோக்கோவும் திரும்பி வருவதற்காகக் காத்திருக்கலானேன்.

11

நான் மீண்டும் அகிராவைப் பார்த்தபோது, அத்தெருவிலிருந்த மரங்கள் அனைத்தும் தம்முடைய இலைகளை உதிர்த்திருந்தன.

அன்று இரவு, நான் கிட்டத்தட்ட ஒரு மாதத்திற்குப் பிறகு மீண்டும் சேவர் காபிக் கடைக்குச் சென்றேன். சில காலம், அங்குப் போக வேண்டும் என்று எனக்குத் தோன்றவில்லை. நான் அத்தெரு வழியாக நடந்து சென்ற சமயங்களில்கூட நான் அதைக் கடந்து சென்றுவிட்டேன். நாளுக்கு நாள் குளிர் அதிகரித்துக் கொண்டிருந்ததால் நான் காபிக்காக ஏங்கத் தொடங்கினேன்.

நான் கதவைத் திறந்து உள்ளே நுழைந்து அகிராவைப் பார்த்ததும், “ஓ!” என்று எனக்குள் கூறிக் கொண்டேன்.

அவன் கடையில் பின்பகுதியிலிருந்த ஓர் இருக்கையில் அமர்ந்திருந்தான். அடுத்தக் கணம் எங்களுடைய கண்கள் சந்தித்துக் கொண்டன. அப்படியானால், அவனும் என்னைக் கவனித்திருந்தான். இம்முறையும் நான் சொதப்புவதற்கு முன்பாக வெறுமனே ஒரு ஹலோ சொல்லிவிட்டு அங்கிருந்து நழுவிவிடலாம் என்று நான் நினைத்தேன். ஆனால், அவன் எழுந்து நின்று கொண்டு, நான் அவனருகே வருவதற்காகக் காத்துக் கொண்டிருந்தான்.

“உங்களை மீண்டும் பார்த்ததில் மகிழ்ச்சி,” என்று

நான் கூறினேன். பின் அங்கிருந்த ஒரு நாற்காலியில் நான் உட்கார்ந்தேன்.

அதற்குப் பதிலளிக்கும் விதமாக, "உங்களைப் பார்த்து நாளாயிற்று," என்று அவன் கூறினான்.

எங்கள் மேசைக்குத் தண்ணீர்க் கோப்பைகளுடன் வந்த ஒரு பெண் சிப்பந்தி, "நீங்கள் ஆர்டர் கொடுக்கத் தயாரா?"என்று என்னிடம் கேட்டாள்.

அவனிடம் வெறுமனே, "ஹாய்," என்று மட்டும் கூறிவிட்டு, வேறோர் இருக்கையில் சென்று உட்கார்ந்துவிடலாமா என்று நான் அப்போதும் யோசித்தேன். அதனால், நான் அவளிடம், "சிறிது நேரம் ஆகட்டும்," என்று கூறினேன். அதற்கு அவள் தன் தலையை ஆட்டிவிட்டு, புன்னகை மாறாமல் அங்கிருந்து நகர்ந்துவிட்டாள்.

சிறிது நேரம் கழித்தே அகிரா பேசினான். "இப்போது உங்கள் வேலை எப்படிப் போய்க் கொண்டிருக்கிறது?"

"நன்றாகப் போய்க் கொண்டிருக்கிறது," என்று அதற்குப் பதிலளித்துவிட்டு, "உங்கள் வேலை?" என்று நான் அவனிடம் கேட்டேன்.

"ஏதோ ஓடுகிறது," என்று உற்சாகமாகக் கூறிய அவன், தன் காபிக் கோப்பையிலிருந்து சிறிது காபியை அருந்தினான்.

அவன் இன்னும் தன்னுடைய முன்னாள் காதலியின் வரவுக்காகக் காத்துக் கொண்டிருந்தானா? ஆனால், அவளுடனான உறவு முறிந்துவிட்டிருந்ததாக அவனேதான் என்னிடம் கூறியிருந்தான். அந்த எண்ணம் என் மனத்தில் தோன்றிய அதே நேரத்தில், அகிரா திடீரென்று, "நான் உங்களுக்காகக் காத்துக் கொண்டிருந்தேன்," என்று என்னிடம் கூறிவிட்டு, தன் பைக்குள் கையைவிட்டு ஒரு புத்தகத்தை வெளியே எடுத்தான். அது, முன்பு நான் அந்த மேசையில் விட்டுச் சென்றிருந்த சனேட்சு முஷானோகோஜியின் 'ஃபிரெண்ட்ஷிப்' புத்தகம். இடையில் என்னென்னவோ நடந்திருந்ததால் நான் அதைப் பற்றிச் சுத்தமாக மறந்து போயிருந்தேன்.

அது அகிரா வசம் இருக்கும் என்று நான் ஒருபோதும்

எதிர்பார்த்திருக்கவில்லை.

அவன் அப்புத்தகத்தை என்னிடம் கொடுத்தபோது, நான் அவனிடம், "இவ்வளவு நாளும் இதை நீங்கள் எனக்காகப் பத்திரமாக வைத்திருந்தீர்களா?" என்று கேட்டேன்.

"ஆமாம். நீங்கள் போன பிறகுதான் நான் அதைக் கவனித்தேன். நான் அதைக் கடை உரிமையாளரிடம் கொடுத்து, அடுத்த முறை நீங்கள் இங்கு வருகின்றபோது உங்களிடம் கொடுத்துவிட முடியுமா என்று கேட்டபோது, நீங்கள் யாரென்றே தனக்குத் தெரியாது என்று அவர் கூறிவிட்டார். அத்துடன், உங்களை அவர் அதற்கு முன்பு ஒருபோதும் பார்த்ததில்லை என்று சத்தியம் செய்யாத குறையாக அவர் கூறிவிட்டார்."

சேவர் காபிக் கடை உரிமையாளருக்கு என்னைத் தெரிந்திராமல் எப்படி இருக்க முடியும்? நாங்கள் ஏகப்பட்ட முறை சந்தித்திருந்தோம். இன்னும் சொல்லப் போனால், நான் அந்தக் கடையின் வழமையான வாடிக்கையாளர்.

"அதனால் அப்புத்தகத்தை நானே வைத்துக் கொண்டேன். உங்களை எப்படித் தொடர்பு கொள்வது என்பது எனக்குத் தெரியாததால், அவ்வப்போது இங்கு வந்து, நீங்கள் இங்கு இருக்கிறீர்களா என்று நான் பார்த்துச் சென்றேன். ஆனால், ஒரு முறைகூட என்னால் உங்களைச் சந்திக்க முடியவில்லை. காத்துக் கொண்டிருப்பது சலிப்பூட்டுவதாக இருந்ததால் நான் இப்புத்தகத்தைப் படிக்கத் தொடங்கினேன். அது குறித்து என்னிடம் குற்றவுணர்வு இருக்கிறது."

நான் திறந்த வாய் மூடாமல் அவன் கூறியதைக் கேட்டுக் கொண்டிருந்தேன். பிறகு, கவுன்டருக்கு அருகே கடை உரிமையாளர் நின்று கொண்டிருந்ததை நான் பார்த்தேன். அவர் என்னைத் தெரிந்ததாகக் காட்டிக் கொள்ளாதிருப்பதற்காக, என்னைப் பார்த்தும் பாராததுபோல அங்கிருந்த காபிக் கோப்பைகளைப் பளிச்சூட்டிக் கொண்டிருந்தார். நான் தொடர்ந்து அவரையே பார்த்துக் கொண்டிருந்தேன். ஒரு கணம் எங்களுடைய கண்கள் சந்தித்துக் கொண்டன.

அப்போதுதான் அவருடைய செயலுக்கான காரணத்தை நான் புரிந்து கொண்டேன். அகிரா வேறொரு பெண்ணுக்காகக் காத்துக் கொண்டிருந்தான் என்பது அவருக்குத் தெரியாது. அவராகவே எனக்கும் அவனுக்கும் முடிச்சுப் போட்டிருந்தார். அதனால்தான் அவர் அப்படி நடந்து கொண்டிருந்தார். ஆனால், அவர் போட்டது ஒரு தப்புக் கணக்கு.

நான் அகிராவுக்கு வணக்கம் தெரிவித்துவிட்டு, "இதற்காக நான் உங்களிடம் மன்னிப்புக் கேட்டுக் கொள்கிறேன்," என்று கூறினேன்.

"அதெல்லாம் ஒன்றுமில்லை. அத்துடன், 'அப் த ஹில்' புத்தகம்போல் இல்லாத ஒரு புத்தகத்தைப் படிப்பதற்கு எனக்கு ஒரு வாய்ப்புக் கிட்டியிருந்தது. இன்னும் சொல்லப் போனால், நான்தான் உங்களுக்கு நன்றி சொல்ல வேண்டும்," என்று அவன் விளையாட்டுத்தனமான ஒரு சிரிப்புடன் கூறினான்.

இந்த விநோதமான திருப்பத்திற்குப் பிறகு என்னால் என்னைக் கட்டுப்படுத்திக் கொள்ள முடியவில்லை. நான் தலையைக் குனிந்து கொண்டேன். என் தோள்கள் குலுங்கத் தொடங்கின.

அகிரா கவலை தோய்ந்த ஒரு முகத்துடன், "உங்களுக்கு ஒன்றுமில்லையே," என்று கேட்டான். ஆனால், நான் வெறுமனே சிரித்துக் கொண்டிருந்ததைப் பார்த்தவுடன் அவனும் என்னுடன் சேர்ந்து சிரிக்கத் தொடங்கினான். கொஞ்சம் கொஞ்சமாக நாங்கள் இருவரும் சௌகரியமாக உணரலானோம். நான் அவனைப் பார்த்தது குறித்து என் இதயத்தின் அடியாழத்தில் உண்மையிலேயே மகிழ்ச்சியடைந்திருந்ததை நான் உணர்ந்தேன். என்னைப் பற்றி அவன் எப்படி உணர்ந்தான் என்பது எனக்கு ஒரு பொருட்டாகத் தெரியவில்லை. அதைப் பற்றிக் கவலைப்படுவது அர்த்தமற்றது. அதை மாற்றுவதற்கு நான் செய்யக்கூடியது எதுவும் இருக்கவில்லை.

"உம்," என்று மட்டும் கூறிவிட்டு நான் அவனை நிமிர்ந்து பார்த்தேன். பிறகு, "உங்களைப் பார்த்ததில் எனக்கு மிக்க மகிழ்ச்சி," என்று நான் தெரிவித்தேன்.

கடை உரிமையாளருக்கு நன்றி தெரிவிக்காமல்

என்னால் அங்கிருந்து கிளம்ப முடியாது என்று எனக்குத் தோன்றியது. என்னால் உண்மையிலேயே அகிராவை மீண்டும் சந்திக்க முடியாமல் போகலாம். நான் அக்கடையில் இன்னும் நூறு கப் காபி ஆர்டர் செய்து குடித்தாலும், கடை உரிமையாளருக்கு நான் பட்டிருந்த நன்றிக்கடனை என்னால் கழிக்க முடியாது.

"உங்களைப் பார்த்ததில் எனக்கும் மகிழ்ச்சியே," என்று அகிரா கூறினான். "உங்களைப் பார்க்கவில்லை என்றால், பிறருடைய பொருளை அபகரித்திருந்த குற்றத்திற்கு நான் ஆளாகியிருப்பேன். இல்லையில்லை. நான் விளையாட்டுக்கு அப்படிச் சொன்னேன். உண்மையில் நான் உங்களை மீண்டும் சந்தித்துப் பேச விரும்பினேன்," என்று கூறிவிட்டு அவன் சிரித்தான். பிறகு, அவன் அசடு வழியத் தன் பின்னந்தலையைச் சொறிந்தான். நானும் சங்கடத்தில் நெளிந்து கொண்டிருந்ததால் என்னால் அவனைப் பார்க்க முடியவில்லை. அதற்குப் பதிலாக நான் சன்னலை உற்று நோக்கினேன். அதில், எதிரெதிரே அமர்ந்திருந்த எங்கள் இருவரின் பிம்பங்கள் பிரதிபலித்துக் கொண்டிருந்தன. வெளியே கடுமையான குளிர்காற்று வீசிக் கொண்டிருந்தது. நாங்கள் இருவரும் மீண்டும் ஒருவரையொருவர் சந்தித்துக் கொண்டது குறித்து நான் உண்மையிலேயே மகிழ்ச்சி அடைந்திருந்தேன்.

மகிழ்ச்சியாகச் சோம்பல் முறித்த அகிரா, "இந்தப் புத்தகத்தை எனக்குப் படிக்கக் கொடுத்ததற்கு நன்றி தெரிவிக்கும் விதமாக உங்கள் காபிக்கும் சேர்த்து நான் பணம் கொடுக்க என்னை அனுமதியுங்கள்," என்று கேட்டான்.

"சரி. ஆனால், ஒரே ஒரு காபி மட்டும்," என்று நான் கூறினேன்.

அதைக் கேட்டு அதிர்ச்சியடைந்தவன்போல நடித்த அவன், "நீங்கள் இன்னும் அடக்கத்தைக் கைவிடவில்லை, அப்படித்தானே?" என்று கேட்டான். பின், எங்கள் பக்கமாக நடந்து சென்று கொண்டிருந்த சிப்பந்தியின் பக்கம் திரும்பி அவன் அவளை அழைத்தான்.

12

மோரிசாகி புத்தகக் கடை, பழைய புத்தக விற்பனைக் கடைகளால் நிரம்பி வழிந்த அத்தெருவின் முனையில் தனியாக நின்று கொண்டிருந்தது. அது சிறியதாகவும், பழையதாகவும், திரும்பிப் பார்க்க வைக்காததாகவும் இருந்தது. அந்தக் கடைக்கு அதிகமான எண்ணிக்கையில் வாடிக்கையாளர்களும் கிடையாது. அது தனித்துவமான சில புத்தகங்களை மட்டுமே கொண்டிருந்த ஒரு கடை என்பதால், அது தொடர்பான புத்தகங்களில் ஆர்வம் இல்லாதவர்கள் அங்கு அடியெடுத்துக்கூட வைக்க மாட்டார்கள்.

ஆனாலும், இந்தக் கடையை நேசிப்பவர்கள் நிறைய பேர் இருந்தனர். அவர்கள் இக்கடையின்மீது அர்ப்பணிப்புடன் இருக்கின்றவரை இக்கடையால் தாக்குப்பிடிக்க முடியும். இக்கடையின் உரிமையாளரான என் மாமா சட்டோரு எப்போதும் அப்படித்தான் சொல்லிக் கொண்டிருப்பார். நான் அதனோடு ஒத்துப் போகிறேன். ஏனெனில், நான் இக்கடையையும் அதன் உரிமையாளரையும் வெகுவாக நேசிக்கிறேன்.

இன்று நான் என் வேலையிலிருந்து விடுப்பு எடுத்துக் கொண்டு, வெகுநாள்களுக்குப் பிறகு, அப்புத்தகக் கடை இருந்த ஜிம்போச்சோ பகுதிக்குச் சென்று கொண்டிருந்தேன். கடந்த வாரம் என் மாமா என்னை அழைத்தார். அவருடைய குரலில் தொனித்த

உற்சாகத்தை வைத்தே, ஏதோ முக்கியமான ஒன்று அங்கு நிகழ்ந்திருந்ததை, அவர் கூறுவதற்கு முன்பே நான் ஊகித்துவிட்டேன்.

“மோமோக்கோ உன்னையும் பார்க்க விரும்பியதாகக் கூறினாள். உன்னைப் பார்த்து வெகு காலம் ஆகிவிட்டது,” என்று அவர் கூறினார். மோமோக்கோவின் உடல்நிலை மேம்பட்டுக் கொண்டிருந்தது. இக்கணத்தில் எல்லாம் சுமூகமாகத்தான் போய்க் கொண்டிருந்தது. அது தற்காலிகமானது என்றாலும், அச்செய்தியைக் கேட்டது எனக்கு ஆசுவாசமளித்தது. அவர்கள் இருவரையும் நீண்ட நாள்களுக்குப் பிறகு நான் சந்திக்கவிருந்தேன் என்ற நினைப்பின் காரணமாக நான் நடையை எட்டிப் போட்டேன்.

என் மாமா என் அத்தையைத் தேடி ஓடிய அன்றைய தினம், மோமோக்கோ புத்தகக் கடைக்குத் திரும்பவில்லை. ஆனால், என் மாமா அவளைக் கண்டுபிடிக்கின்ற முயற்சியில் வெற்றி பெற்றிருந்தார். குறைப்பிரசவத்தில் இறந்தே பிறந்திருந்த அவர்களுடைய குழந்தையின் ஈமச் சடங்கை அவர்கள் நடத்தியிருந்த கோவிலுக்குத்தான் என் மாமா ஓடிப் போயிருந்தார். அவர் அங்குச் சென்றபோது, அக்கோவிலின் பின்புறமிருந்த நீரோடையின் அருகில் அவர் மோமோக்கோவைக் கண்டுபிடித்தார். அவர்கள் இருவரும் பரஸ்பரம் என்ன பேசிக் கொண்டனர் என்று நான் கேட்கவில்லை. அது அவர்களுடைய அந்தரங்கமான விஷயம். அவர்களுடைய குழந்தை துயில் கொண்டிருந்த அந்த இடத்தில் வைத்து அவர்கள் ஒருவர் மற்றவரிடம் கண்டிப்பாக எந்தவிதமான பொய்யும் கூறியிருந்திருக்க வாய்ப்பில்லை. அவர்களைப் பொறுத்தவரை, இருவரும் தங்களுடைய உண்மையான உணர்ச்சிகளை மற்றவரிடம் வெளிப்படுத்தியிருப்பர். இம்முறை, சட்டோரு தன்னைத் தேடிக் கண்டுபிடிக்க வேண்டும் என்று மோமோக்கோ உள்ளூர ஆசைப்பட்டிருந்திருக்கக்கூடும். என் மாமா இப்படி விவரித்தார்: “நான் வருவதைப் பார்த்தவுடன் அவள் அந்த இடத்திலேயே அப்படியே சரிந்துவிட்டாள். அவள் ஒரு சிறு குழந்தையைப்போலத்

தேம்பித் தேம்பி அழுதாள், கதறி ஆர்ப்பாட்டம் செய்தாள். அக்கணத்தில் நான் அவளை என் இதயத்தின் அடியாழத்திலிருந்து நேசித்தேன். என் கண்களிலிருந்து கண்ணீர் பெருக்கெடுத்தது. இதற்கு முன்பு நான் கவனித்திராத அனைத்து விஷயங்களையும், நான் ஒதுக்கித் தள்ளியிருந்த அனைத்து விஷயங்களையும் இனி என்னால் எதிர்கொள்ள முடியும் என்ற உணர்வு எனக்கு ஏற்பட்டது. நான் மோமோக்கோவை என் கைகளில் அள்ளியெடுத்துக் கொண்டு, 'என்னைவிட்டுப் போகாதே, எனக்கு நீ தேவை,' என்று மீண்டும் மீண்டும் கூறினேன். அங்கு அவளைப் பார்ப்பதற்கு முன்பு அதுபோன்ற எளிய வார்த்தைகளை என்னால் ஒருபோதும் கூறியிருந்திருக்க முடியாது."

அன்று இரவு வெகுநேரம் கழித்து அவர் கடைக்குத் திரும்பி வந்தபோது, என்ன நடந்தது என்பதை அவர் என்னிடம் விவரித்தார். அவள் தன்னுடன் இல்லாதது குறித்து அவர் மனச்சோர்வு அடைவதற்குப் பதிலாக மிகவும் உற்சாகமாக இருந்தார். இறுதியில் அவர், "விஷயங்கள் குறித்து நாங்கள் இருவரும் பேசித் தீர்த்துக் கொள்ளலாம் என்று நாங்கள் முடிவெடுத்தோம். ஒரு நாள் தான் திரும்பி வருவதாக அவள் எனக்கு வாக்குக் கொடுத்தாள்," என்று தெரிவித்தார்.

அதையடுத்து ஓராண்டுக்குப் பிறகு மோமோக்கோ திரும்பி வந்தாள். தான் முதலில் தன் சிந்தனையை ஒழுங்குபடுத்திக் கொள்ள வேண்டியிருந்தது என்று குறிப்பிட்ட அவள், இல்லையெனில் அது என் மாமாவுக்குத் தான் செய்கின்ற துரோகமாக இருக்கும் என்று தான் கருதியதாகத் தெரிவித்தாள். அவள் விடைபெற்ற நாளன்று அவள் அதைத்தான் தன்னிடம் கூறியதாக என் மாமா என்னிடம் கூறினார். அவள் எப்போதும்போல உறுதியாகவே இருந்தாள்.

*

நெருக்கடியாக இருந்த அந்தச் சாலையைக் கடந்து நான் சாகுரா தெருவிற்குள் நுழைந்தேன். முதலில்

தென்பட்டச் சில பழைய புத்தகக் கடைகளைக் கடந்து தொடர்ந்து நடந்த நான், இறுதியில் என் மாமாவின் கடை முன்னால் வந்து நின்றேன். நான் கதவைத் திறந்து உள்ளே நுழைந்தபோது, கல்லா அருகே சாபு நின்று கொண்டிருந்தார். என்னைப் பார்த்ததும், “ஹாய், டகாகோ,” என்று கூறி அவர் என்னை நோக்கிக் கையசைத்தார்.

“ஓ, சாபு. நீங்கள் இங்கேயா இருக்கிறீர்கள்? என் மாமா எங்கே?” என்று நான் கேட்டேன்.

“இப்படிப்பட்ட ஒரு வரவேற்பை நான் உன்னிடமிருந்து எதிர்பார்க்கவில்லை,” என்று கூறிச் சிரித்த சாபு, “உன் மாமா ஒரு வாடிக்கையாளரிடம் சில புத்தகங்களைக் கொடுப்பதற்காகச் சென்றுள்ளார்,” என்று தெரிவித்தார்.

அவருக்குப் பின்னாலிருந்து ஓர் உற்சாகமான குரல் ஒலித்தது. நான் அக்குரல் ஒலித்தத் திசையை நோக்கியபோது, ஒரு சிறிய உருவத்தைக் கொண்டிருந்த ஒரு பெண்மணி அங்கு அமர்ந்திருந்ததை நான் கண்டேன். அவளுடைய தலைமுடி குட்டையாக வெட்டப்பட்டிருந்தது.

“அத்தை, உங்கள் தலைமுடிக்கு என்னவாயிற்று?” என்று நான் கேட்டேன்.

மோமோக்கோ தன் கையைத் தூக்கித் தன் குட்டைத் தலைமுடியைத் தடவினாள். “ஓ, அதுவா? நான்தான் இப்படி வெட்டிக் கொண்டேன். நான் இன்னும் குட்டையாக வெட்டிக் கொள்ள விரும்பினேன். சட்டோரு என்னைத் தடுத்துவிட்டார்,” என்று கூறி அவள் பெரிதாகச் சிரித்தாள்.

“இது உங்களுக்கு அழகாகத்தான் இருக்கிறது,” என்று கூறிவிட்டு நான் என் அத்தையின் அருகில் உட்கார்ந்தேன்.

“நீ அப்படியா நினைக்கிறாய்?” என்று கேட்டுவிட்டு அவள் தன் முகத்தைச் சுளித்தாள்.

மதிய உணவு நேரத்தை ஒட்டிப் பொதுவாகவே கடையில் கூட்டம் குறைவாக இருக்கும். அங்கு மோமோக்கோ இருந்ததைத் தவிர்த்துப் பார்த்தால்

வேறு எதுவும் மாறியிருக்கவில்லை. அது எனக்கு ஒரு சிறு சந்தோஷத்தைக் கொடுத்தது.

மோமோக்கோ வழக்கம்போலத் திடுதிடுப்பென்று, “உனக்கொரு சிநேகிதன் இருக்கிறானாமே, யாரவன்?” என்று கேட்டாள்.

“என்ன சொல்கிறீர்கள்? யாரிடமிருந்து இப்படிப்பட்ட ஒரு செய்தியை நீங்கள் கேள்விப்பட்டீர்கள்?”

அவள் சாபுவைச் சுட்டிக்காட்டி, “இவரிடமிருந்து இப்போதுதான் கேட்டேன்,” என்று கூறினாள்.

“சேவர் கடை உரிமையாளரிடம் இருந்துதான் எனக்கு இத்தகவல் கிடைத்தது,” என்று கூறிவிட்டு, ஏதோ வேடிக்கையான ஒன்றைக் கேள்விப்பட்டதுபோல சாபு களுக்கென்று சிரித்தார்.

“டகாகோ, நான் உனக்குச் சமைக்கக் கற்றுக் கொடுத்தப் பதார்த்தங்களை நீ உன் சிநேகிதனுக்குச் சமைத்துக் கொடுக்கிறாயா?” என்று மோமோக்கோ என்னைப் பார்த்துக் கேட்டாள்.

“இல்லை. நான் வந்து...” என்று நான் தடுமாறினேன்.

அது மோமோக்கோவைத் திருப்திப்படுத்தவில்லை. அவள் என்னைக் குடைந்தெடுத்துவிட்டாள். இறுதியில் நான், “அத்தை, என்னை இவ்வளவு சீண்டியது போதாதா?” என்று அவளிடம் கேட்டேன்.

அச்சமயத்தில் வாசல் கதவு திறக்கும் சத்தம் கேட்டது. என் மாமா உள்ளே நுழைந்தார். “ஓ, டகாகோ, நீ முன்னதாகவே வந்துவிட்டாய்,” என்று அவர் கூறினார்.

அவர் உள்ளே நுழைவதற்காகவே காத்துக் கொண்டிருந்தவளைப்போல, மோமோக்கோ அவரிடம், “சட்டோரு, உங்களுக்குத் சேதி தெரியுமா? டகாகோவுக்கு ஒரு சிநேகிதன் இருக்கிறான்,” என்று போட்டுடைத்தாள்.

“என்ன? நான் எதுவும் கேள்விப்படவில்லையே? உண்மையாகவா?” என்று கூறிய என் மாமா, என்னிடம் திரும்பி, “நீ என்னிடம் ஏன் சொல்லவில்லை?” என்று கேட்டுவிட்டு என் அருகே வந்து என் கண்களை உற்றுப் பார்த்தார். “நீ இதைப் பற்றி என்னிடம் தைரியமாக விவாதிக்கலாம். இது உனக்குத் தெரியும், இல்லையா?”

மோமோக்கோ கைதட்டி ஆரவாரித்தவாறு,

“டகாகோ அவனைத் திருமணம் செய்து கொண்டால், நம் கடையைப் பார்த்துக் கொள்ள ஓர் ஆள் கிடைத்துவிடுவான். என்ன இருந்தாலும், நமக்குப் பிறகு இக்கடையை நடத்த நமக்கும் ஓர் ஆள் வேண்டும் இல்லையா?” என்றாள்.

என்ன காரணத்தினாலோ இது என் மாமாவைக் கோபப்படுத்தியது. “இது பரிகாசத்திற்கான விஷயமன்று,” என்று அவர் கத்தினார். “என் கடையை எடுத்து நடத்த நான் ஏன் அவனை அனுமதிக்க வேண்டும்?”

“நீங்கள் இன்னும் அவனைச் சந்திக்கக்கூட இல்லை. அப்படியிருக்கும்போது, அவன் எப்படிப்பட்டவன் என்பது உங்களுக்கு எப்படித் தெரியும்?” என்று மோமோக்கோ கேட்டாள்.

“சரி. எனக்கு நேரமாகிவிட்டது. நான் கிளம்புகிறேன்,” என்று கூறிய சாபு, மோமோக்கோவைப் பார்த்து, “விரைவில் சந்திப்போம்,” என்று கையை ஆட்டிவிட்டு உற்சாகமாக அங்கிருந்து நடையைக் கட்டினார்.

சாபு அங்கிருந்து சென்றவுடன், நான் மோமோக்கோவிடம், “சாபுவை வளைத்துப் போட உங்களுக்கு ஒரு நொடிகூட ஆகவில்லைபோலத் தெரிகிறது,” என்று பிரமிப்புடன் கூறினேன்.

மோமோக்கோ விட்டேத்தியாக, “நான் எதுவும் செய்யவில்லை. வெறுமனே அவரிடம் பேச்சுக் கொடுத்தேன், அவ்வளவுதான்,” என்றாள்.

“சாபுவால் ஒரு நிமிடத்திற்கு மேல் அவளுக்கு முன்னால் தாக்குப்பிடித்திருக்க முடியாது,” என்று என் மாமா கூறியதும், நானும் அவளும் சத்தமாகச் சிரித்தோம்.

பின் அவள் திடீரென்று எழுந்து என்னை நோக்கி வந்தாள்.

“மோமோக்கோ மோரிசாகி வீடு திரும்பிவிட்டாள். மீண்டும் வேலையில் சேர்ந்துள்ளாள்,” என்று அவள் அறிவித்துவிட்டு, இராணுவ சலாம் ஒன்றைப் போட்டாள்.

நான் நிமிர்ந்து நின்றேன்.

பின் அவளிடம் நான் இவ்வாறு கூறினேன்: “நாங்கள்

உங்களை வரவேற்கிறோம். இவ்வளவு காலமாக நாங்கள் உங்களுக்காக ஆவலுடன் காத்துக் கொண்டிருந்தோம். நீங்கள் மீண்டும் ஓடிப் போனால், நான் கடும் கோபம் கொள்வேன்."

"கொடுத்த வாக்கைக் காற்றில் பறக்கவிட்டவள் நீதான். ஆனால், உண்மையில், நீ அப்படிச் செய்ததற்காக நான் உனக்கு நன்றிக்கடன் பட்டிருக்கிறேன். நன்றி, டகாகோ. மீண்டும் நாம் தோழிகளாக ஆகிவிடலாம்," என்று கூறிவிட்டு அவள் சிரித்தாள். பின் அவள் என் கன்னத்தைப் பலமாகக் கிள்ளினாள். இப்போது நானும் என் மாமாவைப்போல இதற்குப் பழக்கப்பட்டிருந்தாலும், வலி தாளாமல் நான் கத்தினேன். "போதும், நிறுத்திக் கொள்ளுங்கள்," என்று நான் வேண்டிக் கொண்டாலும், அதை நான் வெகுவாக இரசித்தேன்.

"என் நன்றியைத் தெரிவிக்கும் விதமாக, இன்றிரவு நான் டகாகோவுக்குச் சிறப்பாக எதையாவது சமைக்க வேண்டும்," என்று கூறி மோமோக்கோ பெருமையுடன் தன் நெஞ்சை நிமிர்த்தினாள். "இப்போது அதற்குத் தேவையான சாமான்களை வாங்க வேண்டும். டகாகோ, நீ என்னோடு வருகிறாயா?" என்று அவள் என்னிடம் கேட்டாள்.

"கண்டிப்பாக வருகிறேன். நான் இங்கு வந்ததே உங்கள் சமையலை ருசிக்கத்தான்," என்று நான் ஒரு புன்னகையுடன் கூறினேன்.

இடையில் புகுந்த என் மாமா, "டகாகோ, நீ போவதற்கு முன்பாக, நாம் முன்பு விவாதித்த விஷயம்..." என்று இழுத்தார்.

என் அத்தையும் நானும் அவரை அலட்சியப்படுத்திவிட்டு அங்கிருந்து நகர்ந்தோம்.

வெளியே வானம் தெளிவாக இருந்தது. ஒரு சில பெரிய மேகங்கள் மெதுவாக நகர்ந்து கொண்டிருந்தன. நான் ஒரு கணம் என் கண்களை மூடிக் கொண்டு வானத்தை நோக்கிக் கையை நீட்டினேன். மிதமான சூரிய ஒளி என் இமைகளைப் போர்த்தியது.

"ஏய்! நீ சீக்கிரம் வரவில்லையென்றால், நான் உன்னை விட்டுவிட்டுப் போய்விடுவேன்," என்று என்

அத்தை மிரட்டினாள்.

அவளுடைய குரலைக் கேட்டதும் நான் என் கண்களைத் திறந்தேன்.

தெருவில் சிறிது தூரம் சென்றிருந்த மோமோக்கோ, அங்கிருந்து திரும்பி என்னைப் பார்த்துப் பெரிதாகப் புன்னகைத்தாள். அவளுடைய குட்டையான தலைமுடியில் சூரிய வெளிச்சம் பட்டதில் அது ஜொலித்தது.

என்னை நோக்கிக் கையசைத்தபடி, “வேகமாக வா, வேகமாக வா,” என்று அவள் கூறினாள். பின் அவள் வேகமாக முன்னே சென்றாள்.

அவளை ஒரு கணம் நான் பின்னாலிருந்து கவனித்தேன். பிறகு அவளுக்குப் பின்னால் நான் அத்தெரு வழியாக வேகமாக ஓடினேன்.

சதோஷி யாகிசாவா

நூலாசிரியர்

சதோஷி யாகிசாவா ஜப்பானிலுள்ள சிபா என்ற இடத்தில் 1977ல் பிறந்தார். அவருடைய முதல் நாவலான 'மோரிசாகி புத்தகக் கடையில் நான் கழித்த நாள்கள்', மூல மொழியான ஜப்பானிய மொழியில் 2010ல் வெளியாயிற்று. அது 'சியோடா இலக்கியப் பரிசை' வென்றது. மறு ஆண்டே அந்நாவலின் தொடர்ச்சி வெளியாயிற்று. முதல் நாவலை அடிப்படையாகக் கொண்டு தயாரிக்கப்பட்ட ஒரு திரைப்படம் 2010ல் வெளியாகி மாபெரும் வரவேற்பைப் பெற்றது.

PSV குமாரசாமி

மொழிபெயர்ப்பாளர்

இலக்கியம், சுற்றுச்சூழல், பொருளாதாரம், அறிவியல், சுயமுன்னேற்றம் போன்ற பல்வேறு துறைகள் சார்ந்த நூற்றுக்கும் மேற்பட்ட நூல்களையும் கவிதைகளையும் இவர் ஆங்கிலத்திலிருந்து தமிழுக்கு மொழிபெயர்த்துள்ளார். ரோன்டா பைர்னின் உலகப் புகழ்பெற்ற நூலான 'இரகசியம்', ஜே. கே. ரோலிங்கின் புகழ்பெற்ற 'ஹாரி பாட்டர்' நூல் வரிசையில் முதல் இரண்டு நூல்கள், ஸ்டீபன் ஹாக்கிங்கின் 'ஆழமான கேள்விகள், அறிவார்ந்த பதில்கள்', டோனி ஜோசஃபின் 'ஆதி இந்தியர்கள்', ஹெக்டர் கார்சியாவின் 'இக்கிகய்', அகதா கிறிஸ்டியின் நான்கு சிறுகதைத் தொகுப்புகள் ஆகியவை இவருடைய மொழியாக்கத்தில் வெளிவந்துள்ள நூல்களில் குறிப்பிடத்தக்கவை. 2022 ஆம் ஆண்டில் தமிழக அரசு இவருக்குச் சிறந்த மொழிபெயர்ப்பாளர் விருது வழங்கி இவரைக் கௌரவித்துள்ளது. இவருடைய மனைவி நாகலட்சுமி சண்முகம் அவர்களும் விருதுகள் பல பெற்றுள்ள ஒரு சிறந்த மொழிபெயர்ப்பாளர் ஆவார். குமாரசாமி தன் குடும்பத்துடன் இப்போது சென்னையில் வசித்து வருகிறார்.